യുവജനപ്രസ്ഥാനത്തിന്റെ ചരിത്രം

ആശയസമരങ്ങളുടെ പശ്ചാത്തലത്തിൽ

Yuvajanaprasthanathinte Charithram
Asayasamarangalude Paschathalathil

M V Govidndanmaster

CHINTHA PUBLISHERS
Thiruvananthapuram

First Edition
March 2011

Second Edition
September 2011

Third Edition
December 2016

Fourth Edition
December 2021

Published & Typesetting
Chintha Publishers, Thiruvananthapuram

Printed at
Repro India Ltd, Mumbai

Cover Design
Vinod Mangoes

ISBN : 978-81-26207-41-1

CR - 3070 / 5757

₹ 220

Email: chinthapublishers@gmail.com
Website: www.chinthapublishers.com

A vertion is available at National Libraries
Kolkata, Mumbai, Chennai and Delhi

Distribution
DESHABHIMANI BOOKHOUSE
H O Thiruvananthapuram 695035

Branch
Head Office Kunnukuzhi • Statue Thiruvananthapuram
KSRTC Bus Terminal Thampanoor • Saphalyam Complex Thiruvananthapuram
KSRTC Bus Station Alappuzha • KSRTC Bus Station Ernakulam
Machingal Lane Thrissur • IG Road Kozhikode
Mavoor Road Kozhikode • NGO Union Building Kannur
Central Bus Terminal Complex Thavakkara Kannur

യുവജനപ്രസ്ഥാനത്തിന്റെ ചരിത്രം

ആശയസമരങ്ങളുടെ പശ്ചാത്തലത്തിൽ

എം വി ഗോവിന്ദൻമാസ്റ്റർ

ചിന്ത പബ്ലിഷേഴ്സ്
തിരുവനന്തപുരം-695 001
വില : ₹ 220

എം വി ഗോവിന്ദൻമാസ്റ്റർ

കണ്ണൂർ ജില്ലയിലെ മൊറാഴയിൽ ജനനം. കെ എസ് വൈ എഫിലൂടെ രാഷ്ട്രീയരംഗത്ത് സജീവമായി. ഡി വൈ എഫ് ഐ രൂപീകരണത്തിനുള്ള അഖിലേന്ത്യാ പ്രിപ്പറേറ്ററി കമ്മിറ്റി അംഗമായിരുന്നു. ഡി വൈ എഫ് ഐയുടെ പ്രഥമ സംസ്ഥാന പ്രസിഡന്റ്, സെക്രട്ടറി, അഖിലേന്ത്യാ എക്സിക്യൂട്ടീവ് കമ്മിറ്റി അംഗം എന്നീ നിലകളിൽ പ്രവർത്തിച്ചു.

സി പി ഐ (എം) കാസർകോട് ഏരിയാ സെക്രട്ടറി, കണ്ണൂർ ജില്ലാ സെക്രട്ടറി എന്നീ സ്ഥാനങ്ങൾ വഹിച്ചിട്ടുണ്ട്.

ഇപ്പോൾ സി പി ഐ (എം) സംസ്ഥാന സെക്രട്ടേറിയറ്റ് അംഗം. കൂടാതെ, കർഷകത്തൊഴിലാളി യൂണിയൻ സംസ്ഥാന പ്രസിഡന്റ്, ദേശാഭിമാനിയുടെ ചീഫ് എഡിറ്റർ, കർഷകത്തൊഴിലാളി മാസികയുടെ ചീഫ് എഡിറ്റർ, അഖിലേന്ത്യാ വൈസ് പ്രസിഡന്റ് എന്നീ നിലകളിൽ പ്രവർത്തിക്കുന്നു. *മാർക്സിസ്റ്റ് സംവാദ*ത്തിന്റെ ചീഫ് എഡിറ്ററായിരുന്നു. അടിയന്തരാവസ്ഥക്കാലത്ത് നാലുമാസക്കാലം ജയിൽവാസം അനുഭവിച്ചിട്ടുണ്ട്. നിരവധി തവണകളിലായി പൊലീസ് ഗുണ്ടാ മർദ്ദനത്തിന് വിധേയനായി. തളിപ്പറമ്പിൽ നിന്ന് രണ്ടുതവണ എം എൽ എയായി.

കൃതികൾ: *സ്വത്വരാഷ്ട്രീയത്തെപ്പറ്റി* (എഡിറ്റർ), *വൈരുദ്ധ്യാത്മക ഭൗതികവാദം ഇന്ത്യൻ ദർശനത്തിൽ, ചൈനീസ് ഡയറി, യുവജനപ്രസ്ഥാനത്തിന്റെ ചരിത്രം: ആശയസമരങ്ങളുടെ പശ്ചാത്തലത്തിൽ*

ജനാധിപത്യ മഹിളാ അസോസിയേഷൻ സംസ്ഥാന കമ്മിറ്റി അംഗം പി കെ ശ്യാമളയാണ് ഭാര്യ.

മക്കൾ: ജി എസ് ശ്യാംജിത്, ജി എസ് രംഗീത്

ഉള്ളടക്കം

അനുബന്ധങ്ങൾ

ആമുഖം

യുവജനപ്രസ്ഥാനത്തിന്റെ ചരിത്രം - ആശയസമരങ്ങളുടെ പശ്ചാത്തലത്തിൽ എന്ന ഈ പുസ്തകം എഴുതുന്നതിന് ഇടയാക്കിയത് *യുവധാര* മാസികയിൽ ഇത്തരമൊരു ചരിത്രം എഴുതണമെന്ന അതിന്റെ പ്രവർത്തകരുടെ താൽപ്പര്യത്തിന്റെ ഫലമായിട്ടാണ്. എന്നാൽ ഇത് പൂർണമായും പ്രസിദ്ധീകരിക്കുന്നതിന് അന്ന് കഴിഞ്ഞിരുന്നില്ല. ഖണ്ഡശഃ പ്രസിദ്ധീകരിച്ച ഇതിന്റെ ഭാഗങ്ങളിൽ ആവശ്യമായ മാറ്റങ്ങൾ വരുത്തിയും അവശേഷിക്കുന്ന ഭാഗങ്ങൾ പിന്നീട് എഴുതിയുമാണ് ഇത് പുസ്തകരൂപത്തിൽ പ്രസിദ്ധീകരിക്കുന്നത്.

കാലക്രമത്തിന്റെ അടിസ്ഥാനത്തിൽ സംഭവങ്ങളെ അടുക്കിവെച്ച് എഴുതുന്ന രീതിക്കല്ല ഈ പുസ്തകത്തിൽ ഊന്നൽ നൽകിയിട്ടുള്ളത്. മറിച്ച് യുവജനപ്രസ്ഥാനം രൂപീകരിക്കപ്പെടുന്നതിന് ഇടയാക്കിയിട്ടുള്ള ആശയങ്ങളുടെ തലം രൂപപ്പെടുന്നതും അതിന്റെ ഭാഗമായിത്തന്നെ ആശയസംഘർഷങ്ങൾ രൂപപ്പെട്ടുവരുന്ന പശ്ചാത്തലവും വിവരിക്കുന്നതിനാണ് പ്രാധാന്യം നൽകിയിട്ടുള്ളത്. അതുകൊണ്ടാണ് പുസ്തകത്തിന് *യുവജനപ്രസ്ഥാനത്തിന്റെ ചരിത്രം - ആശയസമരങ്ങളുടെ പശ്ചാത്തലത്തിൽ* എന്ന പേര് നൽകിയിട്ടുള്ളത്.

പരസ്പരബന്ധിതമായാണ് ലോകം നിലനിൽക്കുന്നതും മുന്നോട്ട് പോകുന്നതും. കേരളത്തിന്റെ യുവജനപ്രസ്ഥാനത്തെക്കുറിച്ച് പഠിക്കുമ്പോൾ അത് രൂപപ്പെടുന്നതിന് ഇടയായിട്ടുള്ള സാർവദേശീയ - ദേശീയ സംഭവവികാസങ്ങളെ പരാമർശിക്കാതെ തരമില്ല. അതിന്റെ പശ്ചാത്തലത്തിൽ നിന്നുകൊണ്ടേ കേരളത്തിലെ യുവജനപ്രസ്ഥാനത്തെയും വീക്ഷിക്കാൻ കഴിയൂ. അതുകൊണ്ട് സാർവദേശീയ - ദേശീയരംഗത്ത് അക്കാലത്തുണ്ടായിട്ടുള്ള സംഭവവികാസങ്ങളെ പരിചയപ്പെടുത്തി

ക്കൊണ്ടാണ് ഈ പുസ്തകം ആരംഭിക്കുന്നത്. യുവജനപ്രസ്ഥാനത്തിൽ ഞാൻ പ്രവർത്തിച്ച കാലഘട്ടം വരെയുള്ള ചരിത്രവും ആശയസംഘർഷ വുമാണ് ഇതിൽ വിശദീകരിച്ചിട്ടുള്ളത്. പിന്നീടുള്ള ചരിത്രം അതിനു ശേഷം പ്രസ്ഥാനത്തിനകത്ത് സജീവമായവർ ഭാവിയിൽ എഴുതേണ്ട താണ്. ആ കാര്യം അവർക്കായി വിട്ടുകൊടുക്കുന്നു.

ഈ പുസ്തകം എഴുതുന്നതിന് നിരവധി രേഖകളും മുമ്പ് എഴുത പ്പെട്ട യുവജനപ്രസ്ഥാനത്തിന്റെ ചരിത്രത്തെക്കുറിച്ചുള്ള പുസ്തകങ്ങളും സഹായകമായിട്ടുണ്ട്. എം എ ബേബി, പി ഗോവിന്ദപ്പിള്ള, സി ഭാസ്ക രൻ, ജിനേഷ് കുമാർ എരമം തുടങ്ങിയവരുടെ ഈ മേഖലയിലെ ഇട പെടൽ ഈ പുസ്തകം തയാറാക്കുന്നതിന് സഹായകമായിട്ടുണ്ട്. അതു പോലെ പലരിൽ നിന്നായി ലഭിച്ച രേഖകളും ഞാൻ പ്രവർത്തിച്ചിരുന്ന കാലത്ത് ലഭിച്ചിരുന്ന രേഖകളും ഇതിന്റെ രചനയ്ക്ക് സഹായകമായി ട്ടുണ്ട്.

പുസ്തകത്തിന്റെ രചനയ്ക്ക് എ കെ ജി സെന്ററിലെ പുത്തലത്ത് ദിനേശന്റെ സഹായവും ലഭ്യമായിട്ടുണ്ട്. ഇതിന്റെ ടൈപ്പ് സെറ്റ് ചെയ്തത് എ കെ ജി സെന്ററിലെ തന്നെ ബാലാജി, പ്രവിത, സുനീഷ് എന്നിവ രാണ്. ഈ പുസ്തകത്തിന്റെ രചനയ്ക്ക് സഹായിച്ച എല്ലാവർക്കും ഈ അവസരത്തിൽ നന്ദി രേഖപ്പെടുത്തുന്നു. ഇത് ഒരു സമ്പൂർണമായ പുസ്തകമാണെന്ന യാതൊരു അവകാശവാദവും ഇല്ല. പലരുടെയും ഓർമകളും അനുഭവങ്ങളും ഒക്കെ ചേർത്തുകൊണ്ടാണ് ഇത് തയാറാ ക്കിയത്. അതിൽ സംഭവിക്കുന്ന പോരായ്മകൾ ചൂണ്ടിക്കാണിച്ചാൽ തിരു ത്താൻ തയാറാണ്. അത്തരത്തിലുള്ള സഹായങ്ങൾകൂടി ലഭ്യമാകുമെന്ന പ്രതീക്ഷയോടെ ഈ പുസ്തകം വായനക്കാർക്ക് മുമ്പിൽ സമർപ്പി ക്കുന്നു.

തിരുവനന്തപുരം
14. 01. 2011

എം വി ഗോവിന്ദൻ മാസ്റ്റർ
എ കെ ജി സെന്റർ

1

യുവജനപ്രസ്ഥാനത്തിന്റെ ആദ്യനാളുകൾ

യുവജനപ്രസ്ഥാനം: സാർവദേശീയ-ദേശീയതലത്തിൽ

സമൂഹത്തിലെ ഏറ്റവും ചലനാത്മകമായ വിഭാഗമാണ് യുവജനങ്ങൾ. സാമൂഹിക മുന്നേറ്റത്തിന്റെ ചരിത്രത്തിലെല്ലാം ഈ വിഭാഗം വഹിച്ച പങ്ക് വളരെ വലുതാണ്. സമൂഹത്തെ ഗുണപരമായി മുന്നോട്ടു നയിച്ച സാമൂഹികപ്രസ്ഥാനങ്ങളിൽ സജീവ സാന്നിധ്യമായിരുന്നു യുവാക്കൾ. പ്രതിവിപ്ലവശക്തികൾ ഇവരെ ഉപയോഗപ്പെടുത്തിയ നിരവധി ഉദാഹരണങ്ങളും ചരിത്രത്തിലുണ്ട്. തങ്ങൾ വിശ്വസിക്കുന്ന കാഴ്ചപ്പാടുകളോട് അർപ്പണബോധത്തോടെ പ്രതികരിക്കാനുള്ള ഈ വിഭാഗത്തിന്റെ ശേഷിയാണ് ഇത്തരത്തിൽ അവരെ മാറ്റുന്നതിനിടയാക്കിയിട്ടുള്ളത്.

കേരളത്തിലെ സാമൂഹിക മുന്നേറ്റങ്ങളുടെ ഭാഗമായി നിൽക്കുകയായിരുന്നു യുവാക്കൾ. സമൂഹത്തിലെ വിവിധ പ്രസ്ഥാനങ്ങളിൽ സജീവമായിരുന്ന യുവത്വം പ്രത്യേക സംഘം എന്ന നിലയിൽ പ്രവർത്തനമാരംഭിക്കുന്നത് ആധുനികരീതിയിലുള്ള രാഷ്ട്രീയ പ്രവർത്തനങ്ങൾ ആരംഭിച്ചതോടെയാണ്. സ്വാതന്ത്ര്യസമര പ്രസ്ഥാനത്തിന്റെ മുഖ്യധാരയിൽ ഉണ്ടായ അസംതൃപ്തിയിൽനിന്നാണ് യുവജനപ്രസ്ഥാനത്തിന്റെ ആരംഭം കുറിക്കുന്നത്. യുവജനപ്രസ്ഥാനത്തിന്റെ ചരിത്രം പരിശോധിക്കുമ്പോൾ അത് രൂപപ്പെടുത്താനിടയായ രാഷ്ട്രീയ ചലനങ്ങളെ മാറ്റിനിർത്താനാവില്ല എന്നു പറയുന്നത് ഇതിനാലാണ്.

സാർവദേശീയരംഗത്തുണ്ടായ രാഷ്ട്രീയ ചലനങ്ങൾ യുവാക്കളിലുണ്ടാക്കിയ സ്വാധീനം വളരെ വലുതാണ്. യുവജനങ്ങൾ ഒരു സംഘടിത സാമൂഹികശക്തിയായി ഉയരാൻ തുടങ്ങിയത് വ്യവസായ യുഗത്തോടു കൂടിയാണ്. ആ കാലഘട്ടം പുതിയ ഒരു രാഷ്ട്രീയ മുന്നേറ്റത്തിന് ലോകത്തിൽ പശ്ചാത്തലമൊരുക്കി. 1789 ലെ ഫ്രഞ്ച് വിപ്ലവകാ

ലത്ത് അധികാരത്തിൽ വന്ന ജെറോണ്ടിസ്റ്റുകൾക്കെതിരെ ജേക്കോബിയന്മാർ പ്രക്ഷോഭരംഗത്തേക്ക് കടന്നുവന്നു. ഇവരിൽ ബഹുഭൂരിപക്ഷവും യുവാക്കളായിരുന്നു. പക്ഷേ, നെപ്പോളിയന്റെ സാമ്രാജ്യം സ്ഥാപിക്കാനുള്ള ശ്രമത്തിന്റെ ഭാഗമായി യുവജനങ്ങളിൽ ബഹുഭൂരിപക്ഷവും സൈനിക സേവനത്തിൽ ആകർഷിക്കപ്പെട്ടു. ഒരു സ്വതന്ത്ര ശക്തി എന്ന നിലയിൽ ഈ ഘട്ടത്തിലും യുവാക്കൾക്ക് ഉയരാൻ കഴിഞ്ഞിരുന്നില്ല.

ഇറ്റലിയിലാണ് യുവാക്കളുടെ സ്വതന്ത്രമായ പ്രസ്ഥാനം ആരംഭിക്കുന്നത്. മസീനിയുടെ നേതൃത്വത്തിൽ സ്ഥാപിക്കപ്പെട്ട 'യുവ ഇറ്റലി' എന്ന സംഘടനയാണ് യുവജനപ്രസ്ഥാനത്തിന്റെ മുഖ്യ സ്വഭാവങ്ങൾ കാണിക്കാൻ തുടങ്ങുന്നത്. ഇറ്റലിയെ ഏകീകൃത സ്വതന്ത്ര റിപ്പബ്ലിക്കായി വളർത്താൻ പ്രതിജ്ഞയെടുത്ത ഈ പ്രസ്ഥാനം 1831 ലാണ് സ്ഥാപിക്കപ്പെട്ടത്. ഇതിനെത്തുടർന്ന് യൂറോപ്പിന്റെ വിവിധ ഭാഗങ്ങളിലും ഇതുപോലുള്ള പ്രസ്ഥാനങ്ങൾ ആരംഭിക്കുവാൻ തുടങ്ങി. 'യുവ യൂറോപ്പ്' എന്ന സംഘടന ഇത്തരത്തിലുള്ളതായിരുന്നു. 1840ൽ രൂപംകൊണ്ട 'യുവ അയർലന്റ്' യുവജനപ്രസ്ഥാനരംഗത്തെ മറ്റൊരു ശ്രദ്ധേയമായ കാൽവെപ്പായിരുന്നു. ഐറിഷ് സംസ്കാരം പുനരുജ്ജീവിപ്പിക്കാനും അതുവഴി ബ്രിട്ടീഷ് സാമ്രാജ്യത്വത്തിനെതിരെ പോരാടുന്നതിന് പ്രതിജ്ഞയെടുക്കുകയും ചെയ്ത ഈ പ്രസ്ഥാനം ക്രൂരമായ അടിച്ചമർത്തലിന്റെ ഫലമായി പിൽക്കാലത്ത് തകരുകയാണ് ഉണ്ടായത്.

മസീനി

യുവജനപ്രസ്ഥാനം മൗലികമായ ചില മാറ്റങ്ങൾ സംഭാവന ചെയ്ത രാഷ്ട്രമാണ് തുർക്കി. 'യുവ ഓട്ടോമെൻസ്' എന്ന പേരിൽ തുർക്കിയിൽ ഈ പ്രസ്ഥാനം 1865ൽ സ്ഥാപിതമായി. മധ്യകാലയുഗത്തിലെ അന്ധവിശ്വാസങ്ങൾക്കും അനീതികൾക്കുമെതിരായുള്ള വലിയ പോരാട്ടമാണ് ഇവർ നടത്തിയത്. 'യുവ തുർക്കികൾ' എന്ന പേരു തന്നെ നിഘണ്ടുവിൽ സ്ഥാനം പിടിച്ചത് ഈ പ്രസ്ഥാനത്തിന്റെ ഇടപെടലിനെ അനുസ്മരിച്ചുകൊണ്ടാണ്.

1907ൽ രൂപംകൊണ്ട ടുണീഷ്യയിലെ അലി ബഷ് ഹമ്പയുടെയും ബഷീർ സഫറിന്റെയും നേതൃത്വത്തിൽ 'യുവ ടുണീഷ്യൻ' പ്രസ്ഥാനം ശ്രദ്ധേയമായ പ്രവർത്തനം നടത്തിയിരുന്നു. ഫ്രഞ്ച് സാമ്രാജ്യത്വത്തിനെതിരെ ദേശീയ സ്വാതന്ത്ര്യലക്ഷ്യം നേടുക എന്നതായിരുന്നു ഇതിന്റെ

ലക്ഷ്യം. എന്നാൽ 1920 ആയതോടെ ലിബറൽ കോൺസ്റ്റിറ്റ്യൂഷണൽ പാർട്ടി എന്ന പേരിൽ ഒരു രാഷ്ട്രീയപ്പാർട്ടിയായി ഇത് രൂപപ്പെട്ടു. ഫിൻലന്റിൽ രൂപീകരിക്കപ്പെട്ട 'യുവ ഫിൻ' കക്ഷിയും യുവജനപ്രസ്ഥാനങ്ങളുടെ ചരിത്രത്തിൽ എടുത്തുപറയപ്പെടേണ്ട ഒന്നാണ്.

1917ലെ ഒക്ടോബർ വിപ്ലവം ഈ മേഖലയിൽ ഒരു മുന്നേറ്റംതന്നെ സൃഷ്ടിക്കുന്നതിനിടയാക്കി. 1919ൽ ചൈനയിലെ മെയ് 4 പ്രസ്ഥാനവും സോവിയറ്റ് യൂണിയനിലെ യങ് കമ്യൂണിസ്റ്റ് ലീഗും ഈ രംഗത്തെ ശ്രദ്ധേയമായ കാൽവയ്പ്പായിരുന്നു. ഇതോടൊപ്പംതന്നെ മത-മൗലികവാദ കാഴ്ചപ്പാടുകൾ പ്രചരിപ്പിക്കുന്ന യുവജനപ്രസ്ഥാനങ്ങളും ലോകത്ത് രൂപപ്പെട്ടുവന്നിരുന്നു. സമൂഹത്തിലെ വിവിധങ്ങളായ ആശയങ്ങൾ തമ്മിലുള്ള ഏറ്റുമുട്ടൽ യുവജനപ്രസ്ഥാനത്തിന്റെ മേഖലയിൽ വലിയ സ്വാധീനമുണ്ടാക്കിയിരുന്നു.

ഇന്ത്യയിലെ യുവജനപ്രസ്ഥാനത്തിന്റെ ആവിർഭാവം ആധുനികമായ ചിന്താധാരകളുമായി ബന്ധപ്പെട്ടുകൊണ്ടാണ്. വ്യാവസായിക വിപ്ലവമാണ് സാർവദേശീയതലത്തിൽ യുവജനപ്രസ്ഥാനങ്ങളുടെ വളർച്ചയ്ക്ക് ഇടയാക്കിയ സാമ്പത്തിക പ്രതിഭാസം. അതുപോലെ ബ്രിട്ടീഷുകാരുടെ വരവോടെ ഇന്ത്യയിൽ രൂപപ്പെട്ട മുതലാളിത്ത ചിന്തയുടെ പ്രതിഫലനം എന്ന നിലയിൽ കൂടിയാണ് ഇത്തരം പ്രസ്ഥാനങ്ങൾ ആവിർഭവിച്ചത്.

രാജാറാം മോഹൻറോയ്

ബ്രിട്ടീഷുകാരുടെ വരവ് ഇന്ത്യയുടെ സാമൂഹികമണ്ഡലത്തിൽ വിവിധങ്ങളായ പ്രതിഫലനങ്ങളുണ്ടാക്കി. അതിലൊന്നാണ് നവോത്ഥാനപ്രസ്ഥാനങ്ങളുടെ രൂപീകരണത്തിന് ഇടയാക്കിയ ചിന്താധാരകൾ. പാശ്ചാത്യ സാഹിത്യം, ദർശനം, ജനാധിപത്യപരമായ ചിന്താധാരകൾ ഇവയെല്ലാം ഇന്ത്യൻ നവോത്ഥാന പ്രസ്ഥാനത്തെയും സ്വാധീനിച്ചു. ഇതിന്റെ ഫലമായി സാമൂഹിക പരിഷ്കരണ പ്രസ്ഥാനങ്ങൾ രൂപീകരിക്കപ്പെട്ടു. അങ്ങനെയാണ് 1928ൽ രാജാറാം മോഹൻറോയ് 'ബ്രഹ്മസമാജം' സ്ഥാപിച്ചത്. ഇതിന്റെ ചുവടുപിടിച്ച് ബംഗാളിൽ ഉയർന്നുവന്ന പ്രസ്ഥാനമാണ് 'യുവബംഗാൾ' പ്രസ്ഥാനം. കോളേജ് പ്രൊഫസറായിരുന്ന ദെറോസിയോയ്ക്ക് ആയിരുന്നു അതിന്റെ നേതൃത്വം. യുക്തിവാദപരമായ കാഴ്ചപ്പാടായിരുന്നു ഈ പ്രസ്ഥാനത്തെ നയിച്ചിരുന്നത്. ജാതി-മത വ്യത്യാസത്തിനെതി

രെയും അന്ധവിശ്വാസങ്ങൾക്കെതിരെയും ഇവർ നിലപാട് സ്വീകരിച്ചു. ഇതേകാലത്തുതന്നെ ബോംബെയിൽ ഫൈൻജി നവറോജിയുടെ നേതൃത്വത്തിൽ 'യങ് ബോംബെ പാർട്ടിയും' രൂപീകരിക്കപ്പെട്ടു. ഇവർക്ക് സ്വന്തമായി ഒരു പത്രമുണ്ടായിരുന്നു. മദിരാശിയിൽ ഗസുലു ലക്ഷ്മണാംശു ചെട്ടിയും ഒരു യുവജനപ്രസ്ഥാനം ആരംഭിക്കുന്നതിന് അടിത്തറയിട്ടിരുന്നു.

നവോത്ഥാന പ്രസ്ഥാനങ്ങളിൽനിന്ന് ദേശീയ സ്വാതന്ത്ര്യപ്രസ്ഥാനത്തിലേക്ക് യുവജനങ്ങൾ ആകർഷിക്കപ്പെടുന്ന ഘട്ടമാണ് പിന്നത്തേത്. 1905ൽ ബംഗാൾ വിഭജനത്തിനെതിരായി നടന്ന പ്രക്ഷോഭത്തിൽ യുവാക്കൾ സജീവമായി പങ്കെടുത്തു. 1905 ഒക്ടോബറിൽ ബ്രിട്ടീഷ് സർക്കാർ കാർലൈൽ സർക്കുലർ പുറപ്പെടുവിച്ചു. ഇതിനെതിരെ വിദ്യാർഥികളും യുവാക്കളും ചേർന്ന് ആന്റിസർക്കുലർ സൊസൈറ്റി രൂപീകരിച്ചു. അക്കാലത്ത് പൊട്ടിപ്പുറപ്പെട്ട വർഗീയ ലഹളകൾക്കെതിരെ ഈ സംഘം സജീവമായി പ്രവർത്തിച്ചു. ഇന്ത്യയിൽ സ്വാതന്ത്ര്യപ്രസ്ഥാനം ശക്തിപ്പെടാൻ തുടങ്ങിയതോടെ പ്രവാസികളായ ഇന്ത്യക്കാർക്കിടയിലും ഇത് ശക്തിയാർജിച്ചു. 1913ൽ രൂപീകരിക്കപ്പെട്ട ഗദർ പാർട്ടി ഈ രംഗത്ത് വലിയ ഇടപെടലാണ് നടത്തിയത്. ഈ കാലത്തുതന്നെ ബംഗാളിൽ രൂപീകരിക്കപ്പെട്ട അനുശീലൻ, യുഗാന്തർ തുടങ്ങിയ വിപ്ലവ സംഘടനകളും ഈ ദിശയിൽ മുന്നോട്ടുനീങ്ങി. യുവാക്കളുടെ ഈ ഇടപെടലാണ് ബ്രിട്ടീഷുകാർക്കെതിരായുള്ള സമരത്തിന് വിപ്ലവകരമായ ഉള്ളടക്കം നൽകിയത്.

1902ൽ *ആൾ ഇന്ത്യാ ട്രേഡ് യൂണിയൻ കോൺഗ്രസ്* രൂപീകരിക്കപ്പെട്ടു. ഈ സംഘടന യുവാക്കളെ ആകർഷിക്കാൻ 'യങ് വർക്കേഴ്സ് ലീഗുകൾ' രാജ്യത്താരംഭിച്ചു. ഈ സംഘടനയുടെ സജീവ പ്രവർത്തകനായാണ് അമീർ ഹൈദർ ഖാൻ രംഗപ്രവേശം ചെയ്തത്. ഒട്ടനവധി കേഡർമാരെ ബഹുജനപ്രസ്ഥാനത്തിന് സംഭാവന ചെയ്ത സംഘടനയായിരുന്നു ഇത്. എന്നാൽ ഈ പ്രസ്ഥാനം ശക്തിയാർജിക്കുന്നത് തങ്ങൾക്ക് അപകടമാണ് എന്നു മനസിലാക്കിയ ബ്രിട്ടീഷ് ഗവൺമെന്റ് ഈ സംഘടനയെ നിരോധിച്ചു. 1928ൽ കൽക്കത്തയിൽവെച്ച് രൂപം കൊണ്ട 'കോമ്രേഡ് ലീഗ്' അഥവാ 'യങ് കമ്യൂണിസ്റ്റ് ലീഗ്' ഈ രംഗത്തെ സുപ്രധാന കാൽവെപ്പായിരുന്നു. ധരണീ ഗോസ്വാമി ആയിരുന്നു ഈ സംഘടനയുടെ സെക്രട്ടറി. മീററ്റ് കേസിൽ ഗോസ്വാമി അറസ്റ്റിലായി. അതോടെ നരേന്ദ്ര മോഹൻ സെൻ ഈ സ്ഥാനം ഏറ്റെടുത്തു. 1929-30 കാലമാകുമ്പോഴേക്കും ബംഗാളിന്റെ പല ഭാഗങ്ങളിലും ഈ സംഘടന ശക്തിപ്രാപിച്ചു. ഇതിനെ ശക്തിപ്പെടുത്താൻ കമ്യൂണിസ്റ്റ് പാർട്ടി തന്നെ ആഹ്വാനം ചെയ്യുകയുണ്ടായി.

കമ്യൂണിസ്റ്റ് പാർട്ടിയുടെ കർമപരിപാടിയിൽത്തന്നെ ഇക്കാര്യം ഇങ്ങനെ പ്രഖ്യാപിച്ചു:

> യങ് കമ്യൂണിസ്റ്റ് ലീഗ് (യങ് കോമ്രേഡ് ലീഗ്) കെട്ടിപ്പടുക്കാൻ തൊഴിലാളിവർഗ യുവാക്കളെ കമ്യൂണിസ്റ്റ് പാർട്ടി ആഹ്വാനം

ചെയ്യുന്നു. യങ് കമ്യൂണിസ്റ്റ് ലീഗ് നിരോധിക്കപ്പെട്ട സംഘടനയാണ്. അതിന് പ്രവർത്തനസ്വാതന്ത്ര്യമില്ല. യാതൊരവകാശവും അനുവദിക്കുന്നുമില്ല. കമ്യൂണിസ്റ്റ് പാർട്ടിയുടെ കൊടിക്കീഴിൽ തൊഴിലാളി-കർഷക യുവാക്കളെ അണിനിരത്തുകയാണ് അതിന്റെ ചുമതല. പ്രത്യക്ഷമായോ നിയമവിധേയ-അർധ നിയമവിധേയ സംഘടനകളിലൂടെയോ അത് അതിന്റെ ചുമതല നിറവേറ്റണം. കമ്യൂണിസ്റ്റ് പാർട്ടിയുടെ ഒരു സഹായി എന്ന നിലയിൽ കമ്യൂണിസത്തിന്റെ കൊടിക്കീഴിൽ തൊഴിലെടുക്കുന്ന യുവാക്കളെ സംഘടിപ്പിക്കുകയെന്ന പ്രത്യേക കടമയുണ്ട് യങ് കമ്യൂണിസ്റ്റ് ലീഗിന്. ഒരു രാഷ്ട്രീയ സംഘടനയെന്ന നിലയിൽ അത് മുമ്പോട്ടുവരണം. രാഷ്ട്രീയ സമരത്തിനു വിധേയമായി, അതായത്, സാമ്രാജ്യത്വ നുകം വലിച്ചെറിഞ്ഞ് തൊഴിലാളിവർഗവും കൃഷിക്കാരും അധികാരം കൈക്കലാക്കുകയെന്ന രാഷ്ട്രീയ ലക്ഷ്യത്തിനു വിധേയമായി, അത് ബഹുജനസംഘടനകളെ ശക്തിപ്പെടുത്തണം.

കമ്യൂണിസ്റ്റ് ലീഗ് മുന്നോട്ടുവച്ച ഈ ആശയങ്ങൾ അക്കാലത്തെ യുവജനങ്ങളെ ഏറെ സ്വാധീനിച്ചിരുന്നു. ഇതിൽ ആകൃഷ്ടരായി രാജ്യത്തിനായി ജീവൻ ബലിയർപ്പിച്ച നിരവധിപേരെ ചരിത്രത്തിൽ നമുക്ക് കാണാനാകും. അതിൽ എടുത്തുപറയേണ്ട പേരാണ് ഉദ്ദംസിങ്ങിന്റേത്.

ഉദ്ദംസിങ്

ഇന്ത്യയിലെ ആദ്യകാല മാർക്സിസ്റ്റ് എന്ന് ഇംഗ്ലണ്ടുകാർ ഇദ്ദേഹത്തെ വിളിക്കുകയുണ്ടായി. 1919-ലെ ജാലിയൻവാലാബാഗ് കൂട്ടക്കൊലയ്ക്ക് നേതൃത്വം കൊടുത്ത ജനറൽ ഒ ഡയറിനെ ലണ്ടനിലെ കാക്സ്റ്റൺ ഹാളിൽവച്ച് ഒരു പ്രഭാഷണത്തിൽ പങ്കെടുക്കുമ്പോൾ ഇദ്ദേഹം വെടിവച്ച് കൊല്ലുകയായിരുന്നു. ഇതിന്റെ വിചാരണവേളയിൽ ഉദ്ദംസിങ് തന്റെ പേര് റാം മുഹമ്മദ് സിങ് ആസാദ് എന്നാണെന്ന് പ്രഖ്യാപിക്കുകയുണ്ടായി. അതായത്, ഇന്ത്യയിലെ മൂന്ന് പ്രധാനപ്പെട്ട മതങ്ങളുടെ പേരുകൾ ഉൾക്കൊള്ളുന്നതായിരുന്നു ഇത്. ഹിന്ദു, ഇസ്ലാം, സിഖ് മതങ്ങൾ യോജിച്ചു നിൽക്കുന്ന സംഗമഭൂമി എന്ന രീതിയിലാണ് ഇത്തരമൊരു പ്രയോഗം നടത്തിയത്. ഇന്ത്യയുടെ ഈ വീരപുത്രനെ ബ്രിട്ടീഷുകാർ തൂക്കിക്കൊല്ലുകയാണ് ചെയ്തത്.

ജാലിയൻ വാലാബാഗ്
രക്തസാക്ഷി സ്മാരകം

അക്കാലത്തെ യുവജനങ്ങളിൽ ആവേശം വിതച്ച മറ്റൊരു പേരാണ് ചന്ദ്രശേഖർ ആസാദിന്റേത്. 1906 ജൂലൈ 23-ാം തീയതി മധ്യപ്രദേശിലെ ഝാബുവ ജില്ലയിലെ ഭാവറാ ഗ്രാമത്തിലാണ് അദ്ദേഹം ജനിച്ചത്. നിസ്സഹകരണ പ്രസ്ഥാനത്തിൽ പങ്കെടുത്ത് 15-ാമത്തെ വയസിൽത്തന്നെ ജയിൽവാസം അനുഭവിച്ചു. പിൽക്കാലത്ത് വിപ്ലവകരമായ ആശയങ്ങളുമായി ബന്ധപ്പെട്ടുകൊണ്ട് മുന്നോട്ടുപോവുകയായിരുന്നു. സോഷ്യലിസ്റ്റ് ആശയങ്ങളുടെ അടിസ്ഥാനത്തിൽ ഇന്ത്യയെ പുനഃസംഘടിപ്പിക്കുവാൻവേണ്ടി പ്രവർത്തിക്കുകയാണ് വേണ്ടതെന്ന നിലപാടായിരുന്നു അദ്ദേഹത്തിന്റേത്. ഹിന്ദുസ്ഥാൻ റിപ്പബ്ലിക്കൻ അസോസിയേഷന്റെ രൂപീകരണത്തിൽ സുപ്രധാന പങ്കായിരുന്നു ആസാദ് നിർവഹിച്ചത്. 1931ൽ അലഹബാദിലെ ആൽഫ്രഡ് പാർക്കിൽ സുഹൃത്തുക്കളുമായി സംസാരിച്ചുകൊണ്ടിരിക്കെ പൊലീസ് അദ്ദേഹത്തെ വളയുകയും തുടർന്ന് പിടിക്കപ്പെടുമെന്ന് ഉറപ്പായ ഘട്ടത്തിൽ സ്വയം വെടിവച്ച് മരിക്കുകയുമാണ് ചെയ്തത്.

കമ്യൂണിസ്റ്റ് ലീഗ് യുവാക്കളെ മാത്രമല്ല കൃഷിക്കാരെ സംഘടിപ്പിക്കുന്ന പ്രവർത്തനവും ഈ കാലത്ത് സംഘടിപ്പിച്ചു. ലീഗിന്റെ പ്രവർത്തനം കൽക്കത്ത, ബോംബെ, കറാച്ചി, ലക്നൗ എന്നിവിടങ്ങളിലേക്ക് വ്യാപിപ്പിച്ചു. ലീഗിലെ ചില നേതാക്കൾ പിന്നീട് മീറത്ത് ഗൂഢാലോചനക്കേസിലെ പ്രതികളാവുകയും ചെയ്തു. യഥാർഥത്തിൽ ഇന്ത്യയിലെ ആദ്യത്തെ യുവജനപ്രസ്ഥാനം എന്ന് വിളിക്കാവുന്ന സംഘടന രൂപീകരിക്കപ്പെട്ടത് 1926 മാർച്ചിൽ ലാഹോറിൽ വെച്ചായിരുന്നു. ഭഗത്സിങ്ങിന്റെ നേതൃത്വത്തിലുള്ള *നൗജവാൻ ഭാരത് സഭ* ആയിരുന്നു അത്. ഇത്തരത്തിൽ സാർവദേശീയ തലത്തിലും ദേശീയതലത്തിലും ഉണ്ടായ രാഷ്ട്രീയ-സാമൂഹിക ചലനങ്ങളും

ചന്ദ്രശേഖർ ആസാദ്

അതിൽനിന്ന് രൂപപ്പെട്ടുവന്ന ചിന്തകളുമാണ് കേരളത്തിലും യുവജന പ്രസ്ഥാനത്തിന്റെ വികാസത്തിന് ഇടയാക്കിയത്. എല്ലാം പരസ്പരം ബന്ധിതമാണ് എന്നതുകൊണ്ടുതന്നെ ഇത്തരം സാമൂഹിക ചലനങ്ങളുടെ അടിത്തറയിൽനിന്നാണ് കേരളത്തിലെ ആദ്യത്തെ യുവജനപ്രസ്ഥാനം രൂപീകരിക്കപ്പെടുന്നത് എന്നു കാണാം.

ബ്രിട്ടീഷുകാർ ഇന്ത്യയിൽ ആധിപത്യം സ്ഥാപിച്ചപ്പോൾ അതിനെതിരായി വിവിധ തരത്തിലുള്ള പ്രതികരണങ്ങൾ രൂപപ്പെടുകയുണ്ടായി. ഇന്ത്യൻ ദേശീയപ്രസ്ഥാനമെന്നറിയപ്പെടുന്ന കോൺഗ്രസ് ബ്രിട്ടീഷുകാരുമായി ഒരുതരം സന്ധിയുടെ അടിസ്ഥാനത്തിലുള്ള സമരരീതിയുമായാണ് മുന്നോട്ടുപോയത്. ഈ സമീപനത്തോട് കടുത്ത എതിർപ്പ് യുവജനങ്ങളിൽ രൂപപ്പെടുകയുണ്ടായി. അവർ സ്വാഭാവികമായും ദേശീയ പ്രസ്ഥാനത്തിൽനിന്ന് വ്യത്യസ്തമായ വഴികളെക്കുറിച്ച് ചിന്തിക്കാൻ തുടങ്ങി. അതേസമയം, ശാസ്ത്രീയമായ കാഴ്ചപ്പാടിന്റെ അടിസ്ഥാനത്തിൽ സോഷ്യലിസം നടപ്പിലാക്കുന്നതിനുള്ള കമ്യൂണിസ്റ്റ് പ്രസ്ഥാനം ഇവിടെ രൂപപ്പെട്ടുവരുന്നേയുണ്ടായിരുന്നുള്ളൂ. ഈ അന്തരാളഘട്ടത്തിലെ പ്രസ്ഥാനം എന്ന നിലയിലാണ് ഇത്തരം സംഘങ്ങളെ കാണേണ്ടത്. പിൽക്കാലത്ത് ഈ സംഘങ്ങളിൽപ്പെട്ട ബഹുഭൂരിപക്ഷം പേരും കമ്യൂണിസ്റ്റുകാരായി മാറി എന്നുള്ളതും ഈ കാഴ്ചപ്പാടിന്റെ കൃത്യത വ്യക്തമാക്കുന്നു.

2

കേരളത്തിൽ യുവജനപ്രസ്ഥാനം രൂപംകൊള്ളുന്നു

ദേശീയ സ്വാതന്ത്ര്യപ്രസ്ഥാനം കേരളത്തിൽ തിരുവിതാംകൂർ-തിരുകൊച്ചി-മലബാർ മേഖലയിൽ വളരെ സാവകാശമാണ് ശക്തിയാർജിച്ചത്. 1800കളുടെ ആദ്യഘട്ടത്തിൽ തന്നെ ബ്രിട്ടീഷ് സാമ്രാജ്യത്വത്തിനെതിരായി പഴശ്ശിരാജയുൾപ്പെടെയുള്ള ധീരദേശാഭിമാനികളുടെ പോരാട്ടങ്ങളും ചെറുത്തുനിൽപ്പുകളും രക്തസാക്ഷിത്വങ്ങളും ചരിത്രത്തിന്റെ ഏടുകളിലെ വർണോജ്ജ്വല അധ്യായങ്ങളായി നിലനിൽക്കുകയായിരുന്നു. എന്നാൽ അതിന്റെ തുടർച്ച എന്ന നിലയിൽ നാട്ടുരാജ്യങ്ങളിൽ സാമ്രാജ്യത്വവിരുദ്ധ ശക്തികളോ ബ്രിട്ടീഷ് ഭരണകൂടത്തിനെതിരായ ചെറുത്തുനിൽപ്പ് സമരങ്ങളോ ഉയർന്നുവരികയുണ്ടായില്ല. അതിന് തക്കതായ വിധത്തിലുള്ള പ്രസ്ഥാനങ്ങൾ ഇക്കാലത്ത് ഉയർന്നുവന്നില്ല.

ബ്രിട്ടീഷ് സാമ്രാജ്യത്വം നേരിട്ടു ഭരണം നടത്തിയിട്ടുള്ള മലബാറിലും രാജ്യഭരണം നിലനിന്ന മറ്റു രണ്ട് മേഖലകളിലും കൊടിയ മർദനങ്ങളെയും ചൂഷണങ്ങളെയുമാണ് അധഃസ്ഥിത ജനവിഭാഗങ്ങൾ അഭിമുഖീകരിച്ചത്. നിരവധി കാർഷിക കലാപങ്ങൾ 19-ാം നൂറ്റാണ്ടിലുടനീളം പൊട്ടിപ്പുറപ്പെടുകയും അവസാനിച്ചുപോവുകയും ചെയ്തിട്ടുണ്ട്. 18-ാം നൂറ്റാണ്ടുവരെ ഈ പ്രദേശത്തെ ഭരണകാര്യങ്ങൾ ബോംബെ ആസ്ഥാനമാക്കിക്കൊണ്ടാണ് ബ്രിട്ടീഷുകാർ കൈകാര്യം ചെയ്തത്. പിന്നീടാണ് മലബാറിനെ മദിരാശിയുടെ ഭാഗമാക്കി മാറ്റിയത്.

മലബാറിലെ കാർഷിക പ്രശ്നങ്ങൾ അടിയന്തരമായും പരിഹരിക്കപ്പെട്ടില്ലെങ്കിൽ അവ സ്ഫോടനാത്മകമായ അവസ്ഥയിലെത്തിച്ചേരുമെന്ന കാര്യം അക്കാലത്ത് കാർഷികമേഖലയെക്കുറിച്ച് നടന്ന പഠനങ്ങളിൽ വ്യക്തമാക്കപ്പെടുന്നുണ്ട്. വില്യം ലോഗന്റെ *മലബാർ മാനുവലിൽ* ഇക്കാര്യത്തെക്കുറിച്ച് സൂചനയുണ്ട്. മലബാറിലെ കാർഷികബന്ധങ്ങളെക്കു

റിച്ചുള്ള വില്യം ലോഗന്റെ പഠനങ്ങൾ പൊതുവിൽ ഈ വസ്തുതകളിലേക്ക് ഇറങ്ങിച്ചെല്ലുന്നുണ്ട്.

കോൺഗ്രസ് രൂപമെടുത്ത് പതിറ്റാണ്ടിനുശേഷം മാത്രമാണ് കേരളത്തിൽ ദേശീയ പ്രസ്ഥാനത്തിന് വേരോട്ടം ലഭിച്ചത്. ഇ എം എസ് ചൂണ്ടിക്കാണിച്ചതുപോലെ ഒരുതരം ഞായറാഴ്ച കോൺഗ്രസായിട്ടാണ് ദേശീയ പ്രസ്ഥാനം നിലകൊണ്ടത്. ഒന്നാം നിയമലംഘന പ്രസ്ഥാനം ആരംഭിച്ചതോടുകൂടിയാണ് കോൺഗ്രസ് ജനകീയമാകാൻ തുടങ്ങിയത്. ആ കാലയളവിൽ മലബാറിൽ നടന്ന കാർഷിക പ്രക്ഷോഭം തന്നെയാണ് പിന്നീട് 'മാപ്പിള ലഹള' എന്ന പേരിൽ അറിയപ്പെട്ടത്. ഏറനാടിന്റെ ചെറുത്തുനിൽപ്പിന്റെ ചരിത്രമെന്ന് വിശേഷിപ്പിക്കപ്പെട്ട പ്രക്ഷോഭം പിന്നീട് അടിച്ചമർത്തപ്പെടുകയാണുണ്ടായത്. എന്നാൽ, ധീരമായ പോരാട്ടത്തിന്റെയും ചെറുത്തുനിൽപ്പിന്റെയും ഉജ്വലമായ ഒരു ഇതിഹാസം തന്നെയായിരുന്നു അത്. ഈ സമരത്തിന്റെ വർഗപരമായ അടിത്തറയും അതിൽനിന്ന് നാം പഠിക്കേണ്ട പാഠങ്ങളെയും സംബന്ധിച്ച് കമ്യൂണിസ്റ്റ് പാർട്ടി തന്നെ പിൽക്കാലത്ത് ഒരു പ്രമേയം പാസാക്കിയിരുന്നു. ഇ എംഎസ് *മലബാർ കലാപം: ആഹ്വാനവും താക്കീതും* എന്ന പേരിൽ ഒരു ലഘുലേഖ തന്നെ പ്രസിദ്ധീകരിച്ചിരുന്നു. ഇത് പ്രസിദ്ധീകരിച്ചതിന്റെ പേരിലാണ് *ദേശാഭിമാനി*ക്ക് പിഴ അടയ്ക്കേണ്ടിവന്നത്.

ഇ എം എസ്

ആ സമയത്ത് ഇന്ത്യൻ യുവത്വത്തെ ആവേശം കൊള്ളിച്ച സമാനതകളില്ലാത്ത ചരിത്രസംഭവമായിരുന്നു ഭഗത്സിങ്, രാജ്ഗുരു, സുഖദേവ് എന്നീ സഖാക്കളുടെ രക്തസാക്ഷിത്വം. ബ്രിട്ടീഷ് സാമ്രാജ്യത്വത്തിനെതിരായി പോരാടാൻ തീരുമാനിച്ച ധീരവിപ്ലവകാരികളുടെ ഉജ്വലമായ

ഭഗത്സിങ്

രാജ്ഗുരു

സുഖദേവ്

ജീവിതസമർപ്പണമായിരുന്നു അത്. പ്രക്ഷോഭത്തിന്റെ ഭാഗമായി പാർലമെന്റിൽ ബോംബ് എറിഞ്ഞതിനായിരുന്നു ഈ ശിക്ഷ ഇവർക്ക് ബ്രിട്ടീഷുകാർ നൽകിയത്. കോൺഗ്രസ്, പ്രത്യേകിച്ച് മഹാത്മാഗാന്ധി ഈ പ്രശ്നത്തിൽ ഇടപെടാൻ തയാറായില്ല. ഇതിനെതിരെ രാജ്യവ്യാപകമായി കടുത്ത പ്രതിഷേധം തന്നെ ഉയർന്നുവന്നു. യുവാക്കൾ ഇതിന്റെ മുൻപന്തിയിൽത്തന്നെ ഉണ്ടായിരുന്നു.

രാജ്യത്തിനുവേണ്ടി മരിക്കുന്നതുപോലും അഭിമാനമാണെന്ന് ഉറക്കെ പ്രഖ്യാപിച്ച്, എനിക്കാവണം ആദ്യം സ്വാതന്ത്ര്യത്തിന് വേണ്ടി ജീവിതം സമർപ്പിക്കാൻ കഴിയേണ്ടത് എന്ന് വാശിപിടിച്ച ധീര യൗവനങ്ങൾ ഇന്ത്യയിലുടനീളം പോരാട്ടത്തിനിറങ്ങുകയായിരുന്നു. ഇന്ത്യയിലെ ഒരു പ്രസ്ഥാനത്തിന്റെയും ആഹ്വാനമില്ലാതെ തന്നെ കറാച്ചി സമ്മേളനത്തിൽ പങ്കെടുക്കുന്നതിനായി പോയ മഹാത്മാഗാന്ധിയെ യുവജനങ്ങൾ വരവേറ്റത് വായ്മൂടിക്കെട്ടിയ പ്രതിഷേധത്തോടെയായിരുന്നു എന്നും ചരിത്രം രേഖപ്പെടുത്തുന്നുണ്ട്.

ഈ രക്തസാക്ഷിത്വം കേരളത്തിലും സാമ്രാജ്യത്വവിരുദ്ധ പോരാട്ടത്തിന് കരുത്ത് പകർന്നു. സാമ്രാജ്യത്വ കിങ്കരന്മാരുടെ കാടത്ത നടപടിക്കും മഹാപാതകത്തിനുമെതിരായി യുവജനങ്ങൾ പ്രതിഷേധത്തിന്റെ അലയൊലികൾ ഉയർത്തി. ആദ്യത്തെ യുവജന പ്രസ്ഥാനം കേരളത്തിൽ ജന്മമെടുത്തത് ഈയൊരു പശ്ചാത്തലത്തിലായിരുന്നു. ബ്രിട്ടീഷ് ഗവൺമെന്റിനെതിരായി പ്രതിഷേധിക്കാൻ കോൺഗ്രസ് ആഹ്വാനം ചെയ്തില്ല. മറ്റ് സംഘടിത പ്രസ്ഥാനങ്ങൾ ഒന്നും അക്കാലത്ത് കേരളത്തിൽ ശക്തമായിരുന്നില്ലതാനും. പ്രതിഷേധിക്കാനും പ്രതിരോധിക്കാനും ഒരു സംഘടന ആവശ്യമായിരുന്നു. അതിൽ നിന്നാണ് കേരളത്തിലെ ആദ്യത്തെ യുവജനപ്രസ്ഥാനം രൂപീകരിക്കപ്പെടുന്നത്.

ഭഗത്സിങ് രക്തസാക്ഷിത്വത്തിൽ പ്രതിഷേധിച്ച് തിരുവനന്തപുരത്ത് 1931 മാർച്ച് 23 ന് നടന്ന വൻ പ്രതിഷേധ പ്രകടനമാണ് കേരളത്തിലെ ആദ്യത്തെ യുവജനപ്രസ്ഥാനമായ യൂത്ത്ലീഗിന്റെ പിറവിക്ക് കാരണമായത്. ഭഗത്സിങ് രക്തസാക്ഷിത്വത്തിന്റെ ഭാഗമായി കോഴിക്കോടും കണ്ണൂരുമൊക്കെ പ്രതിഷേധ പ്രകടനങ്ങൾ സംഘടിപ്പിച്ചിരുന്നു. തിരുവനന്തപുരത്തെ പ്രകടനത്തിനും യോഗത്തിനും എൻ സി ശേഖറും കോട്ടൂർ കുഞ്ഞുകൃഷ്ണപിള്ളയുമൊക്കെയാണ് നേതൃത്വം നൽകിയത്. യുവാക്കളുടെ ദേശീയപ്രസ്ഥാനത്തോടുള്ള ആഭിമുഖ്യം പ്രകടിപ്പിക്കുന്ന സംഭവമായിരുന്നു ഇത്. ഭഗത്സിങ്ങിനും

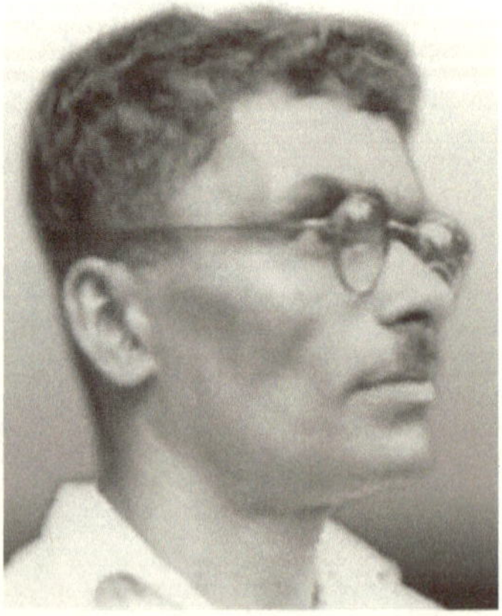

എൻ സി ശേഖർ

സഹപ്രവർത്തകർക്കും മുദ്രാവാക്യം വിളിച്ച് നീങ്ങിയ പ്രകടനം രണ്ടുമണിക്കൂറോളം നീണ്ടുനിന്നു. സാഹിത്യ നിരൂപകനും യുവാക്കൾക്ക് പ്രിയങ്കരനുമായിരുന്ന കേസരി ബാലകൃഷ്ണപിള്ളയാണ് അന്ന് ഈ യോഗത്തിൽ അധ്യക്ഷത വഹിച്ചത്. തിരുവിതാംകൂറിലെ ആദ്യത്തെ യുവജനസംഘടനയായ യൂത്ത് ലീഗിലേക്കുള്ള ആദ്യ ചുവടുവെപ്പായിരുന്നു ഇത്.

സോവിയറ്റ് വിപ്ലവം നടന്നതോടെ ജനങ്ങൾക്കാകമാനം പുതിയ ആവേശം ഉയർന്നുവരികയുണ്ടായി. ലെനിന്റെ നിർദേശപ്രകാരം ഇത്തരത്തിലുള്ള യുവജനപ്രസ്ഥാനങ്ങൾ ലോകത്താകമാനം രൂപപ്പെട്ടുവരുന്ന കാലഘട്ടമായിരുന്നു അത്. ഈ കാലഘട്ടത്തിലുണ്ടായ വിപ്ലവ യുവജനസംഘടനകളുടെ പേരിനൊപ്പം യൂത്ത് ലീഗ് അഥവാ യങ് ലീഗ് എന്നു ചേർക്കുക പതിവായിരുന്നു. സോവിയറ്റ് സംഘടനയുടെ സ്വാധീനം ഇതിൽ പ്രകടമായിരുന്നു. ഈ സ്വാധീനം തന്നെയാണ് കേരളത്തിലും യൂത്ത് ലീഗിന്റെ രൂപീകരണത്തിന് ഇടയാക്കിയത്.

യൂത്ത്ലീഗിന്റെ രൂപീകരണ യോഗം തിരുവനന്തപുരത്തെ ബാലരാമപുരത്താണ് നടന്നത്. മുഖ്യസംഘാടകനായി എൻ സി ശേഖർ നിറഞ്ഞുനിന്നു. 1931 ആഗസ്തിൽ തിരുവിതാംകൂർ യൂത്ത്ലീഗ് എന്ന സംഘടന പ്രവർത്തനം ആരംഭിച്ചു. പൊന്നറ ശ്രീധർ ആയിരുന്നു പ്രസിഡന്റ്. കൊല്ലം, കോട്ടയം, ആലപ്പുഴ തുടങ്ങിയ സ്ഥലങ്ങളിലും യുവജന സംഘടനകൾ ഉണ്ടായിരുന്നെങ്കിലും തിരുവനന്തപുരത്തെ യൂത്ത്ലീഗാണ് പ്രവർത്തനങ്ങളിൽ മികച്ചുനിന്നത്. യൂത്ത്ലീഗിന്റെ പ്രവർത്തനത്തിന് നേതൃത്വം നൽകിയിട്ടുള്ള എൻ സി ശേഖർ, പിന്നീട് ഏഴ് വർഷത്തിനുശേഷം 1937 ൽ കമ്യൂണിസ്റ്റ് പാർട്ടി രൂപീകരണത്തിലെ നാലു പേരിൽ ഒരാളായിരുന്നു. യൂത്ത്ലീഗ് രൂപീകരിക്കുന്ന ഘട്ടത്തിൽ തന്നെ സോഷ്യലിസ്റ്റ് സമൂഹത്തിന്റെ പ്രത്യേകതയും പ്രാധാന്യവും മനസിലാക്കിയ ചെറുപ്പക്കാരനായിരുന്നു എൻ സി ശേഖർ. സമൂഹത്തിന്റെ ജീർണതയെ മാറ്റിത്തീർക്കാൻ പരമ്പരാഗത സമൂഹത്തിലെ യുവത്വം മുന്നോട്ടുവരുമെന്നും അവരവരുടെ ഭാവി നിർണയിക്കുന്നതിൽ സമൂലമായ പങ്ക് വഹിക്കാൻ അവർക്ക് ആവുമെന്നും യുവജന പ്രസ്ഥാനങ്ങളുടെ പ്രാധാന്യം മനസിലാക്കി ലോകത്തോട് വിശദീകരിച്ച രാഷ്ട്രീയ നേതാവാണ് ലെനിൻ.

പൊന്നറ ശ്രീധർ

ഈ നിലപാടുകൾ കൂടി കണക്കിലെടുത്താണ് കമ്യൂണിസ്റ്റ് യൂത്ത്‌ലീഗ് രൂപീകരിക്കുന്നതിന് ലെനിൻ നേതൃത്വം നൽകിയത്. സോഷ്യലിസ്റ്റ് സമൂഹത്തെ മുന്നോട്ട് നയിക്കുന്നതിനുള്ള യുവത്വത്തിന്റെ പ്രത്യേകത ലെനിൻ മനസിലാക്കിയിരുന്നു. ലെനിന്റെ ആശയങ്ങളുടെ സ്വാധീനം തിരുവിതാംകൂർ യൂത്ത്‌ലീഗ് രൂപപ്പെടുത്തുന്നതിൽ ഉണ്ടായിരുന്നു. കോൺഗ്രസിന്റെ പ്രാദേശിക ഘടകങ്ങൾക്ക് രൂപം നൽകുന്നതിന് അടിത്തറയായി തിരുവിതാംകൂർ മേഖലയിൽ വിവിധ തലങ്ങളിൽ പ്രവർത്തിച്ചുവന്ന യൂത്ത്‌ലീഗിന് സാധിച്ചിട്ടുണ്ട്.

വിദേശവസ്ത്ര ബഹിഷ്കരണം ഉൾപ്പെടെയുള്ള നിരവധി സമരങ്ങൾക്ക് ഈ കാലഘട്ടത്തിൽ യൂത്ത് ലീഗ് നേതൃത്വം നൽകുകയുണ്ടായി. തുണിക്കടകൾക്കു മുന്നിൽ പിക്കറ്റിങ്ങ് നടത്തുക എന്ന സമരമുറയും ഇവർ ആവിഷ്കരിച്ചു. തിരുവനന്തപുരം ചാലയിലെ ബോംബെ ക്ലോത്ത് ഷോപ്പിനു മുന്നിൽ നാലുദിവസത്തെ പിക്കറ്റിങ്ങ് നടത്തി അത് പൂട്ടിക്കുന്ന നിലയുണ്ടായി. മാത്രമല്ല, അക്കാലത്തെ സാമൂഹ്യ പ്രശ്നങ്ങളിലും സംഘടന ഇടപെട്ടു. അധഃസ്ഥിതരുടെയും അവഗണിക്കപ്പെടുന്നവരുടെയും പ്രശ്നങ്ങൾ ഏറ്റെടുക്കുക എന്ന കാഴ്ചപ്പാട് ആദ്യം മുതലേ അത് മുന്നോട്ടുവച്ചു. നിവർത്തന പ്രക്ഷോഭത്തെ പൊതുവിൽ പിന്തുണയ്ക്കുന്ന നയമാണ് യൂത്ത് ലീഗ് സ്വീകരിച്ചത്.

പുതുപ്പള്ളി രാഘവൻ

1938 ആഗസ്റ്റിൽ, യൂത്ത് ലീഗിന്റെ വാർഷിക സമ്മേളനവുമായി ബന്ധപ്പെട്ട് നിരവധി സംഭവവികാസങ്ങൾ തിരുവനന്തപുരത്ത് അരങ്ങേറി. ആഗസ്റ്റ് 9ന് തമ്പാനൂർ റെയിൽവേ മൈതാനത്ത് പ്രസംഗിക്കേണ്ടിയിരുന്ന എൻ സി ശേഖറിനെതിരെ ജില്ലാ മജിസ്ട്രേറ്റ് ഉത്തരവ് ഇറക്കി. 15 ദിവസത്തേക്ക് പ്രസംഗിക്കരുതെന്നായിരുന്നു ഉത്തരവ്. ആഗസ്റ്റ് 12ന് നിരോധനാജ്ഞ ലംഘിക്കുമെന്ന് യൂത്ത് ലീഗും പ്രഖ്യാപിച്ചു. ആ ദിവസം നാലുമണിയോടെ മൈതാനത്ത് ആളുകൾ നിറഞ്ഞു. പൊലീസ് തയാറായി നിന്നു. യോഗം ആരംഭിച്ചു. എൻ ശ്രീകണ്ഠൻനായരാണ് യോഗത്തിൽ സ്വാഗതം പറഞ്ഞത്. പുതുപ്പള്ളി രാഘവൻ യോഗത്തിൽ അധ്യക്ഷനായി. ഇതിനിടെ ജനക്കൂട്ടത്തിനിടയിലൂടെ ശേഖർ വേദിയിലെത്തി. അദ്ദേഹം പ്രസംഗിച്ചു. പൊലീസ് അദ്ദേ

എൻ ശ്രീകണ്ഠൻനായർ

ഹത്തെ അറസ്റ്റ് ചെയ്യുകയും ചെയ്തു. പിറ്റേന്ന് കോടതിയിൽ ഹാജരാക്കിയപ്പോൾ നിരോധനാജ്ഞ ലംഘിക്കേണ്ടത് തന്റെ കടമയാണെന്നായിരുന്നു എൻ സിയുടെ വാദം. കോടതി മൂന്നാഴ്ചത്തേക്ക് തടവിന് അദ്ദേഹത്തെ ശിക്ഷിച്ചു.

എൻ സി ശേഖറിനെ ശിക്ഷിച്ചതിൽ പ്രതിഷേധിച്ച് ആഗസ്റ്റ് 14-ാം തീയതി റെയിൽവെ മൈതാനിയിൽ വലിയ പൊതുയോഗം ചേർന്നു. ഈ പ്രതിഷേധം നാട്ടിൽ ആകമാനം വ്യാപിക്കാൻ തുടങ്ങി. ബഹുജന പ്രക്ഷോഭമായി ഇത് മാറിയതോടെ സ്റ്റേറ്റ് കോൺഗ്രസ് നേതൃത്വം യൂത്ത് ലീഗ് നേതൃത്വത്തിന്റേത് എടുത്തുചാട്ടമാണെന്നും ധിക്കാരമാണെന്നും ആക്ഷേപിച്ച് പിന്തിരിയുകയാണ് ഉണ്ടായത്. എന്നാൽ യുവാക്കൾ അടങ്ങിയിരുന്നില്ല. അവർ പ്രതിഷേധം തുടർന്നു. അവസാനം എൻ സി ശേഖറിനെ വിട്ടയയ്ക്കുന്ന നിലയുണ്ടായി.

ആനിമസ്ക്രീൻ

യൂത്ത്ലീഗിന്റെ വേദികളിൽ 'ഇങ്കിലാബ് സിന്ദാബാദ്' ഈ കാലയളവിൽ മുഴങ്ങിക്കേൾക്കാൻ തുടങ്ങി. യൂത്ത്ലീഗ് സമ്മേളനം അലങ്കോലമാക്കാൻ സി പി രാമസ്വാമി അയ്യർ പരിശ്രമിച്ചതും അദ്ദേഹം അതിൽ പരാജിതനായതും ചരിത്രമാണ്. കമലാദേവി ചതോപാധ്യായ സമ്മേളനം ഉൽഘാടനം ചെയ്യാനെത്തിയപ്പോൾ സി പിയുടെ പൊലീസ് അവരെ അറസ്റ്റ് ചെയ്യുകയാണുണ്ടായത്. തുടർന്ന് കമലാദേവിയുടെ പ്രസംഗം ആനിമസ്ക്രീൻ വായിച്ചു. കെ ദാമോദരനാണ് സമ്മേളനത്തിന് അധ്യക്ഷം വഹിച്ചത്. മലബാറുകാരനായ കെ ദാമോദരൻ നടത്തിയ പ്രസംഗം തിരുവിതാംകൂറിൽ വൻ ആവേശമായി മാറി. ആ സമ്മേളനത്തിൽ ഇങ്കിലാബിന്റെ ശബ്ദം ദിഗന്തങ്ങൾ ഭേദിക്കുമാറ് മുഴങ്ങിക്കേട്ടു.

കെ ദാമോദരൻ

കടുത്ത മർദനങ്ങളും അടിച്ചമർത്തലുകളും രക്തസാക്ഷിത്വങ്ങളും എല്ലാം ഉണ്ടായിട്ടും യൂത്ത്ലീഗിന്റെ ഈ ധാർമികവും രാഷ്ട്രീയവുമായ മുന്നേറ്റത്തെ നിലനിർത്താനും അതിന് ഒരു തുടർച്ച നൽകുന്നതിനും ആവശ്യമായ രാഷ്ട്രീയ ധാരണയും ദിശാബോധവും അന്നുണ്ടായിരുന്നില്ല. ത്യാഗങ്ങൾ സഹിച്ചു പ്രസ്ഥാനം പോരാടുകയുണ്ടായി എന്നത് ശരിയാണ്. പക്ഷേ, അതിന് ദിശ നിർണയിക്കാനും സംഘടന കെട്ടിപ്പടുത്ത് സംരക്ഷിക്കുന്നതിനുള്ള ഒരു വിപ്ലവ

ഉള്ളടക്കം നൽകാനും സാധിച്ചില്ല. പലരും നേതൃത്വം നൽകി. പലരും ത്യാഗപൂർവമായ നിലപാടുകൾ സ്വീകരിച്ചു. അടിച്ചമർത്തലുകൾക്ക് വിധേയരായി. കോൺഗ്രസ് തന്നെ ഈ സംഘത്തെ തള്ളിപ്പറയുകയും എതിർക്കുകയും ചെയ്യുന്ന നിലപാടുകളും സ്വീകരിച്ചു. പലപ്പോഴും കോൺഗ്രസിന്റെ വരുതിയിൽ നിൽക്കാൻ യൂത്ത്‌ലീഗ് തയാറായിരുന്നില്ലതാനും. വർഗസമരത്തിലൂന്നിയ പ്രക്ഷോഭങ്ങളും സമരങ്ങളും രൂപപ്പെട്ടപ്പോൾ യൂത്ത്‌ലീഗിനെ ഇതിന്റെ തന്നെ ഭാഗമായി ഉപയോഗിക്കാനാണ് കൃഷ്ണപിള്ളയും കെ ദാമോദരനും എൻ സി ശേഖറും ശ്രമിച്ചത്.

പി കൃഷ്ണപിള്ള

1937 ൽ കമ്യൂണിസ്റ്റ് പാർട്ടി രൂപീകരണം നടന്നു. കോൺഗ്രസ് സോഷ്യലിസ്റ്റ് പാർട്ടി നേതാവ് സഖാവ് പി കൃഷ്ണപിള്ളയും ഇ എം എസ്, കെ ദാമോദരൻ, എൻ സി ശേഖർ എന്നിവർ വർഗ പ്രസ്ഥാനങ്ങൾക്ക് രൂപം നൽകാനും വർഗസമര സിദ്ധാന്തത്തിലേക്ക് ജനങ്ങളെ നയിക്കാനുമുള്ള പദ്ധതികൾ മുന്നോട്ടുവച്ചു. അത്തരം ഇടപെടലുകളുടെ ഫലമായി പണിമുടക്കുസമരങ്ങളും മറ്റ് തൊഴിലാളി-കർഷക പ്രക്ഷോഭങ്ങളും സംഘടിപ്പിക്കുന്ന സ്ഥിതിയുണ്ടായി.

കല്ലറ-പാങ്ങോട് സംഭവം യൂത്ത് ലീഗിന്റെ വിപ്ലവവീര്യം വിളിച്ചറിയിച്ച പോരാട്ടം തന്നെയായിരുന്നു. അക്കാലത്ത് തിരുവനന്തപുരം തമ്പാനൂരിൽ, തുടർച്ചയായി യൂത്ത്‌ലീഗുകാർ സംഘടിപ്പിച്ച രാഷ്ട്രീയ യോഗങ്ങൾ യുവജനങ്ങളെ യൂത്ത്‌ലീഗിലേക്ക് ഏറെ ആകർഷിച്ചു. സി കെ പത്മനാഭപ്പിള്ള, ആർ ചെല്ലപ്പൻ പിള്ള തുടങ്ങിയ യൂത്ത്‌ലീഗ് പ്രവർത്തകർ ആവേശപൂർവം കല്ലറ-പാങ്ങോട് പ്രദേശങ്ങളിലുള്ള യുവജനങ്ങളിൽ യൂത്ത്‌ലീഗിന്റെ സന്ദേശം എത്തിക്കുകയും അവിടെ പ്രചരണ പ്രവർത്തനങ്ങൾ സംഘടിപ്പിക്കുകയും ചെയ്തു. സ്റ്റേറ്റ് കോൺഗ്രസിന് അവിടെ ഘടകങ്ങളുണ്ടാക്കാനും അവർ യത്നിച്ചു. കല്ലറ ചന്തയിൽ നടക്കുന്ന ചന്തപ്പിരിവിനെതിരെ അവിടെ ഉയർന്നുവന്ന പ്രതിഷേധം സംഘടനയിലൂടെ പുറത്തുവന്നു. പ്രത്യക്ഷ സമര പരിപാടികളുമായി അവർ മുന്നോട്ടു വന്നു. 1938 സപ്തംബർ 29ന് ചന്തഗേറ്റിൽ പ്രതിഷേധം പ്രകടിപ്പിച്ചവരെ പൊലീസ് ക്രൂരമായി മർദിച്ചു. പ്രതിഷേധക്കാർ തിരിച്ചടിക്കാൻ തീരുമാനിച്ചു. നിരപരാധിയായ കൊച്ചപ്പിപ്പിള്ളയെ പൊലീസ് അറസ്റ്റ് ചെയ്തതിൽ പ്രതിഷേധിച്ച് ജനങ്ങൾ സംഘടിച്ച് കൊച്ചപ്പിപ്പിള്ളയെ മോചിപ്പിച്ചു. പട്ടാളത്തിൽ നിന്നും വിരമിച്ച് വന്ന കൃഷ്ണൻ ഇതിന് നേതൃത്വം കൊടുത്തു. കല്ലറയിൽ ജനങ്ങൾ സംഘടിച്ചപ്പോൾ പാങ്ങോട് സ്റ്റേഷനിൽ നിന്ന് പൊലീസ് സംഘമെത്തി വെടിവെയ്ക്കാൻ

കല്ലറ-പാങ്ങോട് സംഭവകാലത്തെ പാങ്ങോട് പൊലീസ് സ്റ്റേഷൻ

തുടങ്ങി. സമരക്കാരും തിരിച്ചടിച്ചു. ചെറുവാളത്ത് കൊച്ചുനാരായണനാശാരി, പ്ലാങ്കീഴിൽ കൃഷ്ണപിള്ള എന്നീ സമരക്കാരും ഏതാനും പൊലീസുകാരും മരണമടഞ്ഞു.

കല്ലറ-പാങ്ങോട് പ്രദേശങ്ങളിൽ പട്ടാളമിറങ്ങി. പൊലീസും പട്ടാളവും ആ പ്രദേശത്താകമാനം ഭീകരമായ തേർവാഴ്ച നടത്തി. കുഞ്ഞൻപിള്ള, മുഹമ്മദലി, പാറ നാരായണൻ, വാവക്കുട്ടി എന്നിവരെ തല്ലിക്കൊന്നു. സ്ത്രീകളെ മാനഭംഗം ചെയ്തു. പൊലീസ് നാട്ടുകാരെ മുഴുവൻ പ്രതികളാക്കിയാണ് കേസെടുത്തത്. 40 പേരെ കൂടാതെ കണ്ടാലറിയാവുന്ന 3000 പേരെക്കൂടി പ്രതികളാക്കി. ഒന്നാം പ്രതി കൊച്ചപ്പിപ്പിള്ളയെയും 19-ാം പ്രതി സിംഗപ്പൂർ കൃഷ്ണനെയും കോടതി തൂക്കിക്കൊല്ലാൻ വിധിച്ചു. 1940 ഡിസംബർ മാസത്തിലെ 17-ാം ദിവസം പൂജപ്പുര സെൻട്രൽ ജയിലിൽ വെച്ച് ആ ധീരരായ പോരാളികളെ തൂക്കിലേറ്റി.

ഇത്തരത്തിലുള്ള പ്രാദേശിക പ്രക്ഷോഭങ്ങൾ തന്നെ യൂത്ത്ലീഗിന്റെ നേതൃത്വത്തിൽ നടന്നുവരുമ്പോൾ കോൺഗ്രസ് സോഷ്യലിസ്റ്റ് പാർട്ടിയുടെ നേതൃത്വത്തിൽ സർ സി പി നയിക്കുന്ന ദിവാൻ ഭരണം അവസാനിപ്പിച്ച് ഉത്തരവാദ ഭരണത്തെ സഹായിക്കാനുള്ള പുതിയ പദ്ധതികളെക്കുറിച്ചുള്ള ആലോചനകളും നടക്കുകയായിരുന്നു. പണിമുടക്ക് സംഘടിപ്പിക്കാം എന്ന തീരുമാനത്തിലാണ് അവർ അവസാനമെത്തിയത്. പി കൃഷ്ണപിള്ളയാണ് സമരത്തിന്റെ സൂത്രധാരനായി വർത്തിച്ചത്. യൂത്ത്ലീഗ് നേതാക്കളെ തടവറകളിൽ നിന്ന് വിട്ടയയ്ക്കുക, പ്രായപൂർത്തി വോട്ടവകാശം ഏർപ്പെടുത്തുക എന്നീ മുദ്രാവാക്യങ്ങൾ ഉയർത്തിപ്പിടിച്ചുകൊണ്ട് 1938 ഒക്ടോബർ 21ന് പണിമുടക്ക് ആരംഭിച്ചു.

3

രാഷ്ട്രീയ പണിമുടക്കും യൂത്ത് ലീഗും

തിരുവിതാംകൂറിലെ ഒന്നാമത്തെ രാഷ്ട്രീയ പണിമുടക്കായിരുന്നു 1938 ലേത്. യൂത്ത്ലീഗ് പ്രവർത്തകർ ഈ പണിമുടക്കിൽ സജീവമായി പങ്കുകൊണ്ടു. ആലപ്പുഴയിലായിരുന്നു സമരം ജ്വലിച്ചുയർന്നത്. 25 ദിവസം നീണ്ടുനിന്ന സമരത്തെ അടിച്ചമർത്താൻ ആലപ്പുഴ, മുഹമ്മ, അരൂർ ഭാഗങ്ങളിൽ പൊലീസ് ഇറങ്ങിയപ്പോൾ പിക്കറ്റിങ്ങിൽ യൂത്ത്ലീഗ് പ്രവർത്തകർ നേരിട്ട് പങ്കെടുക്കാൻ തീരുമാനിച്ചു. അതിന് മുന്നോടിയായി യൂത്ത്ലീഗ് യോഗം ചേരുകയും രാഷ്ട്രീയ സ്ഥിതിഗതികളെക്കുറിച്ച് റിപ്പോർട്ട് തയാറാക്കാൻ പൊന്നറ ശ്രീധരനെയും എൻ ശ്രീകണ്ഠൻ നായരെയും ചുമതലപ്പെടുത്തുകയും ചെയ്തു. ഒരു സമര സഹായ സമിതിയും രൂപീകരിക്കുകയുണ്ടായി. മാത്തൂർപ്പിള്ള ജനറൽ സെക്രട്ടറിയും കെ സി ജോർജ് സെക്രട്ടറിയുമായിരുന്നു. അവർ സമരത്തെ സഹായിക്കാനായി പ്രചാരണ യോഗങ്ങൾ സംഘടിപ്പിക്കുകയും ശേഖരിച്ച ഉൽപ്പന്നങ്ങളും പണവും ആലപ്പുഴയിൽ എത്തിക്കുകയും ചെയ്തു. പിന്നീട് സൈമൺ ആശാന്റെ നേതൃത്വത്തിൽ യോഗം ചേർന്ന് രണ്ട് നേതാക്കളെ വീതം പിക്കറ്റിങ്ങിൽ പങ്കെടുപ്പിക്കാൻ തീരുമാനിക്കുകയും പുതുപ്പള്ളി രാഘവൻ, എൻ പി കുരുക്കൾ തുടങ്ങിയവർ സമരത്തിൽ പങ്കെടുക്കുകയും ചെയ്തു. ആ കാലത്ത്

കെ സി ജോർജ്

ഉയർന്നുവന്ന പ്രക്ഷോഭങ്ങൾക്ക് വർഗ സമരങ്ങളുടെ സ്വഭാവം കൈവരിക്കപ്പെട്ടു. യൂത്ത്ലീഗ് അതിന്റെ ഭാഗമായിത്തീർന്നു.

ഈ കാലഘട്ടത്തിൽ ദേശീയ പ്രസ്ഥാനത്തിലേക്ക് യുവാക്കൾ കടന്നുവരുന്ന സാഹചര്യംകൂടി ഉണ്ടായിരുന്നു. ഗാന്ധിജിയുടെ ആഹ്വാനം കേട്ട് ഇറങ്ങിപ്പുറപ്പെട്ട നിരവധിപേർ പിൽക്കാല രാഷ്ട്രീയത്തിൽ ഉജ്ജ്വലമായ സംഭാവന നൽകി തിളങ്ങുകയുണ്ടായി. അക്കൂട്ടത്തിൽപ്പെട്ട ഒരാളായിരുന്നു സഖാവ് ഇ എം എസ്. വള്ളുവനാട്ടിലെ പ്രസിദ്ധമായ ഒരു ജന്മി കുടുംബത്തിലായിരുന്നു അദ്ദേഹത്തിന്റെ ജനനം. നവോത്ഥാന പ്രസ്ഥാനത്തിൽ പങ്കെടുത്തുകൊണ്ട് പൊതുജീവിതത്തിലേക്ക് ഇറങ്ങിത്തിരിച്ച വ്യക്തിയായിരുന്നു ഇ എം എസ്. തൃശൂർ സെന്റ് തോമസ് കോളേജിൽ വിദ്യാർഥിയായിരിക്കെയാണ് തന്റെ പഠനം ഉപേക്ഷിച്ച് സ്വാതന്ത്ര്യസമര പോരാട്ടത്തിൽ അണിചേരുന്നതിന് അദ്ദേഹം തയാറായത്. യുവജന പ്രവർത്തകൻ എന്ന നിലയിലായിരുന്നില്ല എങ്കിലും അന്നത്തെ യുവാക്കൾ നേരിട്ട് സ്വാതന്ത്ര്യപ്രസ്ഥാനത്തിലേക്ക് ഇറങ്ങുന്ന രീതിയായിരുന്നു ഉണ്ടായിരുന്നത്. അതുകൊണ്ടുതന്നെ യുവജനപ്രസ്ഥാനത്തിന്റെ പ്രവർത്തകൻ എന്ന നിലയിൽ അദ്ദേഹത്തെ കാണാനാവില്ല. എന്നാൽ അന്നത്തെ യുവത്വത്തിന്റെ പ്രതീകം എന്ന നിലയിൽ ഇ എംഎസിനെ കാണുന്നതിൽ തെറ്റില്ലതാനും.

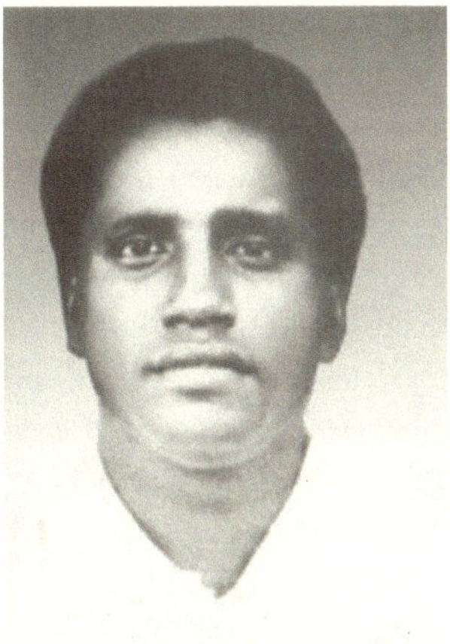

ഇ എം എസ്
യുവായിരുന്നപ്പോൾ

വർഗസമരത്തിലൂന്നിയ പ്രക്ഷോഭങ്ങളും സമരങ്ങളും രൂപപ്പെട്ടപ്പോൾ യൂത്ത്ലീഗിനെ ഇതിന്റെ തന്നെ ഭാഗമായിത്തന്നെ മാറ്റാനാണ് കൃഷ്ണപിള്ളയും കെ ദാമോദരനും എൻ സി ശേഖറും ശ്രമിച്ചത്. 1930 കളിൽ രൂപം കൊണ്ട ഇന്ത്യയിലെയും കേരളത്തിലെയും യുവജന പ്രസ്ഥാനങ്ങളുടെ പ്രധാനപ്പെട്ട ചില സവിശേഷതകളും ദൗർബല്യങ്ങളും ചുവടെ കൊടുക്കുന്നു.

1. ആ സംഘടനകളൊന്നും ദേശീയ പ്രസ്ഥാനത്തിന്റെ പ്രത്യേകിച്ച് നിയമലംഘന പ്രസ്ഥാനം വഴിക്കുവെച്ച് ഉപേക്ഷിച്ച കോൺഗ്രസിന്റെ നിലപാടിനോട് പൂർണമായും യോജിച്ചില്ല.

2. എന്നാൽ കോൺഗ്രസിനോട് പല കാര്യങ്ങളിലും യോജിച്ച് നിൽക്കുകയും സജീവത പുലർത്തുകയും ചെയ്ത യുവജന സംഘടനകളുമുണ്ട്.

3. ചില സംഘടനകൾ കോൺഗ്രസിനോട് വിയോജിച്ചു. മാത്രമല്ല, കമ്യൂണിസ്റ്റ് ആശയങ്ങളോടും, തീവ്രവാദ നിലപാടിനോടും യോജിച്ചു.

4. ദേശീയ സ്വാതന്ത്ര്യപ്രസ്ഥാനത്തിന്റെ ഭാഗമായി ലക്ഷണമൊത്ത യുവജനസംഘടനയായല്ല ഇവ പ്രവർത്തിച്ചത്. എങ്കിലും നിരവധി ചുമതലകളും ഉത്തരവാദിത്വങ്ങളും സ്വയം രൂപപ്പെടുത്തുകയും രക്തസാക്ഷിത്വത്തിലേക്ക് പോലും ഉയരുന്ന തലത്തിൽ അത് എത്തിച്ചേരുകയും ചെയ്തു. എന്നാൽ ഇത്തരം പ്രവർത്തനങ്ങളെയാകെ മുന്നോട്ടു നയിക്കുന്നതിന് ആവശ്യമായ സംഘടനാപരമായ വ്യക്തതയോ, പരിപക്വമായ രാഷ്ട്രീയ നിലപാടോ കൃത്യമായി കൈകാര്യം ചെയ്യപ്പെട്ടില്ല.

5. ഭഗത്സിങ്ങിന്റെ പ്രസ്ഥാനം പോലും കോൺഗ്രസിന്റെ നിലപാടുകൾക്ക് എതിരും, ഭീകര പ്രസ്ഥാനങ്ങളുടെ സ്വാധീനത്തിന് വിധേയവുമായിരുന്നു. മാർക്സിസ്റ്റ്-ലെനിനിസ്റ്റ് കാഴ്ചപ്പാടിലേക്ക് വികസിക്കുമ്പോഴേക്കും തൂക്കുമരത്തിലേക്ക് എത്തിപ്പെടുന്ന സാഹചര്യവും ഉണ്ടായിരുന്നു. എങ്കിലും അത് ഇന്ത്യൻ യുവത്വത്തിന്റെ ആവേശത്തിന്റെ കൂടെ സ്വതന്ത്രമായി നിലകൊണ്ടു. ത്യാഗത്തോടുള്ള മനുഷ്യന്റെ കൂറും, ദേശാഭിമാനവും ബഹുമാനവുമാണ് അതിൽ പ്രതിഫലിച്ചിട്ടുള്ളത്.

6. ഇത്തരം സംഘടനകൾക്ക് ചില പോരായ്മകൾ സംഭവിക്കുമ്പോഴും ജനങ്ങളിൽ നിന്ന് ഒറ്റപ്പെടുന്ന സാഹചര്യങ്ങൾ ഉടലെടുക്കുമ്പോഴും അടിച്ചമർത്തപ്പെടുന്ന സാഹചര്യം ഉയർന്നുവരികയോ, കൊടിയ മർദനങ്ങൾക്ക് വിധേയപ്പെടുകയോ ചെയ്യുന്ന സന്ദർഭത്തിലും കോൺഗ്രസ് ഇത്തരം സംഘടനകളെ തള്ളിപ്പറഞ്ഞിരുന്നു.

7. കോൺഗ്രസിന്റെ അനുബന്ധമായിട്ടെന്ന പോലെ കോൺഗ്രസ് സോഷ്യലിസ്റ്റ് പാർട്ടി രൂപീകരിച്ചപ്പോൾ ഇ എം എസ് ചൂണ്ടികാണിച്ചതുപോലെ യുവാക്കളാണ് അതിൽ പ്രധാനമായും അണിചേർന്നിരുന്നത്.

വർഗ-ബഹുജന സംഘടനകൾക്ക് രൂപം നൽകാനും കോൺഗ്രസിനെ ഒരു ജനകീയ പ്രസ്ഥാനമാക്കി മാറ്റാനും ശ്രമിക്കുകയായിരുന്ന കോൺഗ്രസ് സോഷ്യലിസ്റ്റ് പ്രസ്ഥാനത്തിന്റെ ലക്ഷ്യം. ഈ കാലഘട്ടം യുവജന പ്രസ്ഥാനങ്ങളുടെ ഒരു വസന്തകാലം തന്നെയായിരുന്നു. കേരളത്തിൽ വളരെ സജീവമായി സംഘടനാ പ്രവർത്തനത്തിൽ മുന്നേറാൻ കോൺഗ്രസ് സോഷ്യലിസ്റ്റ് പാർട്ടിയുടെ നേതൃത്വം യുവജന പ്രസ്ഥാനത്തെ സഹായിച്ചിരുന്നു. അവർ പലരും യുവജന പ്രസ്ഥാനത്തിന്റെ കൂടി ഉൽപ്പന്നമായിരുന്നു.

എന്നാൽ, 1934ൽ കോൺഗ്രസ് സോഷ്യലിസ്റ്റ് പാർട്ടി രൂപീകരിച്ച് രണ്ട് വർഷം കഴിയുമ്പോഴേക്കും അതിനകത്ത് കമ്യൂണിസ്റ്റ് പാർട്ടി രൂപംകൊണ്ടിരുന്നു. രഹസ്യമായി യുവജന സംഘടനകൾക്ക് നേതൃത്വം നൽകിയവരും സജീവമായി സഹായിച്ചവരും ഒരു യുവജന പ്രസ്ഥാനത്തിന്റെ നേതൃത്വമെന്നതിലുപരി വർഗരാഷ്ട്രീയത്തിന്റെ പ്രാധാന്യം ഉൾക്കൊണ്ടുകൊണ്ട് പ്രവർത്തിച്ചു. കമ്യൂണിസ്റ്റ് പാർട്ടി കെട്ടിപ്പടുക്കാനും കേഡർമാരെ കണ്ടെത്താനും അവരെ പഠിപ്പിക്കാനുമായുള്ള നിരന്തര ശ്രമം ദേശീയ പ്രസ്ഥാനത്തിന്റെ ഭാഗമായിത്തന്നെ നടപ്പിലാക്കി.

8. തൊഴിലാളി-കർഷക വിഭാഗത്തെ കമ്യൂണിസ്റ്റ് പാർട്ടിയുടെ വർഗ

പരമായ പ്രസ്ഥാനമായാണ് കാണുന്നത്. യുവജന സംഘടനകളുടെ നേതാക്കളും പ്രവർത്തകരും കമ്യൂണിസ്റ്റ് പാർട്ടിയുടെയും വർഗ സംഘടനകളുടെ നേതാക്കളായി പ്രവർത്തിക്കേണ്ടതായിട്ടുണ്ട് എന്ന് 1939 ലെ പാറപ്പുറം സമ്മേളനത്തിനുശേഷം തീരുമാനിക്കപ്പെട്ടു. ഇതിന്റെ അടിസ്ഥാനത്തിൽ യുവജന പ്രസ്ഥാനങ്ങൾക്ക് മുൻകൈ ഇല്ലാതാകുന്ന നിലയുണ്ടായി. വർഗ പ്രസ്ഥാനങ്ങളുടെ സംഘാടകരും നേതാക്കളുമായി യുവജന സംഘടനകളുടെ നേതാക്കൾ മാറുന്ന സ്ഥിതിയുണ്ടായി. ദേശീയ സ്വാതന്ത്ര്യത്തിനുവേണ്ടിയും ജന്മി-നാടുവാഴിത്ത വ്യവസ്ഥ അവസാനിപ്പിക്കുന്നതിനും മുതലാളിത്ത വ്യവസ്ഥയെ ഇല്ലാതാക്കുന്നതിനുമായുള്ള പ്രവർത്തനത്തിൽ കമ്യൂണിസ്റ്റ് പാർട്ടി ശ്രദ്ധ കേന്ദ്രീകരിച്ചു. പാർട്ടിയും വർഗപ്രസ്ഥാനവും സംഘടിപ്പിക്കുക എന്ന നില വന്നതോടെ ഫലപ്രദമായി പ്രവർത്തിക്കുന്ന യുവജന പ്രസ്ഥാനം ഈ കാലഘട്ടത്തിൽ ഉണ്ടായില്ല.

9. യൂത്ത്ലീഗ് ഉൾപ്പെടെയുള്ള യുവജന സംഘടനകൾ ഉയർത്തിയ മുദ്രാവാക്യങ്ങൾ ഭൂരിപക്ഷവും ദേശീയപ്രസ്ഥാനം തന്നെ മുന്നോട്ടുവെച്ചവയായിരുന്നു. ഒരു ബഹുജനപ്രസ്ഥാനം എന്ന നിലയിൽ യുവജനങ്ങളെ ബാധിക്കുന്ന പ്രശ്നങ്ങൾ ഉയർത്തിക്കൊണ്ടല്ല അവ പ്രധാനമായും നിലകൊണ്ടത്. ഒരു വിശാലമായ കാഴ്ചപ്പാടോടെ ഒരു ലക്ഷണമൊത്ത ജനാധിപത്യ യുവജന പ്രസ്ഥാനം ആ കാലഘട്ടത്തിൽ രൂപം കൊള്ളാൻ ഇടയുണ്ടായിരുന്നില്ല. ദേശീയ പ്രസ്ഥാനത്തിന്റെ കൈവഴിയായി നിൽക്കുന്നതുവഴി ഒരു യുവജന പ്രസ്ഥാനമായി തുടർന്ന് മുന്നോട്ട് പോകുന്നതിനുള്ള പരിമിതി അക്കാലത്ത് ഉണ്ടായിരുന്നു. ആരും ബോധപൂർവം ഇതിനെ മുന്നോട്ട് നയിക്കുന്നതിനുള്ള പ്രേരകശക്തിയായി നിലകൊണ്ടില്ലെന്ന് മാത്രമല്ല, കോൺഗ്രസ് പലപ്പോഴും തള്ളിപ്പറയുകയും ചെയ്തു. സോഷ്യലിസ്റ്റ് പാർട്ടിയും കമ്യൂണിസ്റ്റ് പാർട്ടിയും വ്യാപകമായ സംഘടനാ പ്രവർത്തനങ്ങളും, രാഷ്ട്രീയ പ്രവർത്തനങ്ങളും ആരംഭിച്ചതോടെ സ്വതന്ത്രമായി യുവജന പ്രസ്ഥാനത്തെ പൊതുവെ നിരുത്സാഹപ്പെടുത്തുന്ന നില തന്നെയാണ് ഉണ്ടായിരുന്നത്. സാമൂഹ്യ-രാഷ്ട്രീയ സാഹചര്യങ്ങൾ പുരോഗമനാശയങ്ങൾക്ക് അനുകൂലമായ മുന്നേറ്റം സൃഷ്ടിക്കപ്പെട്ട ഘട്ടത്തിലാണ് യുവജനങ്ങൾ പൊതുവിൽ സജീവതയോടെ മുന്നേറിയിട്ടുള്ളത്.

4

അഭിനവ ഭാരത് യുവക് സംഘം: മലബാറിലെ ആദ്യത്തെ യുവജന പ്രസ്ഥാനം

ആയിരത്തിത്തൊള്ളായിരത്തി മുപ്പതുകളുടെ കളുടെ ആദ്യം മുതൽ ശക്തിയാർജിച്ച ദേശീയ പ്രസ്ഥാനത്തിന് ഊർജമായി വർത്തിച്ച നിരവധി യുവജനസംഘടനകൾ മലബാറിലും തിരു - കൊച്ചി മേഖല യിലും സജീവമായി പ്രവർത്തിച്ചിരുന്നു. ഈ സംഘടനകളിലൂടെ നിര

ഖിലാഫത്ത് പ്രക്ഷോഭത്തിലെ വിദ്യാർഥി-യുവജനപങ്കാളിത്തം

വധി നേതാക്കളെ രാഷ്ട്രീയകേരളത്തിന് സംഭാവന ചെയ്യാൻ കഴിഞ്ഞിട്ടുണ്ടെന്ന് ചരിത്രം പരിശോധിക്കുമ്പോൾ വ്യക്തമാകുന്നു.

ഈ കാലഘട്ടത്തിൽ യുവജന പ്രസ്ഥാനങ്ങൾ ഇന്ത്യയുടെ വിവിധ ഭാഗങ്ങളിൽ ശക്തി പ്രാപിച്ചുവരുന്നതായി കാണാവുന്നതാണ്. 1920 കളുടെ ആദ്യം ബ്രിട്ടീഷ് സാമ്രാജ്യത്വത്തിനെതിരെ വമ്പിച്ച ബഹുജന പ്രസ്ഥാനങ്ങൾ വിവിധ മുന്നണികളിൽ രൂപപ്പെട്ടുവന്നു. സാമ്രാജ്യത്വം വിവിധ മേഖലകളിൽ കടുത്ത വെല്ലുവിളി നേരിട്ടുതുടങ്ങി. ഒന്നാംലോക മഹായുദ്ധത്തെ തുടർന്നുണ്ടായ തൊഴിലാളിവർഗത്തിന്റെ മുന്നേറ്റവും ഖിലാഫത്ത് പ്രശ്നത്തിന്റെ അടിസ്ഥാനത്തിൽ മുസ്ലിങ്ങൾക്കിടയിൽ രൂപപ്പെട്ട സാമ്രാജ്യത്വ വിരുദ്ധസമീപനവും നിർബന്ധിച്ച് സൈന്യത്തിൽ ആളെ എടുക്കുന്നതും യുദ്ധഫണ്ട് പിരിച്ചെടുക്കുന്നതുമായ പ്രവർത്തനവും സാമ്രാജ്യത്വവിരുദ്ധ വികാരം രൂപപ്പെടുന്നതിന് സാഹചര്യമൊരുക്കി. സഖ്യകക്ഷി നേതാക്കൾ നൽകിയ ജനാധിപത്യവും സ്വയം നിർണയാവകാശം സംബന്ധിച്ച വ്യാജവാഗ്ദാനങ്ങളും ഹോംറൂൾ പ്രസ്ഥാനവും ബോൾഷെവിക് വിപ്ലവത്തിന്റെ വിജയം സൃഷ്ടിച്ച പുതിയ രാഷ്ട്രീയത്തിന്റെ രൂപീകരണവും ജനകീയമുന്നേറ്റത്തിന് പശ്ചാത്തലമൊരുക്കി റൗലക്റ്റ് ബില്ലിനെതിരായ പ്രക്ഷോഭവും ജാലിയൻവാലാബാഗ് കൂട്ടക്കൊലയിൽ കലാശിച്ച സാമ്രാജ്യത്വ ഭരണത്തിന്റെ മനുഷ്യത്വരഹിതമായ ഇടപെടലും വമ്പിച്ച ജനവികാരം ബ്രിട്ടീഷുകാർക്കെതിരായി രൂപപ്പെടുന്നതിന് ഇടയാക്കുകയും ചെയ്തു. ഇതിന്റെ ഭാഗമായി ശക്തിപ്രാപിച്ച ബഹുജന പ്രസ്ഥാനം ഗാന്ധിജി പെട്ടെന്ന് പിൻവലിച്ചത് ദേശീയ പ്രസ്ഥാനത്തിന്റെ പ്രവർത്തകർക്ക് വലിയ നിരാശ സമ്മാനിച്ചു.

ഈ അന്തരീക്ഷം വമ്പിച്ച ആശയസമരത്തിന് ഇന്ത്യൻ രാഷ്ട്രീയത്തിൽ സാഹചര്യം ഒരുക്കി. ഒപ്പം പുതിയ രാഷ്ട്രീയ ശക്തികൾ രൂപപ്പെടുന്നതിന് ഇടയാക്കുകയും ചെയ്തു. ഈ അന്തരീക്ഷത്തിലാണ് 1926 മാർച്ചിൽ ദേശീയ പ്രസ്ഥാനത്തെ ശരിയായ ആശയത്തിന്റെ പാതയിലേക്ക് കൊണ്ടുവരിക എന്ന ആഗ്രഹത്തിന്റെ ഭാഗമായി ഭഗത്സിങ് സെക്രട്ടറിയായി നവജവാൻ ഭാരത് സഭ രൂപീകരിക്കുന്നത്. യുവജന സംഘടന എന്ന പേരായിരുന്നു ഇതിന് ഉണ്ടായിരുന്നതെങ്കിലും ഫലത്തിൽ എല്ലാ ജനവിഭാഗത്തെയും സംഘടിപ്പിച്ചുകൊണ്ട് സ്വാതന്ത്ര്യസമര പ്രസ്ഥാനം ശക്തിപ്പെടുത്തുക എന്നതായിരുന്നു ഇതിന്റെ ആത്യന്തിക ലക്ഷ്യം.

ഇത്തരം ശ്രദ്ധേയമായ രാഷ്ട്രീയ ചലനങ്ങൾ രാജ്യത്ത് നടക്കുന്ന ഘട്ടത്തിലാണ് ഇന്ത്യയിലാകമാനം പര്യടനം നടത്തിയ എ വി കുഞ്ഞമ്പു കരിവെള്ളൂരിലേക്ക് തിരിച്ചെത്തുന്നത്. ഇതിന്റെ സ്വാധീനം പുതിയ സംഘടന രൂപീകരിക്കുവാനുള്ള ആഗ്രഹം ഇദ്ദേഹത്തിൽ വളർന്നുവരുന്നതിന് ഇടയാക്കി. ബ്രിട്ടീഷ് സാമ്രാജ്യത്വത്തിനെതിരെ ശക്തമായ പ്രക്ഷോഭം നടന്നുകൊണ്ടിരുന്ന ഘട്ടത്തിൽ അവ പിൻവലിച്ച ഗാന്ധിയൻ രീതിയോടുള്ള എതിർപ്പ് എ വിയിലും ശക്തമായ സ്വാധീനം ചെലു

എ വി കുഞ്ഞമ്പു

ത്തി. ഇതിന്റെ അടിസ്ഥാനത്തിൽ സമാനചിന്താഗതിയിലുള്ള യുവാക്കളെ കൂട്ടിച്ചേർത്ത് ഭഗത്സിങ്ങിന്റെ നവജവാൻ സഭയുടെ മാതൃകയിൽ യുവാക്കളുടെ ഉശിരൻ പ്രസ്ഥാനത്തിന് രൂപം കൊടുക്കാൻ അദ്ദേഹം നേതൃത്വം നൽകി. മലബാറിലെ ആദ്യത്തെ സംഘടിത യുവജന പ്രസ്ഥാനം കരിവെള്ളൂരിൽ രൂപീകരിക്കുന്നതിന് ഇടയാക്കിയ രാഷ്ട്രീയ സാഹചര്യം ഇതായിരുന്നു.

1934 ഏപ്രിൽ 13-ാം തിയതി വടക്കേ മണക്കാട്ട് വന്നലക്കോട് വയലിലെ കരിമ്പിൽ കുഞ്ഞിരാമന്റെ പീടികമുറ്റത്ത് തേത്രവൻ കൃഷ്ണൻനായരുടെ അധ്യക്ഷതയിൽ ചേർന്ന യോഗത്തിൽവെച്ച് അഭിനവ ഭാരത് യുവക് സംഘം എന്ന പേരിൽ സംഘടന രൂപീകരിച്ചു. സംഘടനയുടെ ഉദ്ദേശ്യ ലക്ഷ്യങ്ങളും പരിപാടികളും എ വി കുഞ്ഞമ്പുവാണ് ആ യോഗത്തിൽ അവതരിപ്പിക്കുന്നത്.

യുവാക്കളുടെ ഇടയിൽ സ്വാതന്ത്ര്യബോധവും ആദർശനിഷ്ഠയും വളർത്തിയെടുത്ത് അവരെ സാമൂഹ്യ പ്രവർത്തനത്തിന്റെ വഴിത്താരകളിലേക്ക് എത്തിക്കുകയായിരുന്നു പ്രധാന ലക്ഷ്യം. ഇതിനായി വ്യത്യസ്ത സമീപനങ്ങൾ അവർ സ്വീകരിച്ചു. സന്നദ്ധ പ്രവർത്തനങ്ങളിലൂടെ ജനങ്ങളെ ആകർഷിക്കുക എന്നതായിരുന്നു ഒരു രീതി. അതോടൊപ്പം യുവാക്കളെയും വിദ്യാർഥികളെയും മറ്റും സംഘടിപ്പിച്ച് സാമ്രാജ്യത്വത്തിനും ജന്മിത്വത്തിനും എതിരായ പോരാട്ടത്തിന് ഐക്യനിര തീർക്കുക എന്നത് രാഷ്ട്രീയ ലക്ഷ്യമായും സ്വീകരിച്ചു.

അഭിനവ ഭാരത് യുവക് സംഘത്തിന്റെ നിലപാട് അവർ പരസ്യമായി വ്യക്തമാക്കുകയും ചെയ്തു. 1938 ജൂലൈ 29-ാം തിയതി പ്രസിദ്ധീകരിച്ച ലഘുപത്രികയിൽ ഈ കാര്യം അവർ ഇങ്ങനെ വിശദീകരിച്ചു.

> ബഹുജനങ്ങളുടെ അവശതകൾക്കെല്ലാം അറുതി ഉണ്ടാക്കുമാറ് ഒരു സമ്പൂർണ സാമ്പത്തിക പ്രജാധിപത്യം ഈ രാജ്യത്ത് സ്ഥാപിച്ചു കാണുവാനാണ് അഭിനവഭാരത് യുവക് സംഘം പരിശ്രമിക്കുന്നത്.......... ഇന്നത്തെ സമുദായഘടനയിലെ പൊരുത്തമില്ലായ്മയെ തകിടം മറിക്കാനുള്ള പരിശ്രമത്തിലാണ് ഞങ്ങൾ ഏർപ്പെട്ടിരിക്കുന്നത്............... നാട്ടിലെ ജന്മി-മുതലാളി-പിന്തിരിപ്പൻ ശക്തികൾക്ക് കോൺഗ്രസിൽ തന്നെ സ്വാധീനമുള്ള ഇക്കാലത്ത് യുവജനങ്ങളെ ഭിന്നിപ്പിക്കാനും ഈ ശക്തികൾ മുതിരാതിരിക്കില്ല. അങ്ങിങ്ങായി ചിതറിക്കിടക്കുന്ന യുവജനസംഘടനക

ളോട് ഞങ്ങൾ അഭ്യർഥിക്കുന്നു: ഒത്തുകൂടുക ഒരു ഐക്യ സംഘടനയിൻ കീഴിൽ അണിനിരക്കുക.

ഈ ആശയമാണ് യുവജന സംഘടന ഉയർത്തിപ്പിടിച്ചത് എന്ന് കാണുമ്പോൾ പിൽക്കാലത്ത് ഇന്ത്യൻ രാഷ്ട്രീയത്തിൽ കമ്യൂണിസ്റ്റ് പാർട്ടി മുന്നോട്ട് വെച്ച മുദ്രാവാക്യങ്ങളുടെ പ്രാഥമിക രൂപമാണ് ഇവ എന്ന് കാണാവുന്നതാണ്. ഇത്രയേറെ ശ്രദ്ധേയമായ ചുവടുവെപ്പു നടത്തിയ പ്രസ്ഥാനത്തെ സംബന്ധിച്ച് ചരിത്രത്തിൽ ഏറെയൊന്നും വന്നില്ലെന്നത് നമ്മുടെ ചരിത്രത്തിലെ ഒരു പോരായ്മയായി തന്നെയാണ് കാണപ്പെടേണ്ടത്. ഇക്കാലത്ത് ഇന്ത്യയിൽ തന്നെ പ്രവർത്തിച്ച മറ്റ് യുവജനസംഘടനകളുമായുള്ള ആശയപരമായ ഐക്യവും പഠനവിഷയമാക്കേണ്ടതാണ്. നവജവാൻ ഭാരത് സഭയെ സംബന്ധിച്ച് ഇർഫാൻ ഹബീബും എസ് കെ മിത്തലും തയാറാക്കിയ ലഘുലേഘയിലെ രാഷ്ട്രീയചിത്രത്തെ ഇവിടെ കൂട്ടി വായിക്കാവുന്നതാണ്.

ശ്രദ്ധേയമായ ചുവടുവെപ്പു നടത്തിയ ഈ സമ്മേളനത്തിൽ 34 പേരാണ് പങ്കെടുത്തത്. എ വി കുഞ്ഞമ്പു പ്രസിഡന്റും ഒ വി കുഞ്ഞമ്പു നായർ സെക്രട്ടറിയുമായാണ് ഈ സംഘടന രൂപീകരിക്കപ്പെട്ടത്. കരിമ്പിൽ കുഞ്ഞിരാമൻ, ആമ്പിലേരി ചാത്തു, കരിമ്പിൽ കണ്ണൻ, തോട്ടോൻ ചിണ്ടൻ, തേത്രവൻ ശങ്കരൻനായർ, ആറ്റച്ചേരി കണ്ണൻ, കരിമ്പിൽ കമ്മാരൻ, പാക്കത്തില്ലത്ത് വാസുദേവൻ നമ്പൂതിരി, ചീർങ്ങോട്ടില്ലത്ത് കേശവൻ നമ്പൂതിരി, മാമുനി രാമൻ, വടക്കൻ രാമൻ, തോട്ടോൻ വളപ്പിൽ കുഞ്ഞിരാമൻ, തേത്രവൻ കൃഷ്ണൻനായർ, കെ വി കുഞ്ഞിരാമൻ, എം വി കുഞ്ഞിരാമൻ, തെക്കടവൻ കേളു, എം എ പി നാരായണൻ, കരിമ്പിൻ കൃഷ്ണൻ, വണ്ണാത്തൻ കോരൻ, കോയ്യൻ കുഞ്ഞിക്കണ്ണൻ, എലിച്ചി കണ്ണൻ, ടി വി ശങ്കരൻ മാസ്റ്റർ, പുളീര് വീട്ടിൽ കൃഷ്ണൻ, പി കുഞ്ഞിരാമൻ, എൻ ചന്തുമാസ്റ്റർ, പടിഞ്ഞാറത്ത് ശങ്കരൻ, എം വി നാരായണൻ, നാവുതിയ്യൻ കൃഷ്ണൻ, പടിഞ്ഞാറത്ത് കുഞ്ഞമ്പു (പലിയേരി), കൂലേരിക്കാരൻ കുഞ്ഞമ്പു. പുതിയടവൻ ഗോവിന്ദൻ നായർ, സി വി കുഞ്ഞിരാമൻ ഇവരിൽ നിന്ന് എ വി കുഞ്ഞമ്പു, പി കുഞ്ഞിരാമൻ, തേത്രവൻ കൃഷ്ണൻനായർ, ഒ വി കുഞ്ഞമ്പു നായർ, കരിമ്പിൻ കുഞ്ഞിരാമൻ, സി വി കുഞ്ഞിരാമൻ എന്നിവരെ ഭരണഘടനാ സമിതി അംഗങ്ങളായി തിരഞ്ഞെടുക്കുകയുണ്ടായി. ഈ സംഘത്തിന്റെ ശാഖകൾ കരിവെള്ളൂരിന് പുറമെ പെരളം, കൊടക്കാട്, കുട്ടമത്ത്, മഴക്കോത്ത്, ചീമേനി, പിലിക്കോട്, കോറോം, ആലപ്പടമ്പ്, ആലക്കാട്, മാതമംഗലം, എരമം തുടങ്ങിയ ഇടങ്ങളിലെല്ലാം വ്യാപിക്കുകയുണ്ടായി. പരിശീലനം സിദ്ധിച്ച വാളണ്ടിയർ സേനയും ഈ സംഘത്തിന്റെ കരുത്തായിരുന്നു.

ഓരോ വർഷവും സമ്മേളനങ്ങൾ ചേരുക എന്നത് സംഘടനയുടെ പ്രധാനപ്പെട്ട പ്രവർത്തനമായിരുന്നു. 1936 ൽ ഒന്നാം വാർഷിക സമ്മേളനം വന്നലക്കോട്ട് വയലിൽ വെച്ചാണ് നടന്നത്. വാഗ്ഭടാനന്ദഗുരുദേവൻ ഇതിൽ അധ്യക്ഷനായിരുന്നു. വി ആർ നായനാർ, എം ടി കുമാ

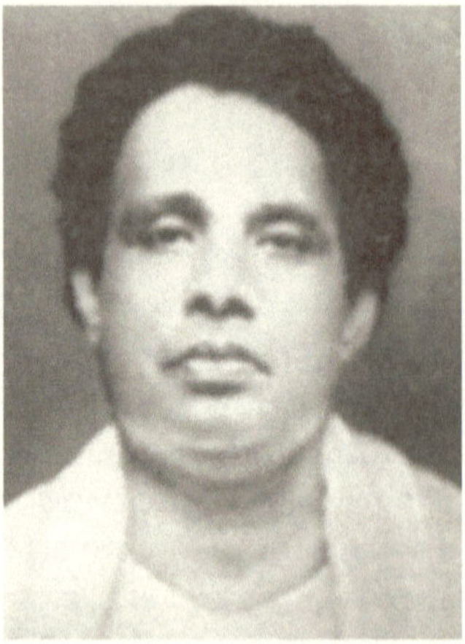

വാഗ്ഭടാനന്ദൻ

രൻ, കൃഷ്ണപ്രകാശൻ, മഹാകവി കുട്ടമത്ത് എന്നിവർ പ്രസംഗകരായി ഇതിൽ പങ്കെടുത്തു. ഈ സമ്മേളനത്തോടനുബന്ധിച്ച് നടന്ന മഞ്ചൽ വിവാദം പ്രസിദ്ധമാണ്. യാത്രാസൗകര്യങ്ങൾ ഇല്ലാത്തതുകൊണ്ട് വാഗ്ഭടാനന്ദഗുരുദേവനെ മഞ്ചലിൽ ചുമക്കുക മാത്രമേ രക്ഷയുണ്ടായിരുന്നുള്ളൂ. എന്നാൽ കീഴ്ജാതിയിൽപ്പെട്ട ആളായതുകൊണ്ട് അദ്ദേഹത്തെ ചുമക്കാൻ മഞ്ചൽകാർ തയാറായില്ല. പുതിയ മഞ്ചൽ കൊണ്ടുവന്നപ്പോൾ പരമ്പരാഗത മഞ്ചൽ ചുമട്ടുകാരെ മാത്രമേ അങ്ങനെ ചുമക്കാൻ അനുവദിക്കുകയുള്ളുവെന്ന് പറഞ്ഞ് തടസ്സവാദമായി.

മഹാകവി കുട്ടമത്ത്

"വാഗ്ഭടാനന്ദനെ ഞങ്ങൾ മഞ്ചലിൽ കൊണ്ടുപോകും, ആരാണ് തടയുന്നത് ഒന്നുകാണട്ടെ അങ്ങനെ തടഞ്ഞാൽ പിന്നെ ദൈവം തമ്പുരാനായാലും മഞ്ചലിൽ കിഴക്കോട്ട് പോവില്ല" എന്നായിരുന്നു എ വിയുടെ വെല്ലുവിളി. ഇതിനെ തുടർന്നാണ് മഞ്ചൽകാർ വാഗ്ഭടാനന്ദനെ സമ്മേളനസ്ഥലത്ത് എത്തിക്കാൻ തയാറായത്. ആ സമ്മേളനത്തിൽ വെച്ചാണ് മഹാകവി കുട്ടമത്ത് ഈ സംഘത്തെ സംബന്ധിച്ച് ഒരു കവിത എഴുതി അവതരിപ്പിച്ചത്. ആ കവിതയുടെ തുടക്കം ഇങ്ങനെയായിരുന്നു.

കെ കേളപ്പൻ

"അഭിനവ ഭാരത യുവജനസംഘം
ശുഭകരമൂതുകഘനജല ശംഖം
ബഹുജനനന്മയ്ക്കായ് തങ്ങടെ
സൗഖ്യം ബലികഴിക്കുക തന്നെ യുവജന ഭാഗ്യം,
സകലചരാചരസേവന ധർമം
സകരുണനീശന്റെ സേവനകർമം"

1937 ൽ സംഘത്തിന്റെ രണ്ടാം വാർഷികം വന്നലക്കോട്ട് വയലിലാണ് നടന്നത്. കെ കേളപ്പൻ, അധ്യക്ഷനും സ്വാമി ആഗമാനന്ദ (കാല

ടി) പ്രസംഗകനായും യോഗത്തിൽ സംബന്ധിക്കുകയുണ്ടായി. 1938 ൽ നടന്ന മൂന്നാം വാർഷിക സമ്മേളനം അയത്രവയലിലാണ് നടന്നത്. അധ്യക്ഷനാവേണ്ടിയിരുന്ന എസ് എസ് ബട്‌ലിവാല യാത്രാമധ്യേ അറസ്റ്റു ചെയ്യപ്പെട്ടതു കാരണം കെ കെ വാര്യരാണ് അധ്യക്ഷനായത്. ഇ എം എസ്, കെ ദാമോദരൻ, കെ പി ആർ തുടങ്ങിയവർ പ്രസംഗകരായും പങ്കെടുത്തു. കെ പി ഗോപാലൻ പതാക ഉയർത്തി. യുവ സമ്മേളനത്തിൽ പ്രായപരിധി കടന്നതുകൊണ്ട് കവി ടി സുബ്രഹ്മണ്യൻ തിരുമുമ്പിന് അംഗത്വം നിഷേധിച്ചിരുന്നു. അദ്ദേഹം ഒരു കവിതയുമായാണ് എത്തിയത്. ആ കവിതയുടെ തുടക്കം ഇത്തരത്തിലായിരുന്നു.

കെ പി ആർ ഗോപാലൻ

ടി സുബ്രഹ്മണ്യൻ
തിരുമുമ്പ്

"തലനരയ്
ക്കുവതല്ലെൻ വൃദ്ധത്വം
തലനരയ്ക്കാത്തതല്ലെൻ യുവത്വം
പിറവിതൊട്ടുനാളെത്രയെന്നെണ്ണമ-
പ്പതിവുകൊണ്ടല്ലളപ്പതെൻ
യൗവനം."

എന്നതായിരുന്നു. ഈ കവിതയും പിൽക്കാലത്ത് ഏറെ പ്രസിദ്ധമായി. പിന്നീട് കവിക്ക് അംഗത്വം നൽകി പ്രവർത്തകസമിതി അംഗമാക്കുകയും ചെയ്യുകയുണ്ടായി.

ഈ സമ്മേളനത്തിൽ വെച്ച് *പാട്ടബാക്കി* നാടകം അരങ്ങേറി. ഇതിൽ അഭിനയിച്ചവർ പലരും പിൽക്കാലത്ത് പ്രസിദ്ധരായ രാഷ്ട്രീയക്കാരായി തീരുകയും ചെയ്തു. കെ പി ആർ ഗോപാലൻ, എ വി കുഞ്ഞമ്പു, കെ കൃഷ്ണൻ മാസ്റ്റർ, പി കുഞ്ഞിരാമൻ, കോളിയാടൻ നാരായണൻ മാസ്റ്റർ, എൻ ചന്തുമാസ്റ്റർ, പെരച്ചൂട്ടി വി ശേഖരൻ, വി വി കുഞ്ഞമ്പു എന്നിവരാണ് അഭിനയിച്ചത്. ജന്മിത്വവിരുദ്ധ പോരാട്ടത്തിന് കരുത്തു പകർന്ന ഈ നാടകത്തിന്റെ അവതരണം അരങ്ങേറി എന്ന് കാണുമ്പോൾ ഈ സംഘത്തിന്റെ പ്രവർത്തനരീതിയെ സംബന്ധിച്ച് കൂടുതൽ പറയേണ്ടതില്ലല്ലോ.

വി വി കുഞ്ഞമ്പു

കെ മുഹമ്മദ് അബ്ദുൾ റഹിമാൻ

1939 ജനുവരി 14, 15 തീയതികളിൽ യുവസംഘത്തിന്റെ നാലാമത് വാർഷിക സമ്മേളനം നടന്നു. ഇത് സംഘത്തിന്റെ അവസാനത്തെ വാർഷിക സമ്മേളനമായിരുന്നു. ഈ സമ്മേളനത്തിൽ എ കെ ജി പതാക ഉയർത്തി. ആന്ധ്രയിലെ കോൺഗ്രസ് സോഷ്യലിസ്റ്റ് പാർട്ടി നേതാവ് എ കാമേശ്വർ റാവു അധ്യക്ഷനായി. കെ പി സി സി പ്രസിഡന്റായിരുന്ന കെ മുഹമ്മദ് അബ്ദുൾ റഹിമാൻ സമ്മേളനം ഉൽഘാടനം ചെയ്തു. അന്നത്തെ സംഘത്തിന്റെ സെക്രട്ടറി എം പി അപ്പു റിപ്പോർട്ട് അവതരിപ്പിച്ചു. രണ്ടാം ദിവസം നടന്ന ബാലസേവാസമിതി സമ്മേളനത്തിൽ വി വി കുഞ്ഞമ്പു സ്വാഗതവും പി കൃഷ്ണപിള്ള അധ്യക്ഷനുമായിരുന്നു. എ വി കുഞ്ഞമ്പു സമ്മേളനത്തിൽ പതാക ഉയർത്തി. ചന്ദ്രോത്ത് കുഞ്ഞിരാമൻ നായരും എ കെ ജി യുമാണ് പ്രസംഗിച്ചത്. ചരിത്രപ്രസിദ്ധമായ കൊടക്കാട് കർഷക സമ്മേളനം ഇതോടനുബന്ധിച്ചാണ് നടന്നത്. ഈ ഘട്ടമാവുമ്പോഴേക്കും യുവക് സംഘത്തിന് 12 ശാഖകളും 800 മെമ്പർമാരും യൂത്ത് ഗാർഡ്സ് എന്ന് വിളിക്കുന്ന 100 അംഗങ്ങളുള്ള വാളണ്ടിയർ സേനയും ഉണ്ടായിരുന്നു. ഇത്തരത്തിൽ പടർന്നു പന്തലിച്ച സംഘമായി ഇത് മാറി. ഈ സംഘം നിരവധി ഉജ്വലരായ വിപ്ലവപോരാളികളെ കേരളത്തിന് സംഭാവന ചെയ്തു. അതിലേറ്റവും പ്രധാനിയായിരുന്നു ഇതിന്റെ പ്രധാന സംഘാടകനായ എ വി കുഞ്ഞമ്പു. പരിചയപ്പെട്ടാൽ ഒരിക്കലും മറക്കാനാവാത്ത വ്യക്തിത്വമായിരുന്നു സഖാവിന്റേതെന്ന് അനുഭവങ്ങളിലൂടെ എനിക്ക് വ്യക്തമാണ്.

എ കെ ഗോപാലൻ

5

അഭിനവ് ഭാരത് സംഘം പിരിച്ചുവിടുന്നു

ആരെയും ആകർഷിക്കുന്ന സവിശേഷമായ വ്യക്തിത്വത്തിന്റെ ഉടമയായിരുന്നു സഖാവ് എ വി കുഞ്ഞമ്പു. പാർട്ടിയിലേക്ക് വരുന്ന പുതിയ തലമുറയോട് എ വി കാട്ടുന്ന വാത്സല്യവും സ്നേഹവും അവർ എങ്ങനെ രൂപപ്പെടണമെന്ന ധാരണയോടുകൂടിയുള്ള ഇടപെടലും അനുഭവിച്ചവർക്കുമാത്രമേ മനസിലാവുകയുള്ളൂ. അവസാനകാലത്ത് അസുഖംകൊണ്ട് സംസാരിക്കാൻ ബുദ്ധിമുട്ടുന്ന സമയത്തും രാഷ്ട്രീയ ചർച്ച നടത്തുന്നതിനും പഴയകാല സംഭവങ്ങൾ വിശദീകരിച്ച് സഖാക്കളെ ബോധ്യപ്പെടുത്തുന്നതിനും എ വി ശ്രദ്ധിക്കുമായിരുന്നു.

എ വിയെ ഒരു വിപ്ലവകാരിയായി രൂപപ്പെടുത്തുന്ന രാഷ്ട്രീയ പ്രക്രിയയ്ക്ക് വേദിയായത് കണ്ണൂർ സെൻട്രൽ ജയിലായിരുന്നുവെന്നു പറയാം. നിയമലംഘനപ്രസ്ഥാനത്തിലും അയിത്തോച്ചാടനത്തിലും സജീവമായി പങ്കെടുക്കുകയും അതിന് നേതൃത്വപരമായ പങ്ക് വഹിക്കുകയും ചെയ്ത നേതാവു കൂടിയായിരുന്നു എ വി. സമരങ്ങളിൽ പങ്കെടുത്ത് ജയിലിൽ പോകുന്നത് അഭിമാനമായി കണ്ട ഉജ്ജ്വലനായ പോരാളിയായിരുന്നു അദ്ദേഹം. അക്കാലത്തെ തന്റെ ജയിൽവാസകാല അനുഭവങ്ങളിൽ നിന്നാണ് എ വി എന്ന വിപ്ലവകാരി രൂപപ്പെട്ടുവരുന്നത്. അഭിനവ ഭാരത് യുവക് സംഘം പോലുള്ള പ്രസ്ഥാനം ഉണ്ടാക്കാനുള്ള രാഷ്ട്രീയ സമീപനം രൂപപ്പെട്ടുവരുന്നത് ഇവിടത്തെ അനുഭവങ്ങളിൽ നിന്നാണ്. അക്കാര്യം എ വി പലപ്പോഴും വിശദീകരിച്ചിട്ടുണ്ട്. മനുഷ്യന്റെ മനസിനെ സ്വാധീനിക്കുന്ന ആശയത്തിന് കൂട്ടായ്മ നേടാനാവുമ്പോഴാണല്ലോ അതൊരു ഭൗതിക ശക്തിയായിത്തീരുന്നത്. 1933 ഏപ്രിൽ 28 ന് നടവണ്ണൂരിൽ നിയമലംഘന പ്രകടനം നടത്തിയതിന്റെ പേരിൽ ഒമ്പതുമാസം ശിക്ഷിച്ച് നാലുമാസം കാസർഗോഡും പിന്നീട് കണ്ണൂർ സെൻട്രൽ ജയിലിലും തടവിലാക്കപ്പെട്ടു.

നിയമലംഘനപ്രസ്ഥാനത്തിന്റെ ഭാഗമായി ജയിലിലേക്ക് എത്തിയപ്പോൾ തന്റെ അനുഭവങ്ങൾ ജയിലിൽ കഴിയുകയായിരുന്ന തടവുകാരോട് ആവേശത്തോടെ എ വി വിശദീകരിക്കുമായിരുന്നു. എന്നാൽ ഇത് കേൾക്കുന്ന തടവുകാരിൽ ചിലർക്ക് ഒരു പ്രതികരണവുമില്ല. ഒരു നിസ്സാരഭാവം. എ വി പറഞ്ഞു. "എനിക്ക് ആദ്യം ദേഷ്യം വരുന്നുണ്ടായിരുന്നു. ഇവരുടെ സമീപനം കണ്ടിട്ട് പിന്നീടാണ് കാര്യങ്ങൾ മനസിലാക്കാനായത്." ഇന്ത്യയുടെ വിവിധഭാഗങ്ങളിൽ നിന്നായി വിവിധ സംഘടനകളിൽപ്പെട്ട നിരവധിപേരാണ് കണ്ണൂർ സെൻട്രൽ ജയിലിൽ ഉണ്ടായിരുന്നത്. അവർക്ക് ഗാന്ധിസത്തോടും കോൺഗ്രസിനോടും ഒരു മതിപ്പും ഉണ്ടായിരുന്നില്ലെന്ന് സംഭാഷണങ്ങളിൽ നിന്ന് ബോധ്യമായി. അവർ പറഞ്ഞു: "ഗാന്ധി വളരെ വേഗം സമരം പിൻവലിക്കും. നിങ്ങൾക്കെല്ലാം ജയിലിൽ നിന്ന് പോകാം. ബ്രിട്ടീഷ് സാമ്രാജ്യത്വത്തിന് കീഴടങ്ങാൻ ലജ്ജയില്ലാത്ത ഗാന്ധിയുടെ സമരം തീരാറായി."

ഈ കാഴ്ചപ്പാടുകളുടെ അടിസ്ഥാനത്തിൽ നിരന്തരമായ ആശയസമരം തന്നെ ജയിലിൽ നടക്കുകയുണ്ടായി. ഗാന്ധിജിയുടെ സമീപനത്തിനെതിരായി നിലപാടെടുത്തവർ ഓരോരുത്തരും നിരവധി വർഷക്കാലത്തേക്ക് ശിക്ഷിക്കപ്പെട്ടവരായിരുന്നു. ഭഗത്സിങ്ങിന്റെ സഹപ്രവർത്തകനും ഹിന്ദുസ്ഥാൻ റിപ്പബ്ലിക് ആർമിയുടെ നേതാവുമായ ബിച്ച്ലാൽ ഊട്ടി ബാങ്ക് കവർച്ചക്കേസിൽ പ്രതിയാക്കി 34 വർഷത്തേക്ക് ശിക്ഷിച്ച് അന്ന് കണ്ണൂർ സെൻട്രൽ ജയിലിൽ എത്തിയിരുന്നു. തന്റെ ആരാധനാപാത്രങ്ങളിൽ ഒരാളായ രക്തസാക്ഷി ഭഗത്സിങ്ങിന്റെ സഹപ്രവർത്തകൻ എന്ന നിലയിൽ ആദരവോടുകൂടിയ സമീപനമായിരുന്നു ഇദ്ദേഹത്തോട് എ വി പ്രകടിപ്പിച്ചത്. ഭഗത്സിങ്ങിനെ തൂക്കിലേറ്റുന്നതിൽ നിന്ന് ബ്രിട്ടീഷ് സാമ്രാജ്യത്വത്തെ വിലക്കാൻ ഒരു ചെറുവിരൽ അനക്കാത്ത ഗാന്ധിജിയുടെ നിലപാടിനോട് അടങ്ങാത്ത അമർഷത്തോടുകൂടിയ ബെച്ചിലാലിന്റെ വിശദീകരണം വീർപ്പടക്കി കേൾക്കുകയായിരുന്നുവെന്ന് എ വി പിന്നീട് പറയുകയുണ്ടായി. ഭഗത്സിങ്ങിനോടുള്ള ആദരവും സ്നേഹവും ആത്മാഭിമാനത്തോടുകൂടിയ ചങ്കൂറ്റവും വിപ്ലവാവേശം ഉൽപ്പാദിപ്പിക്കുന്ന ഒരു ഊർജ സ്രോതസായി എ വിക്ക് അനുഭവപ്പെട്ടു.

ബെച്ചിലാലും കൂട്ടരും ദീർഘവീക്ഷണം നടത്തിയതുപോലെ തന്നെ സംഭവിച്ചു. കോൺഗ്രസ് നിയമലംഘനപ്രസ്ഥാനം പിൻവലിച്ചു. ആവേശത്തോടുകൂടി കോൺഗ്രസ് വോളണ്ടിയർമാരായി സമരത്തിൽ പങ്കെടുത്ത ഇന്ത്യയിലെ ലക്ഷക്കണക്കിന് പ്രവർത്തകരെ നിരാശരാക്കിയ നിലപാടായിരുന്നു അത്. ഈ രാഷ്ട്രീയ തീരുമാനത്തിന്റെ ഫലമായി ഗുണപരമായ മറ്റൊരു മാറ്റം ഇന്ത്യൻ രാഷ്ട്രീയത്തിൽ സംഭവിച്ചു. 1934 ൽ രൂപംകൊണ്ട കോൺഗ്രസ് സോഷ്യലിസ്റ്റ് പാർട്ടി ഇതിന്റെ പരിണതഫലമായിരുന്നു.

സാധാരണ കോൺഗ്രസുകാരിൽ പൊതുവെ ഉണ്ടായ നിരാശാബോധവും നിഷ്ക്രിയാവസ്ഥയും ജയിൽ അനുഭവത്തിന്റെ വെളിച്ചത്തിൽ

തീവ്രമായ ഇടതുപക്ഷ അവബോധം സ്വായത്തമാക്കിയ എ വിയിൽ വമ്പിച്ച നിരാശയുണ്ടാക്കി. ജയിലിൽനിന്ന് ഇറങ്ങിവന്ന എ വി ജയിലിലേക്ക് പോകുമ്പോൾ ഉള്ളതുപോലെ ഒരു കോൺഗ്രസുകാരനായിരുന്നില്ല. എന്നാൽ വ്യക്തതയോടെ വേറെന്തെങ്കിലും നിലപാടിൽ എത്തിയിട്ടും ഇല്ല. ജയിലിലെ ചർച്ചയെത്തുടർന്ന് നിരവധി പ്രദേശങ്ങളിൽ സഞ്ചരിക്കാനും വിപ്ലവകാരികളുമായും മറ്റും ചർച്ച നടത്തുവാനുമുള്ള ആവേശം എ വിക്കുണ്ടായിരുന്നു. നാട്ടിൽ തിരിച്ചെത്തിയപ്പോൾ ഒരേപോലെ ചിന്തിക്കുന്ന സഹപ്രവർത്തകരുമായി ആലോചിച്ചാണ് പുതിയ ഒരു സംഘടന രൂപീകരിക്കുന്നതിന് ശ്രമമാരംഭിച്ചത്. എ വിയുടെ ഒരു രീതി കാര്യങ്ങൾ പരസ്പരം ചർച്ച ചെയ്യുന്നതും വ്യക്തതയ്ക്കുവേണ്ടി വിശദാംശങ്ങൾ വരെ പരിശോധിക്കുന്നതുമാണ്. ജയിൽ ജീവിതവും അനുഭവവുമെല്ലാം മറ്റ് സഹപ്രവർത്തകരുമായി നിരന്തരം സംവദിക്കുകയും അവരെയെല്ലാം താൻ ചിന്തിക്കുന്ന തലത്തിലേക്ക് ഉയർത്തുന്നതിനും കഴിഞ്ഞു. ചർച്ചകളിലൂടെ സംവദിക്കുന്നവരെ തന്റെ തലത്തിലേക്ക് ഉയർത്തിക്കൊണ്ടുവരാനുള്ള എ വിയുടെ അസാമാന്യ പാടവത്തിന്റെ ഫലമായിരുന്നു ഈ സംഘടന രൂപീകരണത്തിലേക്കു നയിച്ചത്. എ വിയുടെ ഈ ശേഷി ജീവിതാവസാനം വരെയുള്ള പ്രവർത്തനങ്ങളിൽ ദൃശ്യമായിരുന്നു.

പുതിയ ഒരു സംഘടന രൂപീകരിക്കുക എന്നത് ഇന്നത്തെപ്പോലെ എളുപ്പമായ ഒരു കാര്യമായിരുന്നില്ല അന്ന്. ധാരാളം പാർട്ടികൾ അന്ന് ഉണ്ടായിരുന്നില്ല. കോൺഗ്രസാണ് ദേശീയ പ്രസ്ഥാനത്തിന്റെ പ്രധാന ഉപകരണം. കമ്യൂണിസ്റ്റ് പ്രസ്ഥാനമോ മറ്റ് സോഷ്യലിസ്റ്റ് പ്രസ്ഥാനങ്ങളോ ഒന്നും പ്രവർത്തിച്ചു തുടങ്ങിയിട്ടില്ല. എ വി കോൺഗ്രസായിത്തന്നെ തുടരുകയാണ്. കോൺഗ്രസ് സോഷ്യലിസ്റ്റ് പാർട്ടി രൂപപ്പെട്ടു കഴിഞ്ഞിട്ടില്ല. 1934 മെയ് മാസത്തിൽ യൂത്ത്ലീഗിന്റെ പ്രവർത്തനം അങ്ങിങ്ങായി ആരംഭിച്ചിരുന്നുവെങ്കിലും തുടർച്ചയില്ലാതെ നിശ്ചലമായി.

താൻ നേതൃത്വം കൊടുത്തുകൊണ്ട് രൂപീകരിക്കാൻ പോകുന്ന സംഘടന എന്തായിരിക്കണമെന്നതു സംബന്ധിച്ച് വിശദമായ ചർച്ച സംഘടിപ്പിക്കപ്പെടുന്നതിന് എ വി തുടക്കം മുതലേ ശ്രദ്ധിച്ചിരുന്നു. സഹപ്രവർത്തകരിൽ പലരും തീവ്രവാദ നിലപാടുകൾ കൈക്കൊള്ളുന്നവരാണെന്ന കാര്യത്തിൽ എ വിക്ക് തർക്കമുണ്ടായിരുന്നില്ല. എന്നാൽ ബഹുജനങ്ങളുമായുള്ള ബന്ധം അറ്റുപോകുന്ന നിലപാടുകൾ സ്വീകരിക്കുന്നത് പാളിച്ചയായിരിക്കുമെന്ന സ്വയം തിരുത്തലിലേക്ക് അത് മാറ്റിക്കൊണ്ടുവരാനും കഴിഞ്ഞിരുന്നു. ചുരുക്കിപ്പറഞ്ഞാൽ കോൺഗ്രസിന്റെ നയങ്ങളെ പൂർണമായി ഉൾക്കൊള്ളാൻ സാധിക്കുന്നില്ലെങ്കിലും അതിനെ തള്ളിപ്പറയാതെ അതിന്റെ തന്നെ അനുബന്ധമായും അതേസമയം അതിൽ നിന്നും വ്യത്യസ്തമായ നിലപാടുകളുടെ അടിസ്ഥാനത്തിലുള്ള ഒരു സംഘടന രൂപീകരിക്കാനുമാണ് പരിശ്രമിച്ചത്. ഇത് കോൺഗ്രസിന്റെ തുടർച്ചയായിരുന്നില്ല. തീവ്രതയോടെ സാമൂഹ്യപ്രശ്നങ്ങൾ

കാണാനും വിപ്ലവപരമായി അതിനെ മാറ്റാനും ഉള്ള ഇടപെടൽ നടത്തുക അതിന്റെ ലക്ഷ്യമായിരുന്നു. അതോടൊപ്പം ജനങ്ങൾ അനുഭവിക്കുന്ന പ്രശ്നങ്ങൾക്ക് പരിഹാരം കാണുന്നതിനുള്ള സന്നദ്ധപ്രവർത്തനം സാമൂഹ്യസേവന പ്രവർത്തനങ്ങൾ എല്ലാം തുടരാനും സാധിക്കുന്ന സംഘടനയാണ് ആരംഭിച്ചത്.

ഈ സംഘത്തിന്റെ പ്രവർത്തനം അന്നത്തെ രാഷ്ട്രീയപ്രവർത്തനത്തിന് എത്രയേറെ സഹായകമായി എന്ന് എ കെ ജി തന്നെ വിശദീകരിക്കുന്നുണ്ട്:

> കരിവെള്ളൂരിലെ അഭിനവ ഭാരത യുവക് സംഘത്തിൽ ഇടത്തരക്കാരെന്നതുപോലെ കൃഷിക്കാരായ ചെറുപ്പക്കാരുമുണ്ടായിരുന്നു. എവി കുഞ്ഞമ്പു, വി വി കുഞ്ഞമ്പു മുതലായവരായിരുന്നു അതിന്റെ നേതാക്കന്മാർ. കെ കൃഷ്ണൻ മാസ്റ്റർ, പി കുഞ്ഞിരാമൻ മുതലായ എത്രയോ സഖാക്കളെ ഈ സംഘത്തിന് വളർത്താൻ സാധിച്ചിട്ടുണ്ട്. കയ്യൂർ സഖാക്കളെപ്പോലുള്ള ബോൾഷെവിക് വീരന്മാരെ സൃഷ്ടിക്കാനുള്ള പരിതഃസ്ഥിതി ഈ സംഘത്തിന് ഉണ്ടാക്കാൻ കഴിഞ്ഞു. ശരിയായ പരിപാടി, ട്രെയിനിങ് സിദ്ധിച്ച വാളണ്ടിയർമാർ, നാട്ടുകാരുടെ ആവശ്യങ്ങൾ മനസിലാക്കി പ്രവർത്തിക്കാൻ കെൽപ്പുള്ള നേതൃത്വം, കാസർഗോട്ടെയും ചിറയ്ക്കലിലെയും സംഘത്തിലെ നേതാക്കന്മാർ ഒരു വലിയ വിഭാഗം അഭിനവ ഭാരത് യുവക് സംഘത്തിലെ അംഗങ്ങളായിരുന്നു.

ഉജ്വലമായ പ്രവർത്തനങ്ങൾ കാഴ്ചവച്ച യുവജനസംഘം മലബാറിലെ കർഷകപ്രസ്ഥാനത്തിന്റെയും കമ്യൂണിസ്റ്റ് പ്രസ്ഥാനത്തിന്റെയും മുന്നേറ്റത്തിനു നൽകിയ സംഭാവനകൾ ഏവരും വിശദീകരിച്ചിട്ടുണ്ട്. ഇത്രയേറെ ഉജ്വലമായി പ്രവർത്തിച്ച ഈ സംഘടനയുടെ പ്രവർത്തനം അവസാനിപ്പിക്കാനാണ് അന്നത്തെ രാഷ്ട്രീയ നേതൃത്വം തീരുമാനിച്ചത്. കാരണം യുവജനസംഘടന എന്ന പേരിലാണ് ഇത് അറിയപ്പെട്ടതെങ്കിലും അതിന്റെ പ്രവർത്തനം കോൺഗ്രസ് സോഷ്യലിസ്റ്റ് പാർട്ടിക്ക് സമാന്തരമായ രീതിയിലായിരുന്നു. ചുരുക്കത്തിൽ യുവജനങ്ങൾ നേതൃത്വം കൊടുക്കുന്ന ഒരു രാഷ്ട്രീയപ്പാർട്ടി എന്ന നിലയിലേക്കുള്ള പ്രവർത്തനം പൊതു മുന്നേറ്റത്തിന് ഗുണപരമല്ല എന്നായിരുന്നു ഇവരുടെ നിഗമനം. അതുകൊണ്ട് ഈ സംഘടന പിരിച്ചുവിടണം എന്ന തീരുമാനം അവർ സംഘടനാ ഭാരവാഹികളെ അറിയിക്കുകയായിരുന്നു. ഈ കാര്യം പി കൃഷ്ണപിള്ള കരിവെള്ളൂരിൽ വന്ന് എ വിയെ തന്നെ കണ്ട് സംസാരിച്ചു. 1939 ജനുവരി 14, 15 തീയതികളിൽ നടന്ന കൊടക്കാട് സമ്മേളനത്തിനുശേഷം പി കൃഷ്ണപിള്ള, ഇ എം എസ്, എ കെ ജി എന്നിവർ എ വിയെ കോഴിക്കോട്ടേക്ക് വിളിപ്പിച്ചു. തങ്ങളുടെ അഭിപ്രായം അവിടെവച്ച് വീണ്ടും അറിയിച്ചു. ഇതിനെ സംബന്ധിച്ച് എ വി ഇങ്ങനെ എഴുതുന്നു:

> 1939ലാണ് അതുണ്ടായത്. എന്നെ സഖാവ് കോഴിക്കോട്ടേക്ക് വിളിപ്പിച്ചു. ചെന്നുനോക്കുമ്പോൾ അവിടെ ത്രിമൂർത്തികൾ (പി കൃഷ്ണപിള്ള, ഇ എം എസ്, എ കെ ജി) എന്നെയും കാത്തിരിക്കുകയാണ്. അവർക്കെന്നോട് പറയാനുണ്ടായിരുന്നത് ഞാൻ ആശയും ആവേശം പകർന്ന് രൂപപ്പെടുത്തിയെടുത്ത ചിറയ്ക്കൽ, കാസർഗോഡ് താലൂക്കുകളിൽ വിപുലമായി പ്രചരിച്ചുകഴിഞ്ഞിരുന്ന അഭിനവ ഭാരത യുവക് സംഘം ഉടൻ പിരിച്ചുവിടണമെന്നാണ്. പ്രസ്ഥാനത്തിലേക്ക് വളരെയേറേ ഊർജ്വസ്വലരായ കേഡർമാരെ സംഭാവന ചെയ്ത ഞാൻ എന്റെ ജീവനെപ്പോലെ സ്നേഹിക്കുന്ന, വിലമതിക്കുന്ന അഭിനവ ഭാരത യുവക് സംഘം ബഹുമാനവും സ്നേഹവും ഒപ്പം കോപവും പരിതാപവും എല്ലാം കൂടി എന്നെ ഏറെ നേരത്തേക്ക് കുഴക്കി. പക്ഷേ സഖാവിന്റെ ആജ്ഞാശക്തിക്കു മുമ്പിൽ എനിക്ക് എതിർത്തുനിൽക്കാൻ കഴിഞ്ഞില്ല. കോൺഗ്രസ് സോഷ്യലിസ്റ്റ് പാർട്ടിക്ക് സമാന്തര സംഘടനയായി വളർന്നു എന്ന് അവർ അവകാശപ്പെടന്ന അഭിനവ ഭാരത് യുവക്സംഘം പിരിച്ചുവിടാൻ എന്നെക്കൊണ്ട് സാധ്യമായിരുന്നില്ല. അതിന്റെ പ്രവർത്തനം ഞാൻ തന്നെ മരവിപ്പിച്ചു. അത് തന്നത്താൻ ഇല്ലാതാവുന്നതുകണ്ട് പരിതപിക്കാനേ എനിക്ക് കഴിഞ്ഞുള്ളൂ.

ഇതിൽ നിന്ന് ഈ സംഭവം എത്രമാത്രം എ വിയെ വേദനിപ്പിച്ചുവെന്ന് എടുത്തുപറയേണ്ടതില്ലല്ലോ. എന്നിട്ടും പാർട്ടിക്കു വിധേയമായി പ്രവർത്തിക്കുക ഏറെ പ്രധാനമാണെന്ന കമ്യൂണിസ്റ്റ് ബോധം അക്കാലത്ത് ചിറയ്ക്കൽ, കാസർഗോഡ് കോൺഗ്രസ് സോഷ്യലിസ്റ്റ് പാർട്ടിയുടെ സെക്രട്ടറി ആയിരുന്ന എ വിയെ നയിച്ചു എന്ന് വ്യക്തമാകും. ഈ വിഷയം കരിവെള്ളൂരിലെത്തിയ എ വി യുവക് സംഘം രൂപീകരിച്ച സ്ഥലത്തുവച്ചുതന്നെ സഹപ്രവർത്തകരുമായി ചർച്ച ചെയ്തു. ഒടുവിൽ അതിന്റെ പ്രവർത്തനം മരവിപ്പിക്കാനും തീരുമാനിച്ചു. ബക്കളം കർഷക സമ്മേളനത്തോടനുബന്ധിച്ച് നടക്കുന്ന യുവക് സംഘത്തിന്റെ സമ്മേളനത്തിൽ കൃഷ്ണപിള്ള കാര്യങ്ങൾ വിശദീകരിക്കുമെന്ന് എ വി അറിയിക്കുകയുണ്ടായി.

ബക്കളത്ത് മെയ് 13-ാം തീയതി ചേർന്ന യുവക് സമ്മേളനത്തിൽ വച്ച് ഈ കാര്യം വിശദമായി ചർച്ച ചെയ്തു. തുടർന്ന് യുവക് സംഘത്തിന്റെ പരിമിതി എല്ലാവർക്കും ബോധ്യപ്പെട്ടു. സാർവദേശീയ വീക്ഷണത്തോടെ യുവജനപ്രസ്ഥാനങ്ങൾ ശക്തിപ്പെടുന്ന ഘട്ടത്തിൽ അത്തരം പ്രസ്ഥാനത്തിൽ അണിചേരുക എന്നതാണ് പ്രധാനമെന്ന കാര്യം ഏവരും അംഗീകരിച്ചു. ഒരു പ്രദേശത്ത് ഒരു പാർട്ടിയുടെ എല്ലാവിധ പ്രവർത്തനവും ഏറ്റെടുത്തു നടത്തുന്ന യുവക് സംഘത്തിന്റെ രീതി ഒരു യുവജനസംഘടനയുടെ കാഴ്ചപ്പാടിൽ ഒതുങ്ങുന്നതായിരുന്നില്ലെന്ന് ഇന്ന് നോക്കുമ്പോൾ വ്യക്തമാണ്. നിലനിൽക്കുന്ന രാഷ്ട്രീയ സംവിധാനത്തോട് യോജിക്കാൻ കഴിയാതിരിക്കുക. അതേസമയം അതിനെ

മറികടക്കാൻ പറ്റുന്ന വിധം കൃത്യമായ രാഷ്ട്രീയ കാഴ്ചപ്പാട് രൂപപ്പെടാതിരിക്കുക. ഇത്തരം ഘട്ടങ്ങളിൽ യുവജനങ്ങൾ ശരിയായ രാഷ്ട്രീയ നിലപാടുകളിൽ നിന്ന് വ്യതിചലിച്ചുപോകുക സ്വാഭാവികമാണ്. അത്തമൊരു പ്രശ്നമാണ് ഇവിടെയും ഉയർന്നുവന്നതെന്നു കാണാം. യുവജനസംഘടനയും രാഷ്ട്രീയപ്പാർട്ടിയും തമ്മിലുള്ള ബന്ധത്തെ സംബന്ധിച്ചുള്ള പല രീതികളിലുള്ള അവ്യക്തത പല ഘട്ടങ്ങളിലും പിന്നീടും ഉയർന്നുവന്നിട്ടുണ്ട്. ഈ അവ്യക്തതയുടെ ഭാഗമായി ഉയർന്നുവന്ന പ്രശ്നങ്ങളും യുവജനപ്രസ്ഥാനത്തിന്റെ ചരിത്രത്തിന്റെ ഭാഗമാണ്. അതിന്റെ പഠനങ്ങളിൽനിന്ന് നമുക്ക് ഏറെ തെറ്റുകൾ തിരുത്തിയെടുക്കാനും പറ്റും.

ദേശീയ പ്രസ്ഥാനവും നവോത്ഥാനപ്രസ്ഥാനവും പലപ്പോഴും ഇടകലർന്ന് പ്രവർത്തിക്കുന്ന രീതിയായിരുന്നു നിലനിന്നിരുന്നത് എന്നു കാണാം. അയിത്തത്തിനും അനാചാരത്തിനുമെതിരായി കേരളത്തിൽ ഉയർന്നുവന്ന പ്രക്ഷോഭങ്ങളുടെ ചരിത്രവും ഈ വസ്തുതയിലേക്കാണ് വിരൽ ചൂണ്ടുന്നത്. അതിന് എടുത്തുപറയേണ്ട ഒന്നാണ് വൈക്കം സത്യഗ്രഹം. ഈ സമരം നടക്കുമ്പോൾ കമ്യൂണിസ്റ്റ് പ്രസ്ഥാനം രൂപീകരിക്കപ്പെട്ടിരുന്നില്ല. എന്നാൽ, ദേശീയപ്രസ്ഥാനം പ്രവർത്തനം തുടങ്ങിയിരുന്നു. അത്തരം പ്രവർത്തനത്തിന് അക്കാലത്ത് നേതൃത്വം കൊടുത്ത മാധവനായിരുന്നു ഇതിന് നേതൃത്വം നൽകിയത്. എസ് എൻ ഡി പിയുടെ നേതാവെന്ന നിലയിലും ഇദ്ദേഹം പ്രവർത്തിച്ചിരുന്നു. നവോത്ഥാന പ്രസ്ഥാനവും ദേശീയ പ്രസ്ഥാനവും ഇത്തരത്തിൽ ഇടകലർന്ന് പ്രവർത്തിക്കുന്ന സംവിധാനത്തിൽ ഇടപെട്ടുകൊണ്ടാണ് കമ്യൂണിസ്റ്റ് പ്രസ്ഥാനം പിന്നീട് മുന്നോട്ടുനീങ്ങിയത്. ഈ ഇടപെടലാണ് കേരളത്തിലെ കരുത്തുറ്റ പ്രസ്ഥാനമായി കമ്യൂണിസ്റ്റ് പ്രസ്ഥാനത്തെ മാറ്റിയത്. എന്നാൽ, വടക്കേ മലബാറിൽ നവോത്ഥാന പ്രസ്ഥാനത്തിന്റെ ഉത്തരവാദിത്വം കൂടി പൊതുവിൽ കർഷകപ്രസ്ഥാനം ഏറ്റെടുക്കുന്ന നിലയാണുണ്ടായിരുന്നത്.

6

യുവജനപ്രസ്ഥാനം പിന്നിട്ട വഴികൾ

ആയിരത്തിത്തൊള്ളായിരത്തി മുപ്പത് ഇന്ത്യൻ രാഷ്ട്രീയത്തിൽ സുപ്രധാനമായ മാറ്റങ്ങൾ വരുന്ന ഘട്ടമാണ്. 1929 ഡിസംബർ അവസാനവും ജനുവരി ആദ്യവുമായി ലാഹോറിൽ ചേർന്ന കോൺഗ്രസ് എ ഐ സി സി സമ്മേളനം പൂർണസ്വരാജ് പ്രമേയം അംഗീകരിച്ചു. അതോടുകൂടി സാമ്രാജ്യത്വ വിരുദ്ധ പോരാട്ടത്തിന്റെ യഥാർഥ ലക്ഷ്യത്തിലേക്ക് കോൺഗ്രസ് നടന്നടുക്കുകയായിരുന്നു. 1917 ൽ റഷ്യൻ വിപ്ലവം ഒരു പുതിയ ലോകത്തെ ജനങ്ങൾക്കുമുമ്പാകെ പരിചയപ്പെടുത്തി. ഇതിന്റെ ആവേശകരമായ അനുഭവം കോളനി രാജ്യങ്ങളിലെ സാമ്രാജ്യത്വവിരുദ്ധപോരാട്ടത്തിൽ നടത്തിയ ഇടപെടൽ കൂടി ഇത്തരമൊരു തീരുമാനത്തിൽ എത്തിച്ചേരുന്നതിന് ഇടയാക്കി.

താഷ്കന്റിൽ രൂപീകരിച്ച ഇന്ത്യൻ കമ്യൂണിസ്റ്റ് പാർട്ടി നമ്മുടെ രാജ്യത്ത് പ്രവർത്തനമാരംഭിക്കുകയും കമ്യൂണിസ്റ്റുകാരായ ആളുകൾ കോൺഗ്രസിനകത്തു നിന്നുകൊണ്ടുതന്നെ പൂർണസ്വാതന്ത്ര്യം ലക്ഷ്യമാക്കി മാറ്റാൻ വേണ്ടി പൊരുതിക്കൊണ്ടിരിക്കുകയായിരുന്നു. 1921 ൽ അഹമ്മദാബാദിൽ ചേർന്ന എ ഐ സി സി സമ്മേളനത്തിൽ ഈ പ്രമേയം പാസാക്കി എടുക്കുന്നതിന് പ്രവർത്തിച്ചുവെങ്കിലും പ്രാവർത്തികമാക്കാനായില്ല. 1930 ൽ ലാഹോറിൽ ചേർന്ന കോൺഗ്രസ് സമ്മേളനത്തിലാണ് ഇത് അംഗീകരിക്കപ്പെടുന്നത്. കമ്യൂണിസ്റ്റ് പാർട്ടിയുടെ സാമ്രാജ്യത്വവിരുദ്ധ മുദ്രാവാക്യം കോൺഗ്രസിന് ഉൾക്കൊള്ളാൻ ഒൻപതു വർഷം വേണ്ടിവന്നു എന്നർഥം.

ബ്രിട്ടീഷുകാരെ രാജ്യത്തുനിന്ന് പുറത്താക്കുക എന്ന ലക്ഷ്യം മുന്നോട്ട് വെക്കപ്പെട്ടതോടെ സന്ധിയില്ലാ സമരങ്ങളുടെ പരമ്പരകൾ ഇന്ത്യയിൽ ആരംഭിക്കാൻ തുടങ്ങി. ഇതിന്റെ ഭാഗമായി വിവിധ മേഖല

കളിൽ സംഘടനകൾ രൂപീകരിക്കുക അത്യാവശ്യമാണെന്ന ബോധം ദേശീയ പ്രസ്ഥാനത്തിനകത്ത് ഉണ്ടായി. തുടർന്ന് അത്തരം സംഘടനകൾ രൂപീകരിക്കാനുള്ള പ്രവർത്തനങ്ങൾ തകൃതിയായി നടന്നു. 1936 ൽ വിദ്യാർഥി പ്രസ്ഥാനവും തുടർന്ന് കർഷകപ്രസ്ഥാനവും രൂപീകരിക്കപ്പെട്ടു. എന്നാൽ സംഘടിത യുവജനപ്രസ്ഥാനം ഈ കാലഘട്ടത്തിലും അഖിലേന്ത്യാടിസ്ഥാനത്തിൽ രൂപം കൊണ്ടില്ല. എന്നാൽ ഒരു ജനവിഭാഗം എന്ന നിലയിൽ സാമ്രാജ്യത്വവിരുദ്ധ പോരാട്ടങ്ങളിൽ യുവജനങ്ങൾ ഏറെ സജീവമായിരുന്നു എന്നതാണ് വസ്തുത.

ചൗരിചൗരയിൽ ബ്രിട്ടീഷ് വിരുദ്ധ കലാപത്തിൽ ഏർപ്പെട്ട ജനത പൊലീസ് സ്റ്റേഷൻ തന്നെ തീവയ്ക്കുന്ന സ്ഥിതിയുണ്ടായി. ഇത് അക്രമത്തിന്റെ പാതയിലേക്കുള്ള നീക്കമാണെന്നും അതുകൊണ്ട് പ്രക്ഷോഭവുമായി മുന്നോട്ടുപോകാനാവില്ലെന്നും ഗാന്ധിജി പ്രഖ്യാപിച്ചു. ഇതിന്റെ അടിസ്ഥാനത്തിൽ കോൺഗ്രസ് നടത്തിയ പ്രക്ഷോഭം പിൻവലിച്ചത് യുവാക്കളിൽ ഇക്കാലത്ത് വലിയ നിരാശ ഉളവാക്കി.

ദേശീയ സ്വാതന്ത്ര്യസമരപ്രസ്ഥാനത്തിലെ പലതുകൊണ്ടും ചർച്ച ചെയ്യപ്പെട്ട സുപ്രധാനമായ അധ്യായമാണ് ക്വിറ്റിന്ത്യാ സമരത്തിന്റേത്. രണ്ടാം ലോകമഹായുദ്ധത്തിൽ ഇന്ത്യാക്കാർ സ്വീകരിക്കേണ്ട നിലപാടുകളെ സംബന്ധിച്ച് വ്യത്യസ്തമായ അഭിപ്രായങ്ങൾ ഈ കാലത്ത് രൂപപ്പെട്ടു. ഹിറ്റ്ലറുടെ നേതൃത്വത്തിൽ ലോകത്തുയർന്നുവരുന്ന ഫാസിസ്റ്റ് ശക്തികളെ പ്രതിരോധിക്കാൻ ജനങ്ങൾ അണിനിരക്കേണ്ടത് അത്യന്താപേക്ഷിതമാണെന്ന് കമ്യൂണിസ്റ്റ് പാർട്ടി നിലപാടെടുത്തു. അതിനായി അച്ചുതണ്ട് ശക്തികൾക്കെതിരായി നടക്കുന്ന യുദ്ധത്തിൽ സഖ്യകക്ഷികളെ പിന്തുണക്കേണ്ടതുണ്ടെന്നും റഷ്യ ഈ സമരത്തിൽ പങ്കാളികളാകുന്ന ഘട്ടം സംജാതമായതോടെ കമ്യൂണിസ്റ്റ് പാർട്ടി പ്രഖ്യാപിച്ചു. റഷ്യ ഈ യുദ്ധത്തിൽ ബ്രിട്ടന്റെ ഭാഗത്തായിരുന്നു. ഈ പുതിയ സാഹചര്യം നാം പരിഗണിക്കേണ്ടതില്ലെന്നും സാർവദേശീയതലത്തിലെ ഇത്തരം പ്രശ്നങ്ങളിൽ ശ്രദ്ധ ചെലുത്തേണ്ടതില്ലെന്നും കോൺഗ്രസുകാർ വാദിച്ചു. പകരം നാം ഈ അവസരത്തിൽ സമ്മർദം ചെലുത്തി ദേശീയ സ്വാതന്ത്ര്യം നേടിയെടുക്കാനാണ് പരിശ്രമിക്കേണ്ടത് എന്നും അവർ വാദിച്ചു.

എ ഐ സി സി യോഗത്തിൽ വെച്ച് 1942 ആഗസ്റ്റ് 9-ാം തീയതി ക്വിറ്റിന്ത്യ പ്രമേയം അംഗീകരിച്ചു. ഇതിന്റെ അടിസ്ഥാനത്തിൽ വിവിധ സമരങ്ങൾ രാജ്യത്തിന്റെ വിവിധ ഭാഗങ്ങളിൽ സംഘടിപ്പിച്ചു. കോൺഗ്രസിലെ സോഷ്യലിസ്റ്റ് ശക്തികൾ ഈ സമരത്തിൽ തീവ്രമായി ഇടപെടുകയും ചെയ്തു. ഇതോടെ ദേശീയ സ്വാതന്ത്ര്യസമരപ്രസ്ഥാനത്തിൽ പിളർപ്പ് അനുഭവപ്പെട്ടു. കമ്യൂണിസ്റ്റ് ചേരിയും കോൺഗ്രസിന്റെ ചേരിയും തമ്മിലുള്ള അഭിപ്രായവ്യത്യാസം എല്ലാ മേഖലയിലും പ്രതിഫലിക്കാൻ തുടങ്ങി. ഈ ആശയഭിന്നത ജനങ്ങളിലാകെത്തന്നെ വ്യാപിക്കുന്നതിന് ഇടയാക്കി. എന്നാൽ കോൺഗ്രസുകാർ കരുതിയതുപോലെ ഈ

പ്രക്ഷോഭം ഏറെനാൾ നിലനിന്നില്ല. ക്വിറ്റിന്ത്യാ സമരത്തെ വളരെവേഗം ബ്രിട്ടീഷുകാർ അടിച്ചമർത്തി.

ക്വിറ്റിന്ത്യാസമരം അടിച്ചമർത്തപ്പെടുകയും രണ്ടാം ലോകമഹായുദ്ധം അവസാനിക്കുകയും ചെയ്തതോടെ സാർവദേശീയ-ദേശീയ രാഷ്ട്രീയത്തിൽ പുതിയ സ്ഥിതിവിശേഷം സംജാതമായി. രണ്ടാം ലോകമഹായുദ്ധത്തിന്റെ കെടുതികളെ സോവിയറ്റ് യൂണിയൻ അതിവേഗം അതിജീവിച്ചപ്പോൾ ബ്രിട്ടനെപ്പോലുള്ള രാജ്യങ്ങൾ വൻ സാമ്പത്തിക പ്രതിസന്ധിയിലേക്ക് മുതലക്കൂപ്പ് നടത്തുകയും ചെയ്തു. ദുർബലമായ സാമ്രാജ്യത്വ ശക്തികൾക്കെതിരെ തീക്ഷ്ണമായ സമരങ്ങൾ രാജ്യത്തിന്റെ വിവിധ മേഖലകളിൽ അലയടിച്ചുയർന്നു. ഐ എൻ എ കലാപം, ആർ എൻ എ കലാപം, തേഭാഗ, തെലങ്കാന സമരം, കർഷക-തൊഴിലാളി പോരാട്ടങ്ങൾ, യുവജന-വിദ്യാർഥി പ്രക്ഷോഭങ്ങൾ തുടങ്ങിയവയാൽ രാജ്യത്തിന്റെ രാഷ്ട്രീയ അന്തരീക്ഷം കലുഷിതമായി. സാമ്രാജ്യത്വവുമായി മുഖാമുഖം ഏറ്റുമുട്ടലിന്റെ ഈ ഘട്ടത്തിൽ യുവജനപ്രസ്ഥാനത്തിന്റെ പ്രത്യേകമായ ഇടപെടൽ എന്നത് അസാധ്യമായിരുന്നു. അഥവാ അത്തരമൊരു പോരാട്ടത്തിന് പ്രസക്തിയുമുണ്ടായിരുന്നില്ല. എങ്കിലും യുവാക്കൾ ഈ സമരപ്രക്ഷോഭങ്ങളിലെല്ലാം സജീവമായി പങ്കെടുത്തിരുന്നു.

കേരളത്തിൽ ഈ കാലഘട്ടങ്ങളിൽ തീവ്രമായ സമരങ്ങൾ നടക്കുകയുണ്ടായി. യുവാക്കളുടെ സജീവമായ പങ്കാളിത്തം ഈ സമരങ്ങളിലെല്ലാം ദൃശ്യമായിരുന്നു. 1939 ൽ ജനുവരി 14, 15 തീയതികളിൽ കൊടക്കാട്ട് നടന്ന അഭിനവ ഭാരത യുവക് സംഘത്തിന്റെയും കർഷകസംഘത്തിന്റെയും സമ്മേളനത്തിൽ പങ്കെടുത്തതിന്റെ ആവേശവുമായി കയ്യൂരിലെത്തിയ യുവാക്കളാണ് കയ്യൂരിലെ പ്രക്ഷോഭങ്ങൾക്ക് നേതൃത്വം നൽകിയത്. കേരളത്തിലെയെന്നല്ല ഇന്ത്യയിലെ ആകമാനമുള്ള ദേശീയ പ്രസ്ഥാനത്തിന്റെ ചരിത്രത്തിൽ ആവേശത്തിന്റെ തലത്തിലല്ലാതെ ഈ സമരത്തെ ഓർക്കാനാവില്ല. ചോര ചിന്തിയും ജീവൻ നൽകിയും സാമ്രാജ്യത്വത്തെ കെട്ടുകെട്ടിക്കാനുള്ള ഇന്ത്യൻ ജനതയുടെ ആത്മവീര്യത്തിന്റെ തിളങ്ങുന്ന അധ്യായമായിരുന്നു കയ്യൂർ സമരം. 'സാമ്രാജ്യത്വം തുലയട്ടെ, ജന്മിത്വം തകരട്ടെ' എന്ന മുദ്രാവാക്യമുയർത്തി പൊരുതിയ കയ്യൂരിലെ സമര സഖാക്കൾക്കു നേരെ കള്ളക്കേസ് ചാർജ് ചെയ്യുകയായിരുന്നു. സുബ്ബരായൻ എന്ന പൊലീസുകാരന്റെ മരണവുമായി ബന്ധപ്പെട്ട് ചാർജ് ചെയ്യപ്പെട്ട കള്ളക്കേസിൽ മഠത്തിൽ അപ്പു, കൊയ്ത്താറ്റിൽ ചിരുകണ്ടൻ, പള്ളിക്കൽ അബൂബക്കർ, പെടോര കുഞ്ഞമ്പുനായർ എന്നീ യുവാക്കൾ 1943 മാർച്ച് 29 ന് തൂക്കിലേറ്റപ്പെട്ടു. 1940 സെപ്റ്റംബർ 15 ന്റെ മർദന പ്രതിഷേധദിനത്തിൽ മൊറാഴയിലും മട്ടന്നൂരിലും തലശ്ശേരിയിലും പൊലീസുമായി ഏറ്റുമുട്ടൽ നടന്നു. തലശ്ശേരിയിൽ അബുവും ചാത്തുക്കുട്ടിയും രക്തസാക്ഷികളായി. മൊറാഴ കേസിൽ കെ പി ആറിനെ തൂക്കിക്കൊല്ലാൻ വിധിച്ചുവെങ്കിലും പിന്നീട് റദ്ദാക്കപ്പെട്ടു.

പുന്നപ്ര-വയലാർ രക്തസാക്ഷിമണ്ഡപം

1946 ഒക്ടോബറിൽ പുന്നപ്ര-വയലാർ പ്രദേശങ്ങളിൽ അസംഖ്യം പേർ പട്ടാളവുമായി ഏറ്റുമുട്ടി രക്തസാക്ഷികളായി. ഡിസംബർ 20 ന് കരിവെള്ളൂരിൽ തിടിൽ കണ്ണൻ, കീനേരി കുഞ്ഞമ്പു എന്നിവർ മരണപ്പെട്ടു. കാവുമ്പായിക്കുന്നിൽ തെങ്ങിൽ അപ്പനമ്പ്യാർ, പി കുമാരൻ, ആലിറമ്പൻകണ്ടി കൃഷ്ണൻ, പുളുക്കൂൽ കുഞ്ഞിരാമൻ, മഞ്ഞേരി ഗോവിന്ദൻ എന്നിവർ പോരാട്ടത്തിൽ പൊരുതിവീണ് മരിച്ചു. ഈ സമരങ്ങളിലെല്ലാം സജീവമായ സാന്നിധ്യമായി യുവാക്കൾ ഉണ്ടായിരുന്നു.

തൊഴിലാളികളുടേയും കർഷകരുടേയും പോരാട്ടങ്ങൾ ഈ ഘട്ടത്തിൽ ഏറെ ശക്തിപ്രാപിച്ചു. ജന്മിത്വത്തിനും സാമ്രാജ്യത്വത്തിനും എതിരായ മുദ്രാവാക്യങ്ങളാൽ രാജ്യം മുഖരിതമായി. ഈ പ്രക്ഷോഭങ്ങൾ വളർന്നുവന്നാൽ തൊഴിലാളി വർഗത്തിന്റെ കൈകളിലേക്ക് അധികാരം എത്തിച്ചേരും എന്ന തോന്നലുണ്ടായിരുന്ന സാമ്രാജ്യത്വശക്തികൾ ഇന്ത്യൻ ബൂർഷ്വാസിയുമായി സന്ധിയുണ്ടാക്കി. ഇന്ത്യൻ സ്വാതന്ത്ര്യത്തിന് ഇത്തരമൊരു ഒത്തുതീർപ്പിന്റെ ഘടകം കൂടി ഉണ്ടായിരുന്നു.

ഒത്തുതീർപ്പിന്റെ പശ്ചാത്തലം ഉണ്ടായിരുന്നുവെങ്കിലും ബ്രിട്ടീഷുകാരുടെ കൈകളിൽ നിന്ന് അധികാരം ഇന്ത്യക്കാർക്ക് ലഭിച്ചുവെന്നത് വലിയ ആവേശം ജനങ്ങളിൽ ഉണ്ടാക്കി. തൊഴിലില്ലായ്മയും പട്ടിണിയും ദാരിദ്ര്യവും ഇല്ലാത്ത, ജനങ്ങളെല്ലാം സ്നേഹത്തോടും സൗഭാഗ്യത്തോടും കൂടി കഴിയുന്ന ഒരു ലോകം ഉണ്ടാകുമെന്ന ചിന്തയായിരുന്നു ജനങ്ങളെ നയിച്ചത്. എന്നാൽ കുറച്ചുകാലത്തിനുള്ളിൽ തന്നെ ആ വ്യാമോഹത്തിന് തിരിച്ചടിയേറ്റു. തങ്ങളുടെ സ്വപ്നങ്ങൾക്കനുസരിച്ച് രാജ്യം മുന്നോട്ടുനീങ്ങുന്നില്ലെന്ന തോന്നൽ സ്വാതന്ത്ര്യത്തിനായി പൊരുതിയ പലരുടെ മനസിലും വേദന സൃഷ്ടിച്ചിരുന്നു. എന്നാൽ ഈ വികാരം രാജ്യത്താകമാനമുള്ള ജനങ്ങളിൽ ഉണ്ടായിരുന്നില്ല. ഈ യാഥാർഥ്യം ശരിയായ അർഥത്തിൽ ഉൾക്കൊള്ളാൻ കമ്യൂണിസ്റ്റ് പാർട്ടിക്ക് കഴിയാതെ വന്നു. 1948 ൽ കൊൽക്കത്തയിൽ ചേർന്ന കമ്യൂണിസ്റ്റ് പാർട്ടി കോൺഗ്രസ് ഇന്ത്യയിലെ ജനങ്ങളുടെ ഈ ആവേശത്തേയും മനോഭാവത്തേയും മനസിലാക്കാതെ വിപ്ലവത്തിന് സമയമായിരിക്കുന്നുവെന്ന രീതിയിൽ സായുധ പോരാട്ടത്തിന് നേതൃത്വം നൽകി. ഈ കാലഘട്ട

ത്തിൽ നിരവധി പോരാട്ടങ്ങൾ നടന്നു. കമ്യൂണിസ്റ്റ് പാർട്ടി പ്രവർത്തകന്മാർ വേട്ടയാടപ്പെടുന്ന സ്ഥിതിയുണ്ടായി. 1948 ഏപ്രിൽ 30 ന് ഒഞ്ചിയത്ത് അളവക്കൽ കൃഷ്ണൻ, കെ എം ശങ്കരൻ, വി പി ഗോപാലൻ, വി കെ രാഘൂട്ടി, സി കെ ചാത്തു, മേനോൻ കണാരൻ, പുറവിൽ കണാരൻ, പാറോള്ളതിൽ കണാരൻ എന്നിങ്ങനെ എട്ടുപേർ വെടിവയ്പ്പിൽ മരണപ്പെട്ടു. മണ്ടോടി കണ്ണനും കൊലാച്ചേരി കുമാരനും ലോക്കപ്പിൽ വച്ചാണ് മരണപ്പെട്ടത്. കോറോത്ത് ഏപ്രിൽ 12 ന് ബി പൊക്കൻ വെടിയേറ്റ് മരിച്ചു. മുനയൻകുന്നിൽ മെയ്ദിനത്തിൽ ആറുപേർ രക്തസാക്ഷികളായി. കെ സി കുഞ്ഞാപ്പു മാസ്റ്റർ, പാപ്പിനിശ്ശേരി കേളുനായർ, പനയന്തട്ട കണ്ണൻനമ്പ്യാർ, മുടത്തറ ഗോവിന്ദൻനായർ, കുന്നുമ്മേൽ കുഞ്ഞിരാമൻ, അപ്പാളത്ത് ചിണ്ടപ്പൊതുവാൾ എന്നിവരായിരുന്നു ഈ സംഭവത്തിൽ മരണപ്പെട്ടത്. ഏപ്രിൽ 18 ന് പഴശ്ശി സംഭവത്തിൽ കെ കെ ബാലകൃഷ്ണൻ നമ്പ്യാരും മെയ് 28 ന് വി അനന്തനും രക്തസാക്ഷികളായി. തില്ലങ്കേരിയിൽ സി അനന്തൻ, കണ്ടാച്ചേരി ഗോവിന്ദൻ, കാറാട്ട് കുഞ്ഞമ്പു, പോരുകണ്ടി കൃഷ്ണൻ, നമ്പിടിക്കുന്നുമ്മേൽ നാരായണൻ നമ്പ്യാർ, സി ഗോപാലൻ, വെള്ളുവക്കണ്ടി രാമൻ എന്നിവർ രക്തസാക്ഷികളായി. ശൂരനാട്ടും പാടിക്കുന്നും സേലം ജയിലിലുമെല്ലാം വെടിവെപ്പുകൾ നടന്നു. പാർട്ടി നടത്തിയ രക്തരൂഷിതമായ ഈ സമരം ഉദ്ദേശിച്ച ലക്ഷ്യം പൂർത്തീകരിക്കാനാവാതെ പിൻവലിക്കുന്ന സ്ഥിതി ഉണ്ടായി. മുഖാമുഖം നടന്ന ഈ ഏറ്റുമുട്ടലിന്റെ കാലത്തും സ്വതന്ത്രമായ യുവജനപ്രസ്ഥാനത്തിന്റെ പ്രവർത്തനം അസാധ്യമായിരുന്നു. അതുകൊണ്ടുതന്നെ അത്തരമൊരു നില ഇവിടെ ഉണ്ടായില്ല.

1948 ലെ കൽക്കത്ത തീസിസിന്റെ അടിസ്ഥാനത്തിൽ വിപ്ലവകരമായ രീതിയിൽ ഭരണകൂടത്തെ തകർക്കുക എന്ന ലക്ഷ്യത്തോടെ ഇന്ത്യൻ കമ്യൂണിസ്റ്റ് പാർട്ടി അതിന്റെ പ്രവർത്തനം മുന്നോട്ടുനീക്കി. സായുധ സമരത്തിലൂടെ ഇന്ത്യൻ ഭരണവർഗത്തെ അധികാരത്തിൽനിന്ന് ഉന്മൂലനം ചെയ്യാനാകും എന്നും അന്ന് കണക്കുകൂട്ടി. എന്നാൽ ഈ കാഴ്ചപ്പാടിൽ പ്രധാനപ്പെട്ട ചില ദൗർബല്യങ്ങളുണ്ടായിരുന്നു. ഒന്നാമതായി അത് ഇന്ത്യൻ ഭരണകൂടത്തിന്റെ സ്വാധീനശേഷിയെയും ശക്തിയെയും ഇത് കുറച്ചുകണ്ടു. സ്വാതന്ത്ര്യത്തിന്റെ ആവേശത്തള്ളലുണ്ടാക്കിയ രാഷ്ട്രീയ അന്തരീക്ഷത്തെ അത് തികച്ചും അവഗണിക്കുന്ന നിലയുണ്ടായി. രണ്ടാമതായി, ഭരണകൂടത്തെ അട്ടിമറിക്കാനുള്ള തരത്തിൽ പാർട്ടിയുടെ സ്വാധീനം വളർന്നിട്ടില്ല എന്ന കാര്യം കാണുവാനും അവർക്കു കഴിഞ്ഞില്ല. ഈ പശ്ചാത്തലത്തിലാണ് 1948 ലെ വിപ്ലവ പോരാട്ടം പിൻവലിക്കേണ്ട സ്ഥിതിവിശേഷം കമ്യൂണിസ്റ്റ് പാർട്ടിക്കുണ്ടായത്.

തെറ്റായ കാഴ്ചപ്പാടിന്റെ അടിസ്ഥാനത്തിലാണ് ഈ സമരം സംഘടിപ്പിക്കപ്പെട്ടതെങ്കിലും ആ ഇടപെടലിന്റെ ഭാഗമായി കമ്യൂണിസ്റ്റ് പാർട്ടി മുന്നോട്ട് പോവുകയാണ് ഉണ്ടായത്. അത് ബഹുജനസ്വാധീനത്തിൽ വമ്പിച്ച കുതിച്ചുകയറ്റം രാജ്യത്താകമാനം ഉണ്ടാക്കി. 1951 ൽ നടന്ന

പാർലമെന്റ് തിരഞ്ഞെടുപ്പിൽ ഈ ബഹുജനസ്വാധീനം ഇന്ത്യയിലുട നീളം ദൃശ്യമാവുകയും ചെയ്തു. ജനങ്ങൾക്കിടയിൽ ഇറങ്ങിച്ചെന്ന് ജന ങ്ങൾക്കുവേണ്ടി പ്രവർത്തിക്കുന്നവരാണ് കമ്യൂണിസ്റ്റുകാർ എന്ന ബോധം ജനങ്ങളിൽ രൂപപ്പെടുത്തുന്നതിന് ഈ പ്രക്ഷോഭം സഹായക മായി. കമ്യൂണിസ്റ്റുകാരുടെ ത്യാഗവും അർപ്പണബോധവും ജനമനസു കളിൽ ആണ്ടിറങ്ങുകയും ചെയ്തു.

പലരും കരുതുന്നതുപോലെ സായുധ പോരാട്ടത്തിന്റെ അനുഭവം നക്സലൈറ്റുകാർക്കുമാത്രം അവകാശപ്പെടാവുന്ന ഒന്നല്ല. ഇന്ത്യയിലെ കമ്യൂണിസ്റ്റ് പ്രസ്ഥാനം 1940 കളിൽ ഇത്തരത്തിലുള്ള പോരാട്ടം സംഘ ടിപ്പിക്കുകയുണ്ടായി. ആ പോരാട്ടത്തിന്റെ അനുഭവപാഠങ്ങൾ കൂടി ഉൾക്കൊണ്ടുകൊണ്ടാണ് പിന്നീട് കമ്യൂണിസ്റ്റ് പാർട്ടി പ്രവർത്തിച്ചത്. ആ അനുഭവങ്ങളുടെ ആകെത്തുകയിൽനിന്നാണ് സി പി ഐ (എം)ന്റെ പാർട്ടി പരിപാടിയും ഭരണഘടനയുമെല്ലാം രൂപപ്പെടുന്നത്. ഈ യാഥാർഥ്യം പലപ്പോഴും ഇടതു തീവ്രവാദ നിലപാടുകളിൽനിന്നുകൊണ്ട് കാര്യങ്ങളെ കാണുന്നവർ ഉൾക്കൊള്ളാറില്ല. തീക്ഷ്ണമായ സമരത്തിന്റെ ഈ കാലഘട്ടങ്ങളിൽ സ്വാഭാവികമായും യുവജനപ്രസ്ഥാനം എന്ന നില യിൽ തനതായ പ്രവർത്തനം ഏറ്റെടുത്ത് മുന്നോട്ടുകൊണ്ടുപോകുന്ന തിൽ ദൗർബല്യം ഉണ്ടായിട്ടുണ്ട്. അഥവാ അത്തരത്തിലുള്ളൊരു സാധ്യത ഈ കാലഘട്ടത്തിൽ ഉണ്ടായിരുന്നില്ല എന്നതും വസ്തുത യാണ്. തീക്ഷ്ണമായ വർഗസമരത്തിന്റെ പാതയിൽ കമ്യൂണിസ്റ്റ് പ്രസ്ഥാ നത്തിന്റെ ഭാഗമായിരിക്കുക എന്നതിൽ കവിഞ്ഞ് വ്യതിരിക്തമായ വ്യക്തി ത്വത്തോടെ പ്രവർത്തനം സംഘടിപ്പിക്കുക അസാധ്യമാണല്ലോ.

7

ലോക യുവജനപ്രസ്ഥാനവും ഇന്ത്യൻ യുവാക്കളും

ഇന്ത്യയിൽ യുവജനപ്രസ്ഥാനങ്ങൾ ശക്തമായി വളർന്നുവരാതിരുന്ന ഈ കാലഘട്ടത്തിൽ ലോകത്ത് യുവജനപ്രസ്ഥാനങ്ങൾ ശക്തിപ്രാപിക്കുന്നുണ്ടായിരുന്നു. 1945ൽ 60 രാജ്യങ്ങളിലായി മൂന്നുകോടി യുവജനങ്ങളാണ് സംഘടിച്ചിരുന്നതെങ്കിൽ 1954 ആകുമ്പോഴേക്കും ഈ സംഖ്യ 97 രാജ്യങ്ങളിലായി സംഘടിതരായവരുടെ എണ്ണം എട്ടരക്കോടിയായി വർധിച്ചു. ഇത്തരത്തിൽ ലോക യുവജന ഫെഡറേഷന്റെ വളർച്ചയെ സംബന്ധിച്ചുള്ള വ്യക്തമായ ചിത്രം വരച്ചുകൊണ്ട് ഇന്ത്യയിലും അത്തരത്തിലുള്ള പ്രസ്ഥാനങ്ങൾ രൂപപ്പെടേണ്ടതിന്റെ പ്രാധാന്യം ഈ ഘട്ടത്തിൽ സഖാവ് ഇ കെ നായനാർ *നവയുഗം* ആഴ്ചപ്പതിപ്പിൽ എഴുതുന്നുണ്ട്. 1945 നവംബർ 10-ാംതീയതി ലണ്ടനിൽവച്ച് രൂപീകരിക്കപ്പെട്ട ലോക ജനാധിപത്യ യുവജന ഫെഡറേഷൻ രൂപീകരണം സംബന്ധിച്ചും ഇതിൽ വെളിച്ചം വീശുന്നുണ്ട്.

ഇ കെ നായനാർ
യുവാവായിരുന്നപ്പോൾ

യുവജനപ്രസ്ഥാനം എന്ന നിലയിൽ രാജ്യവ്യാപകമായി ഒരു പ്രസ്ഥാനം വളർന്നുവന്നില്ലെങ്കിലും ലോക യുവജനപ്രസ്ഥാനത്തിന്റെ പ്രവർത്തനം ഇന്ത്യയിലേക്കും ഈ

ഘട്ടത്തിൽ വ്യാപിക്കുന്നുണ്ട്. ലോക ജനാധിപത്യ യുവജന ഫെഡറേഷന്റെയും ഇന്ത്യൻ വിദ്യാർഥി യൂണിയന്റെയും ആഭിമുഖ്യത്തിൽ 1948 ഫെബ്രുവരിയിൽ കൽക്കത്തയിൽ വച്ച് തെക്കു-കിഴക്കൻ ഏഷ്യൻ രാജ്യങ്ങളിലെ യുവജനങ്ങളുടെ സമ്മേളനം ചേരുകയുണ്ടായി. 20 ലക്ഷം മെമ്പർമാരെ പ്രതിനിധീകരിക്കുന്ന 39 യുവജനസംഘടനകൾ ഈ സമ്മേളനത്തിൽ പങ്കെടുത്തിരുന്നു. ഇതിൽവച്ച് എല്ലാക്കൊല്ലവും ഫെബ്രുവരി 21-ാം തീയതി കോളനി മേധാവിത്വത്തിനെതിരായ ദിനമായി ആചരിക്കണമെന്ന് തീരുമാനവും എടുത്തിരുന്നു. ഇത്തരം പ്രവർത്തനങ്ങളിലൂടെ ഈ കാലഘട്ടത്തിൽ അഖിലലോകതലത്തിൽ യുവജനപ്രസ്ഥാനം സജീവമായിരുന്നു.

സോഷ്യലിസ്റ്റ് രാഷ്ട്രങ്ങൾ ഈ രംഗത്തെടുത്ത സമീപനവും ചേരിചേരാ രാഷ്ട്രങ്ങൾ നടത്തിയ ഇടപെടലുകളും ഇത്തരം പ്രസ്ഥാനങ്ങളെ ശക്തിപ്പെടുത്താൻ ഇടയായി. 1950 കളിലെ യുവജനപ്രസ്ഥാനങ്ങളെക്കുറിച്ചുള്ള വാർത്തകൾ പരിശോധിക്കുമ്പോൾ അഖിലലോക പ്രസ്ഥാനത്തെക്കുറിച്ചുള്ള കാര്യങ്ങൾ നിറഞ്ഞുനിൽക്കുന്നതായി കാണാം. എങ്കിലും ദേശീയതലത്തിൽ ഇത്തരം സംഘടനകൾ രൂപീകരിക്കപ്പെട്ടിരുന്നില്ല. 1955 ജൂലായ് 31 മുതൽ ആഗസ്റ്റ് 15 വരെയുള്ള തീയതികളിൽ പോളണ്ടിന്റെ തലസ്ഥാനമായ വാഴ്സയിൽ വച്ച് നടന്ന അഖില ലോക യുവജനോത്സവം നടക്കുന്ന പശ്ചാത്തലത്തെ വിശകലനം ചെയ്തുകൊണ്ട് *നവയുഗം* ആഴ്ചപ്പതിപ്പിൽ സഖാവ് ഇ കെ നായനാർ എഴുതിയ ലേഖനം ശ്രദ്ധേയമായിരുന്നു. യുവജനസംഘടനകൾ ഏകീകരിക്കണമെന്ന ആഹ്വാനത്തോടെയാണ് ആ ലേഖനം ആരംഭിക്കുന്നത്.

ഈ ഘട്ടത്തിൽ കോൺഗ്രസിന്റെ പോഷകസംഘടനയായി യൂത്ത് കോൺഗ്രസും പി എസ് പിയുടെ പോഷക സംഘടനയായി സമാജ്‌വാദി യുവ സംഘവും പ്രവർത്തിക്കുന്നുണ്ടായിരുന്നു. ഇതിൽ രണ്ടിലും പെടാത്ത കേന്ദ്രീകൃത അടിസ്ഥാനത്തിലല്ലാതെ ചിന്നിച്ചിതറിക്കൊണ്ട് നാടിന്റെ ചില ഭാഗങ്ങളിൽ ചില സംഘടനകൾ പ്രവർത്തിക്കുന്നുണ്ടായിരുന്നു. സാർവദേശീയ യുവജനസമ്മേളനത്തിന്റെ പശ്ചാത്തലത്തിൽ ഏകീകൃതമായൊരു യുവജനസംഘടന മലബാറിൽ രൂപംകൊള്ളേണ്ടതുണ്ട് എന്ന ആഗ്രഹവും ആഹ്വാനവുമാണ് സഖാവ് ഇ കെ നായനാർ പ്രധാനമായും മുന്നോട്ടുവച്ചിട്ടുള്ളത്.

ഈ ലേഖനത്തിൽ നായനാർ ഇങ്ങനെ പറയുന്നുണ്ട്:

> യുവജനങ്ങൾ താമസിക്കുകയും ജീവിക്കുകയും ചെയ്യുന്ന ലോകത്തിന്റെ എല്ലാ ഭാഗങ്ങളിലും 'ഒരു നല്ല നാളെ' സൃഷ്ടിക്കാൻ വേണ്ടി അവർ പ്രവർത്തിക്കുകയും പോരാടുകയും ചെയ്യുകയാണ്. അർജന്റീനയിലും ആറ്റം-ഹൈഡ്രജൻ ബോംബുകൾ കൊണ്ട് ചുട്ട് ഭസ്മമാക്കപ്പെട്ട ജപ്പാനിലും ഐസ്‌ലാൻഡിലെ പർവതനിരകളിലും ആഫ്രിക്കയിലെ ചുട്ടുപൊള്ളുന്ന മരുഭൂമിയിലും പുരാ

> തന ഇന്ത്യയിലും മഹത്തായ ചൈനയിലും ഉള്ളതായ വ്യത്യസ്ത രാഷ്ട്രീയ-മത അഭിപ്രായക്കാരായ യുവജനങ്ങൾ തങ്ങളുടെ ജീവിതാഭിവൃദ്ധിക്കുവേണ്ടിയുള്ള മത്സരത്തിൽ സഹായം നൽകിയതിന് ലോക ജനാധിപത്യ യുവജനസംഘടനയെ ഹൃദയംഗമമായി ഇന്നും അഭിനന്ദിക്കുന്നു. അതിന്റെ കൊടിക്കീഴിൽ കൂടുതൽ അണി നിരക്കാൻ വെമ്പൽ കൊള്ളുകയും ചെയ്യുന്നു.

ഇതിലൂടെ ലോകത്തിൽ ആകമാനം ഇത്തരത്തിലുള്ള സംഘടനകൾ രൂപീകരിക്കപ്പെട്ട വിവരങ്ങൾ അറിയിച്ചുകൊണ്ട് ഇന്ത്യയിലും അത്തരം സംഘടനകൾ പ്രവർത്തിക്കേണ്ടതിന്റെ ആവശ്യകതയിലേക്കാണ് വിരൽ ചൂണ്ടുന്നത്. മാത്രമല്ല, ലോകത്തെ യുവജനസംഘങ്ങൾ തമ്മിലുള്ള സൗഹാർദത്തിന്റെയും യോജിച്ചുള്ള പ്രവർത്തനത്തിന്റെയും വസ്തുതകൾ തുടർന്ന് വിശദീകരിക്കുന്നുമുണ്ട്.

> കഴിഞ്ഞ ഒരുവർഷക്കാലത്തെ ലോക ജനാധിപത്യ യുവജനപ്രസ്ഥാനത്തിന്റെ ചരിത്രം എല്ലാ രാജ്യങ്ങളിലെയും യുവജനങ്ങളുടെ സാഹോദര്യം വളർത്തുന്നതിന്റെ പ്രകാശിപ്പിക്കുന്ന ചരിത്രങ്ങളാണ്. ഇതിന് തെളിവായി യുവജനപ്രസ്ഥാനത്തിന്റെ ആഭിമുഖ്യത്തിൽ ലോകത്തിലെ യുവജനങ്ങൾ താഴെ പറയുന്ന സാർവദേശീയ ദിനങ്ങൾ കൊല്ലംതോറും ആഘോഷിക്കുക പതിവായി ത്തീർന്നിട്ടുണ്ട്. ഏപ്രിൽ 14 ന് സ്പെയിനിലെ യുവജനങ്ങളുടെ ഫ്രാങ്കോ വിരോധ ദിനവും അതോടൊപ്പം സാർവദേശീയ സൗഹാർദദിനം ആചരിക്കുക; ഫെബ്രുവരി 21 പുരോഗമന ജനവിഭാഗങ്ങളാകെ അണിനിരക്കുന്ന, കൊളോണിയലിസത്തിനെതിരായ സാർവദേശീയ സമരദിനം, ലോക ജനാധിപത്യ യുവജനപ്രസ്ഥാനത്തിന്റെ നേതൃത്വത്തിൽ സാമ്രാജ്യത്വ മേധാവിത്വത്തിനെതിരായി കൊളോണിയൽ നുകം വലിച്ചെറിയാനും അക്രമങ്ങൾ അവസാനിപ്പിക്കാനും വേണ്ടി തെക്കൻ കൊറിയ, തെക്കൻ ഇന്തോ-ചൈന, മലയ എന്നിവിടങ്ങളിൽ യുവാക്കൾ പോരാടുകയാണ്.

സമാധാനത്തിനുവേണ്ടി പ്രവർത്തിക്കുക, പോരാടുക എന്നത് സാർവദേശീയമായി എടുക്കുന്ന നിലപാടാണ് അഖില ലോക യുവജന സംഘടന സ്വീകരിച്ചുകൊണ്ടിരിക്കുന്നത്. എന്നാൽ ഇതോടൊപ്പം ഇന്ത്യയിലെ യുവാക്കൾ നിരവധി പ്രശ്നങ്ങൾ നേരിടുന്ന കാര്യം നായനാർ തന്റെ ലേഖനത്തിൽ സൂചിപ്പിക്കുന്നുണ്ട്. തൊഴിലില്ലായ്മ, പട്ടിണി, നിരക്ഷരത, പകർച്ചവ്യാധികൾ എന്നിവ എടുത്തുപറയുന്നുമുണ്ട്. സാംസ്കാരിക പ്രവർത്തനത്തിൽ നിന്നും സ്പോർട്സിൽ നിന്നും ഇവിടത്തെ യുവജനസംഘടനകൾക്ക് ഒഴിഞ്ഞുനിൽക്കാൻ പറ്റില്ലെന്ന കാര്യവും ഓർമിപ്പിക്കുന്നുണ്ട്. ഈ സാഹചര്യത്തിൽ എന്തായിരിക്കണം ഇന്ത്യയിലെ യുവജനങ്ങളുടെ പ്രവർത്തനമെന്നതിന് ഒരു സമീപനം തന്നെ മുന്നോ

ട്ടുവയ്ക്കുന്നുമുണ്ട്. "തൊഴിൽ, ആരോഗ്യം, സംസ്കാരം, സ്പോർട്സ് തുടങ്ങിയ പ്രശ്നങ്ങളിലെല്ലാം പരിപാടി ഇട്ടുകൊണ്ട് പുരോഗതിയെ ലക്ഷ്യമാക്കി പ്രവർത്തിച്ചാൽ മാത്രമേ നമ്മുടെ യുവജനസംഘടനകൾക്ക് വളരുവാൻ സാധിക്കുകയുള്ളൂ." യുവജനസംഘടന മുന്നോട്ടുവയ്ക്കേണ്ട മുദ്രാവാക്യങ്ങളെ സംബന്ധിച്ച കാഴ്ചപ്പാട് അവതരിപ്പിച്ചശേഷം സംഘടനാപരമായി അത് എങ്ങനെയായിരിക്കണമെന്നും നായനാർ വിശദീകരിക്കുന്നുണ്ട്.

> ഇന്ന് പല സ്ഥലത്തായി ചിതറിക്കിടക്കുന്ന യുവജനസംഘടനകൾ ജില്ലാ-താലൂക്ക് അടിസ്ഥാനത്തിൽ സംഘടനകളുണ്ടാക്കി പ്രവർത്തിക്കേണ്ടിയിരിക്കുന്നു. യോജിച്ച യുവജനപ്രസ്ഥാനം വളർത്തിക്കൊണ്ടുവരിക എന്ന ലക്ഷ്യത്തോടുകൂടി പ്രവർത്തിക്കേണ്ടതിലേക്ക് യുവജനപ്രസ്ഥാനങ്ങളുടെ ശ്രദ്ധയെ ക്ഷണിച്ചുകൊള്ളുന്നു.

യുവജനങ്ങൾ രാജ്യത്ത് നടന്ന സാമ്രാജ്യത്വവിരുദ്ധ പോരാട്ടങ്ങളിലും ജന്മിത്വവിരുദ്ധ സമരങ്ങളിലുമെല്ലാം സജീവമായ പങ്കാളിത്തം നിർവഹിച്ചിരുന്നു എന്നത് ഏവരും അംഗീകരിക്കുന്ന കാര്യമാണ്. ഈ സമരങ്ങളിലെല്ലാം പങ്കെടുക്കുന്നതിന് യുവാക്കളെ പ്രചോദിപ്പിക്കുന്നതിന് ഉതകുന്ന നിരവധി യുവജനസംഘങ്ങളും നാട്ടിന്റെ നാനാഭാഗങ്ങളിലും സൃഷ്ടിക്കപ്പെട്ടിരുന്നു. ഈ പ്രവണത കേരളത്തിൽ മാത്രമല്ല, ഇന്ത്യയിൽ ആകമാനം ദൃശ്യമായിട്ടുള്ളതാണ്. എങ്കിലും ദേശീയ അടിസ്ഥാനത്തിൽ യുവാക്കളുടെ സംഘടന എന്ന ആശയം പ്രാവർത്തികമാക്കാൻ കഴിയാതെ പോവുകയാണ് ഉണ്ടായത്. സാർവദേശീയതലത്തിൽ തന്നെ സജീവമായ യുവജനപ്രസ്ഥാനം നിലവിൽ വന്നിട്ടും ദേശീയതലത്തിൽ അത് ഉണ്ടാവാതെ പോകുന്നതിന്റെ പോരായ്മയാണ് നായനാർ ഉൾപ്പെടെയുള്ള നേതാക്കന്മാർക്കുണ്ടായിരുന്നത്. അതുകൊണ്ടുതന്നെ അത്തരമൊരു സംഘടന ഉണ്ടാകേണ്ടതിന്റെ ആവശ്യകത കമ്യൂണിസ്റ്റ് നേതാക്കന്മാർക്ക് ബോധ്യമാകുന്ന സ്ഥിതിവിശേഷവും സംജാതമായി. എന്നാൽ അതേസമയം സംസ്ഥാനതലത്തിൽ സജീവമായി യുവജനപ്രസ്ഥാനങ്ങൾ ഉണ്ടായിരുന്നു എന്ന കാര്യവും നാം ഓർക്കേണ്ടതുണ്ട്. അവയെ അഖിലേന്ത്യാതലത്തിൽ കൂട്ടിയോജിപ്പിക്കുക എന്ന നേതൃത്വപരമായ ഇടപെടലായിരുന്നു ആവശ്യമായിരുന്നത്. അതുകൂടി ഒത്തുവന്നതോടെ അഖിലേന്ത്യാതലത്തിൽ ഇടതുപക്ഷ കാഴ്ചപ്പാടോടെ യുവജന പ്രസ്ഥാനം രൂപീകരിക്കപ്പെടുന്ന സാഹചര്യം ഉണ്ടാവുകയും ചെയ്തു.

8

എ ഐ വൈ എഫിന്റെ രൂപീകരണം

പ്രാദേശികതലത്തിലും സംസ്ഥാനങ്ങളിലും അഖിലലോകതലത്തിലും യുവജനസംഘടനകൾ പ്രവർത്തിച്ചിരുന്നുവെങ്കിലും അഖിലേന്ത്യാതലത്തിൽ അത്തരമൊന്ന് ഇല്ലാത്തതിന്റെ പ്രശ്നങ്ങൾ കമ്യൂണിസ്റ്റുകാർക്ക് ബോധ്യമായി എന്നാണ് നേരത്തെ സൂചിപ്പിച്ച നായനാരുടെ ലേഖനം വ്യക്തമാക്കുന്നത്. ഇതിന്റെ പ്രാധാന്യം മനസിലാക്കിയുള്ള ഇടപെടൽ അനിവാര്യമാണെന്ന ബോധം വളർന്നുവരികയും ചെയ്തു. ഇതിന്റെ അടിസ്ഥാനത്തിൽ കമ്യൂണിസ്റ്റ് പാർട്ടി തീരുമാനപ്രകാരം സംഘടന രൂപീകരിക്കപ്പെട്ടു. 1959 മെയ് 3 ന് വിവിധ സംസ്ഥാനങ്ങളിൽ പ്രവർത്തിച്ചുകൊണ്ടിരുന്ന യുവജനസംഘടനകൾ യോജിച്ചുനിന്നുകൊണ്ട് അഖിലേന്ത്യാതലത്തിൽ ഒരു വിപ്ലവ യുവജനസംഘടന ഉണ്ടായി. അതാണ് ആൾ ഇന്ത്യാ യുവജന ഫെഡറേഷൻ (എ ഐ വൈ എഫ്).

1959 ൽ എ ഐ വൈ എഫ് രൂപംകൊണ്ടതിനുശേഷം സംസ്ഥാനങ്ങളിൽ ഇതിന്റെ ഘടകങ്ങൾ രൂപീകരിക്കാനുള്ള പ്രവർത്തനങ്ങൾ സജീവമായി. ഇതിന്റെ ഭാഗമായി 1959 ജൂൺ 7 ന് എറണാകുളത്ത് ചേർന്ന കൺവെൻഷനിൽ വച്ച് കേരള സംസ്ഥാന ഘടകം രൂപീകരിക്കപ്പെട്ടു. ഈ യുവജനസംഘടന രൂപീകരിക്കപ്പെടുന്നതിന്റെ പശ്ചാത്തലവും ആവശ്യകതയും ഭരണഘടനയിലെ പരിപാടിയിലും അതിന്റെ ലക്ഷ്യവുമായി ബന്ധപ്പെട്ട പ്രമേയത്തിലും രേഖപ്പെടുത്തിയിട്ടുണ്ട്. അത് ഇങ്ങനെയാണ്

> വ്യക്തമായ കാഴ്ചപ്പാടോ നേർവഴി കാണിക്കുന്ന നേതൃത്വമോ ഇല്ലാത്തതുനിമിത്തം പിന്തിരിപ്പനായ ആശയഗതികൾ യുവജനങ്ങളിൽ സ്വാധീനം ചെലുത്തിക്കൊണ്ടിരിക്കുന്നു. യുവജനങ്ങൾക്കിടയ്ക്കുപോലും വർഗീയമായ ചേരിതിരിവ് ഉണ്ടാക്കാൻ അടുത്ത

കാലത്ത് കടുത്ത ശ്രമങ്ങൾ നടക്കുകയുണ്ടായി. പുരോഗതിക്ക് തടസ്സമായി നിൽക്കുന്ന ഇത്തരം ആശയഗതികളേയും ശക്തിക ളേയും എതിർത്തു തോൽപ്പിക്കാൻ യുവജനഫെഡറേഷൻ നിര ന്തരമായി പരിശ്രമിച്ചുകൊണ്ടിരിക്കും.

ഇത്തരത്തിൽ പിന്തിരിപ്പൻ ആശയഗതികൾ സമൂഹത്തിനകത്ത് മേധാവിത്വം സ്ഥാപിക്കുന്നത് തടയാൻ വേണ്ടി പുതിയ പ്രസ്ഥാനം ആരം ഭിക്കണമെന്ന പൊതുവായ കാഴ്ചപ്പാടിൽ നിന്നാണ് മേൽ സൂചിപ്പിച്ച യുവജനപ്രസ്ഥാനം ആരംഭിച്ചത്.

എന്നാൽ യുവജനപ്രസ്ഥാനം എന്ന നിലയിൽ യുവജനങ്ങളെ ബാധിക്കുന്ന പ്രധാന പ്രശ്നങ്ങൾ ഏറ്റെടുത്തുകൊണ്ട് മുന്നോട്ടുപോ വുക എന്ന കാഴ്ചപ്പാടിലായിരുന്നില്ല ഈ സംഘടനയുടെ പ്രവർത്ത നം. യുവത്വത്തിന്റെ ഏറ്റവും പ്രധാനപ്പെട്ട പ്രശ്നമായ തൊഴിലില്ലായ്മ ഈ സംഘടനയുടെ പ്രവർത്തനങ്ങളിൽ എവിടെയും സ്ഥാനം പിടിച്ചി ല്ല. ഇതിൽ നിന്നുതന്നെ ഈ സംഘടനയുടെ സ്വഭാവം പ്രത്യേകം പറ യേണ്ടതില്ലല്ലോ.

തൊഴിലില്ലായ്മ പോലുള്ള മുദ്രാവാക്യങ്ങൾ ഉപേക്ഷിച്ച് ഈ സംഘ ടന ഒരു സാമൂഹ്യ സേവന പ്രവർത്തനത്തിലൂന്നിയ സന്നദ്ധസംഘടന യായി പ്രവർത്തിക്കാനാണ് തീരുമാനിച്ചത്. അതിനനുയോജ്യമായ കാര്യ പരിപാടികളാണ് തയാറാക്കപ്പെട്ടത്. 1959 ഒക്ടോബർ 30, 31 തീയതിക ളിൽ കോട്ടയത്ത് ഒന്നാമത് സമ്മേളനം ചേർന്നു. അതിൽവച്ച് സംഘട നയുടെ ലക്ഷ്യവും ഭരണഘടനയും പരിപാടിയും അംഗീകരിക്കപ്പെട്ടു. ഈ ഭരണഘടനയിൽ സംഘടനയുടെ ഉദ്ദേശ്യവും ലക്ഷ്യവും വ്യക്ത മാക്കുകയുണ്ടായി. അവ ഇവയാണ്.

എ) നമ്മുടെ യുവജനങ്ങളിൽ ദേശസ്നേഹവും ജനാധിപത്യബോ ധവും കൈവരുത്തി അവരുടെ കർമശക്തിയെ രാഷ്ട്രപുനഃസം വിധാനത്തിന്റെ വഴിച്ചാലുകളിലേക്ക് തിരിച്ചുവിടുക.

ബി) യുവതലമുറയുടെ സർഗശക്തിയെ തട്ടിയുണർത്തി, അവരുടെ കായികവും മാനസികവും സാംസ്കാരികവുമായ വളർച്ചയെ സഹായിക്കുക.

സി) സാമൂഹ്യസാമ്പത്തികമണ്ഡലങ്ങളിൽ നിലനിൽക്കുന്ന അസമത്വ ങ്ങളും വിനാശകരമായ പിന്തിരിപ്പൻ പ്രവണതകളും അവസാനി പ്പിക്കുക.

ഡി) യുവജനങ്ങളിൽ ദേശീയവും സാർവദേശീയവുമായ വീക്ഷണം സംജാതമാക്കുക.

ഇ) ആഭ്യന്തരരാജ്യാന്തരീയരംഗങ്ങളിൽ യുവജനങ്ങളെ സമാധാന ത്തിന്റെ സന്ദേശവാഹകരായി അണിനിരത്തുക.

എഫ്) ഇന്ത്യക്കകത്തും പുറത്തുമുള്ള യുവജനപ്രസ്ഥാനങ്ങളുമായി ബന്ധപ്പെട്ട് അനുഭവങ്ങൾ പരസ്പരം കൈമാറി, ജനങ്ങൾ തമ്മി ലുള്ള സൗഹാർദം ഊട്ടിയുറപ്പിക്കുക.

ജി) നാടിന്റെ സർവതോമുഖമായ പുരോഗതിക്കാവശ്യമായ പരിപാടികളാസൂത്രണം ചെയ്ത് നടപ്പിൽ വരുത്തുവാൻ യുവജനങ്ങളെ അണിനിരത്തുക.

എച്ച്) ജനാധിപത്യവും ദേശീയസ്വാതന്ത്ര്യവും സംരക്ഷിക്കുന്നതിനും വിപുലീകരിക്കുന്നതിനും പരിശ്രമിക്കുക.

ഐ) സാമൂഹ്യജീവിതത്തിൽ സ്ത്രീക്കും പുരുഷനും തുല്യപദവിയും അവകാശവും കൈവരുത്തുക.

കുറിപ്പ്:- മേൽപ്രസ്താവിച്ച ഉദ്ദേശ്യലക്ഷ്യങ്ങൾക്ക് അനുപേക്ഷണീയമായ ഒരു പശ്ചാത്തലം, അതായത് കക്ഷി രാഷ്ട്രീയത്തിനും സാമുദായികവും മതപരവും മറ്റെല്ലാത്തരത്തിലുള്ള വിഭാഗീയ പ്രവണതകൾക്കുമതീതമായ ഒരു പശ്ചാത്തലം സൃഷ്ടിക്കുക എ ഐ വൈ എഫിന്റെ പ്രഖ്യാപിത ലക്ഷ്യമായിരിക്കും.

ഇതിന്റെ പ്രവർത്തനങ്ങളെ സംബന്ധിച്ച് ഇങ്ങനെയാണ് അതു വ്യക്തമാക്കുന്നത്.

1. അംഗസംഘടനകളുടെ വിവിധ പ്രവർത്തനങ്ങൾ ഏകോപിപ്പിച്ച് അവയുടെ നടത്തിപ്പിന് ആവശ്യമായ എല്ലാ സഹായങ്ങളും ചെയ്തു കൊടുക്കുക.

കുറിപ്പ്: അംഗസംഘടനകൾ എന്ന പദം കൊണ്ട് വിവക്ഷിക്കപ്പെടുന്നത്, പ്രാദേശികമായുള്ളതും, ഫെഡറേഷനോട് അഫിലിയേറ്റ് ചെയ്തിട്ടുള്ളതുമായ യുവജനസംഘടനകളും, കലാസാംസ്കാരിക സമിതികൾ, സ്പോർട്സ് ക്ലബ്ബുകൾ മുതലായ അസോസിയേറ്റഡ് സമിതികളുമാണ്.

2. യുവജനങ്ങളെ ബാധിക്കുന്ന പ്രശ്നങ്ങളെപ്പറ്റി പഠനം നടത്തി അത് അംഗസംഘടനകൾക്കും മറ്റു ഘടകങ്ങൾക്കും വിവരിച്ചു കൊടുക്കുക.

3. രാഷ്ട്രപുനർനിർമാണത്തെക്കുറിച്ചും ആസൂത്രിത സാമ്പത്തിക വികാസത്തെക്കുറിച്ചും ചർച്ചകൾ, പ്രഭാഷണങ്ങൾ, സിമ്പോസിയങ്ങൾ, പ്രസിദ്ധീകരണങ്ങൾ തുടങ്ങിയവ സംഘടിപ്പിക്കുകയും അങ്ങനെ ദേശീയ പുനഃസംവിധാനത്തെക്കുറിച്ച് യുവതലമുറയ്ക്കും രാഷ്ട്രത്തിന് ഒട്ടാകെത്തന്നെയും വിജ്ഞാനം പകർന്നു കൊടുക്കുവാൻ പരിശ്രമിക്കുകയും ചെയ്യുക.

4. പഞ്ചവത്സരപദ്ധതിയിൽ ഉൾക്കൊള്ളിച്ചിട്ടുള്ള യുവജനക്ഷേമപരിപാടികളെക്കുറിച്ച് പഠിക്കുകയും ആവശ്യമായ നിർദേശങ്ങൾ സമർപ്പിക്കുകയും ചെയ്യുക.

5. കായികാധ്വാനത്തിലൂടെ നിർമാണപ്രവർത്തനങ്ങളെ വിജയിപ്പിക്കുവാൻ യുവജനങ്ങളെ അണിനിരത്തുക.

6. അക്ഷരാഭ്യാസം ഇല്ലാത്തവർക്ക് അക്ഷരാഭ്യാസം നൽകുന്നതിനുവേണ്ടി വയോജനവിദ്യാലയങ്ങൾ തുറക്കുകയും, വിദ്യാലയങ്ങളിൽ പൊയ്ക്കൊണ്ടിരിക്കുന്ന വിദ്യാർഥികൾക്ക് അവരുടെ വിദ്യാഭ്യാസ

ത്തിന് സഹായകമായ നിലയിൽ ട്യൂഷൻ ക്ലാസുകൾ നടത്തുകയും ചെയ്യും.

7. ശുചിത്വപരിപാലനം, ആരോഗ്യസംരക്ഷണം, സാമൂഹ്യസേവനം തുടങ്ങിയവ പ്രചിപ്പിക്കുകയും അത്തരം പ്രവർത്തനങ്ങൾ സംഘടിപ്പിക്കുകയും ചെയ്യുക.
8. കുടുംബസംവിധാനപ്രവർത്തനങ്ങൾ പ്രചരിപ്പിക്കുക.
9. കലോത്സവങ്ങൾ, സമ്മേളനങ്ങൾ, യുവജനമേളകൾ, സെമിനാറുകൾ, പഠനപര്യടനങ്ങൾ, സന്ദർശനസഞ്ചാരങ്ങൾ, കായികകലാപ്രകടനങ്ങൾ മുതലായവ പ്രാദേശികമായും ജില്ലാ അടിസ്ഥാനത്തിലും സംസ്ഥാന അടിസ്ഥാനത്തിലും സംഘടിപ്പിക്കുക.
10. മാസികകൾ, ബുള്ളറ്റിനുകൾ, വിജ്ഞാനപ്രദമായ ലഘുലേഖകൾ, കയ്യെഴുത്തുമാസികകൾ, ചുവർ പരസ്യങ്ങൾ മുതലായ പ്രസിദ്ധീകരണങ്ങളിലൂടെ ആശയപ്രചാരണം സമർഥമായി പ്രവർത്തിക്കുക.
11. സ്വയം സഹായപ്രസ്ഥാനങ്ങളാരംഭിച്ച് പ്രവർത്തിക്കുക.
12. കലാസാംസ്കാരികസമിതികൾ, ഗ്രന്ഥശാലകൾ, വിനോദത്തിനുള്ള ക്ലബ്ബുകൾ, ആരോഗ്യകേന്ദ്രങ്ങൾ, ഹോസ്റ്റലുകൾ മുതലായവ സ്ഥാപിക്കുക.
13. സംസ്ഥാനികവും ദേശീയവും സാർവദേശീയവുമായി നടക്കുന്ന യുവജനസംരംഭങ്ങളിൽ പങ്കെടുത്ത് വിപുലമായ മൈത്രീബന്ധം സ്ഥാപിച്ച് പരിപോഷിപ്പിക്കുക. മറ്റു സംസ്ഥാനങ്ങളിലേക്കും ഇന്ത്യയ്ക്കു പുറത്തുള്ള രാജ്യങ്ങളിലേക്കും യുവജനദൗത്യസംഘങ്ങളെയും കലാ-സാംസ്കാരിക സംഘങ്ങളെയും അയക്കുക.
14. യുവജനങ്ങളുടെ ആവശ്യങ്ങളും പ്രശ്നങ്ങളും അധികാരികളുടേയും ജനപ്രതിനിധികളുടേയും ശ്രദ്ധയിൽപ്പെടുത്തുകയും പരിഹാരം നേടുകയും ചെയ്യുക.

കുറിപ്പ്: മേൽ വിവരിച്ച പ്രവർത്തനങ്ങൾ നാലാം വകുപ്പിൽ പ്രതിപാദിച്ചിട്ടുള്ള ഉദ്ദേശ്യലക്ഷ്യങ്ങൾക്ക് അനുകൂലമായിരിക്കുന്നതാണ്.

കേരള യുവജനഫെഡറേഷന്റെ ഉദ്ദേശലക്ഷ്യവും പ്രവർത്തനങ്ങളും പരിശോധിക്കുമ്പോൾ ഒരു കാര്യം വളരെ വ്യക്തമാണ്. രാഷ്ട്രപുനർനിർമാണപ്രവർത്തനത്തിന് യുവാക്കളെ സജ്ജമാക്കുകയാണ് ചെയ്യേണ്ടത് എന്ന നിലപാട് ഇവിടെ മുറുകെ പിടിച്ചതായി കാണാം. യഥാർഥത്തിൽ അധികാരത്തിലെത്തിയ കോൺഗ്രസ് മുന്നോട്ടുവച്ച മുദ്രാവാക്യം തന്നെ ആയിരുന്നു ഇതെന്ന് വ്യക്തമാണ്.

ചൈനീസ് വിപ്ലവത്തിന്റെ ആവേശം കത്തിനിന്ന അന്തരീക്ഷവും സ്വാതന്ത്ര്യാനന്തര ഭാരതം മുന്നോട്ടുപോവണമെങ്കിൽ ജന്മിത്വം തകരണമെന്ന കമ്യൂണിസ്റ്റ് പാർട്ടിയുടെ നിലപാടിന്റെ സത്ത ഉയർത്തിപ്പിടിച്ച രാഷ്ട്രീയ വീക്ഷണവും കൈമുതലായുള്ളവർക്ക് ഇത്തരം കാഴ്ചപ്പാടിനെ അംഗീകരിക്കാൻ കഴിഞ്ഞില്ല. ഇത് സംഘടനയ്ക്കകത്ത് വലിയ ആശയസമരത്തിന് ഇടയാക്കി. കമ്യൂണിസ്റ്റ് പാർട്ടിക്കകത്തും ഈ രണ്ട്

നിലപാടുകൾ ഏറ്റുമുട്ടിയിരുന്നതുകൊണ്ട് അത്തരം അഭിപ്രായഭിന്നതയും പ്രകടമായി. ഇത് സംഘടനയുടെ പ്രവർത്തനത്തെ കാര്യമായി ബാധിച്ചു.

ഒന്നാം സമ്മേളനത്തിനുശേഷം പ്രവർത്തനരാഹിത്യത്തിന്റെ ആറു വർഷങ്ങളായിരുന്നു ഉണ്ടായത്. ഇതിന്റെ പ്രധാന കാരണം സംഘടനയ്ക്കകത്തെ ആശയ തർക്കങ്ങളായിരുന്നു. പല തട്ടിലായി പ്രവർത്തകരും നേതാക്കന്മാരും മാറിയതോടെ യോജിച്ചുള്ള സംഘടനാപ്രവർത്തനം അസാധ്യമായിത്തീർന്നു. യോജിപ്പിച്ച് മുന്നോട്ടുകൊണ്ടുപോകാനുള്ള പരിശ്രമങ്ങളുണ്ടായെങ്കിലും അതൊന്നും ലക്ഷ്യപ്രാപ്തിയിലെത്തിയില്ല. അതുകൊണ്ട് ആവേശഭരിതമായി പ്രവർത്തനരംഗത്തു വന്ന പ്രവർത്തകന്മാർ നിരാശരായി പിന്മാറിപ്പോകുന്ന അനുഭവമാണ് ഉണ്ടായത്. 1960 ലെ തിരഞ്ഞെടുപ്പിൽ പുരോഗമനപ്രസ്ഥാനത്തിന് പൊതുവിലുണ്ടായ പരാജയവും 1962 ലെ ഇന്ത്യ-ചൈന യുദ്ധം ഏൽപ്പിച്ച ആഘാതവും പ്രസ്ഥാനത്തെ പൊതുവിൽ ബാധിച്ചു. ആശയവ്യക്തത ഇല്ലായ്മകൂടി ആയതോടെ പ്രസ്ഥാനം ഇരുട്ടിൽത്തപ്പുന്ന നിലയും സംജാതമായി.

ഈ കാലഘട്ടത്തിൽ യൂത്ത് കോൺഗ്രസിന്റെ പ്രവർത്തനം സജീവമായിരുന്നു. രാഷ്ട്ര നിർമാണ പ്രവർത്തനങ്ങളിൽ യുവാക്കളെ അണിനിരത്തുക എന്ന മുദ്രാവാക്യം മുന്നോട്ടുവച്ചുകൊണ്ടായിരുന്നു ഇവരുടെ പ്രവർത്തനം. കമ്യൂണിസ്റ്റ് പ്രസ്ഥാനത്തിനകത്തും വലതുപക്ഷ ആശയം ശക്തിപ്രാപിച്ചിരുന്ന ഈ കാലത്ത് ഇത്തരം മുദ്രാവാക്യത്തിലേക്ക് യുവാക്കൾ കൂടുതലായി ആകർഷിക്കപ്പെടുന്ന നിലയുണ്ടായി. യൂത്ത് കോൺഗ്രസിലേക്ക് കടന്നുവരിക എന്നത് യുവാക്കളെ സംബന്ധിച്ചിടത്തോളം ഏറെ ആവേശമുണ്ടാക്കുന്ന അനുഭവമാക്കി മാറ്റുന്ന വിധത്തിൽ അന്ന് മാധ്യമങ്ങൾ ഇടപെട്ടു. യൂത്ത് കോൺഗ്രസിന്റെ നേതാക്കന്മാർക്കും അവരുടെ പ്രവർത്തനങ്ങൾക്കും വലിയ സ്ഥാനമാണ് പത്രത്താളുകളിൽ അന്ന് ലഭിച്ചത്. രാജ്യത്തിന്റെ ഭാവി ഇവരുടെ കൈകളിലാണ് എന്ന് തോന്നിപ്പിക്കുന്ന വിധമുള്ള പ്രചരണമാണ് അന്ന് നടത്തിയത്. വിമോചനസമരത്തിന്റെ പശ്ചാത്തലമുണ്ടാക്കിയ ആവേശവും ഇവരുടെ സംഘടനാ പ്രവർത്തനങ്ങളിൽ നിഴലിച്ചുനിന്നിരുന്നു.

1957 ലെ സർക്കാരിനെതിരായി നടന്ന വിമോചനസമരം ജാതി-മത ശക്തികളുടെ ഒരു യോജിപ്പിന്റെ അന്തരീക്ഷം കേരളത്തിലുണ്ടാക്കി. ഇതിന്റെ അടിസ്ഥാനത്തിൽ ജാതീയമായ സംഘടനകളുടെ കടന്നുവരവും ഈ കാലഘട്ടത്തിലാണ് ഉണ്ടാകുന്നത്. എൻ എസ് എസും എസ് എൻ ഡി പിയുമൊക്കെ കൂടുതൽ തീവ്രതയോടെ പ്രവർത്തിക്കുന്ന ഒരു കാലമായി ഇത് മാറി.

ഇത്തരം സംഘടനകൾ ശക്തിപ്രാപിച്ചുകൊണ്ടിരുന്ന കാലഘട്ടത്തിൽ ഇടതുപക്ഷ സംഘടനയെ സംബന്ധിച്ചിടത്തോളം ആവേശകരമായ ഒന്നും സംഭാവന ചെയ്യാൻ പറ്റിയിരുന്നില്ല. വലതുപക്ഷ ശക്തി

കൾ യുവജനമേഖലയിൽ പിടിമുറുക്കുന്നു. അതായത്, ഭാവി അവരുടെ കൈകളിലേക്ക് പോയിക്കൊണ്ടിരിക്കുന്നു എന്ന തോന്നൽ സൃഷ്ടിക്കുന്നു. കമ്യൂണിസ്റ്റ് ആശയത്തെ ശക്തിപ്പെടുത്താൻ സഹായിക്കുന്ന പ്രസ്ഥാനമാണെങ്കിൽ വീറും ഓജസ്സും നഷ്ടപ്പെട്ട് വിറങ്ങലിച്ചുനിൽക്കുന്നു. കേരളത്തിന്റെ രാഷ്ട്രീയ മണ്ഡലത്തിൽ വലതുപക്ഷത്തിന്റെ ശക്തി തീക്ഷ്ണമായിത്തീരുന്ന ഈ നിലയിൽ യഥാർഥ വിപ്ലവകാരികൾക്ക് വലിയ പ്രതിഷേധവുമുണ്ടായിരുന്നു. അത്തരമൊരു അന്തരീക്ഷമായിരുന്നു അക്കാലത്ത് നിലനിന്നിരുന്നത്.

9

പുതിയ സംഘടന രൂപീകരിക്കാനുള്ള പശ്ചാത്തലം ഒരുങ്ങുന്നു

കമ്യൂണിസ്റ്റ് പാർട്ടിയുടെ നേതൃത്വത്തിൽ റിവിഷനിസ്റ്റ് പ്രവണതകൾ ശക്തമായ സ്വാധീനം ചെലുത്തുന്ന നില ഈ കാലഘട്ടത്തിലുണ്ടായി. അതിന്റെ ഭാഗമായി വിപ്ലവപരത ചോർത്തിക്കളയുന്ന രീതിയിലുള്ള പ്രവർത്തനങ്ങളാണ് സംഘടിപ്പിച്ചത്. വിപ്ലവപരതയിൽ വെള്ളം ചേർക്കുന്ന ഈ പ്രവണതയ്ക്കെതിരെ വലിയ പ്രതിഷേധങ്ങൾ പാർട്ടിക്കകത്തുതന്നെ രൂപപ്പെട്ടുവന്നു. ഇത് കമ്യൂണിസ്റ്റ് പാർട്ടിയെ പിളർപ്പിലേക്ക് നയിച്ചു. കമ്യൂണിസ്റ്റ് പാർട്ടിയുടെ കേന്ദ്രക്കമ്മിറ്റിയിൽ നിന്ന് 32 അംഗങ്ങൾ ഇറങ്ങിപ്പോയി. ഇവർ മുൻകൈ എടുത്തുകൊണ്ട് കമ്യൂണിസ്റ്റ് പാർട്ടി വിപ്ലവകരമായ അന്തഃസത്തയോടെ സ്ഥാപിക്കപ്പെട്ടു. കമ്യൂണിസ്റ്റ് പാർട്ടി ഓഫ് ഇന്ത്യ (മാർക്സിസ്റ്റ്) എന്ന പേരിലാണ് ഈ പാർട്ടി രൂപീകരിക്കപ്പെട്ടത്. കമ്യൂണിസ്റ്റ് പ്രസ്ഥാനത്തിന്റെ അതുവരെയുള്ള വിപ്ലവസത്തയുടെ തുടർച്ചയാണ് ഇത് രൂപീകരിക്കപ്പെട്ടത്. 1964 ൽ 7-ാം പാർട്ടി കോൺഗ്രസോടുകൂടി പുതിയ പരിപാടി അംഗീകരിച്ച് പാർട്ടി പ്രവർത്തനം സജീവമാക്കി.

കമ്യൂണിസ്റ്റ് പാർട്ടി രണ്ടായതോടുകൂടി പാർട്ടിയിലെ അംഗങ്ങളും അനുഭാവികളുമായവർ ഏത് വർഗ-ബഹുജനസംഘടനയിലാണ് പ്രവർത്തിക്കേണ്ടത് എന്ന പ്രശ്നം സജീവമായി ഉയർന്നുവന്നു. ഇതിന്റെ അടിസ്ഥാനത്തിൽ വർഗ-ബഹുജനസംഘടനകളുടെ പ്രവർത്തനങ്ങളെ സംബന്ധിച്ച് പൊതുവായ ഒരു കാഴ്ചപ്പാട് പാർട്ടി കൈക്കൊള്ളുകയും ചെയ്തു. വർഗ-ബഹുജനസംഘടനകളുടെ ഐക്യം തകർക്കുമാറ് സംഘടനകളെ പാർട്ടി അടിസ്ഥാനത്തിൽ വിഭജിക്കേണ്ട കാര്യമില്ല എന്നായിരുന്നു സി പി ഐ (എം) ന്റെ അന്നത്തെ കാഴ്ചപ്പാട്. ഇതിന്റെ അടിസ്ഥാനത്തിൽ സി പി ഐ (എം) സി പി ഐയും രണ്ടായി പ്രവർത്തി

ക്കുമ്പോഴും വർഗ-ബഹുജനസംഘടനകൾ യോജിച്ച് പ്രവർത്തിക്കുന്ന നിലയുണ്ടായി. ഈ പൊതുവിലുള്ള അന്തരീക്ഷം ആൾ ഇന്ത്യാ യുവജനഫെഡറേഷനകത്തും യോജിച്ച പ്രവർത്തനത്തിന്റെ നില തുടർന്നു.

എന്നാൽ സി പി ഐ മുന്നോട്ടുവച്ച പരിഷ്കരണവാദപരമായ സമീപനങ്ങൾ തന്നെയാണ് എ ഐ വൈ എഫിന്റെ നേതൃത്വവും സ്വീകരിച്ചത്. അതുകൊണ്ടുതന്നെ പരിഷ്കരണവാദപരമായ മുദ്രാവാക്യങ്ങളായിരുന്നു 1964 നു ശേഷം എ ഐ വൈ എഫിന്റെ പ്രവർത്തനപരിപാടികളിൽ പൊതുവിൽ ദൃശ്യമായത്. രാഷ്ട്രീയമായി സി പി ഐ മുന്നോട്ടുവയ്ക്കുന്ന സമീപനങ്ങളുമായുള്ള ഈ ഐക്യത്തെ അംഗീകരിക്കാൻ പൊതുവിൽ വിപ്ലവപരമായ കാഴ്ചപ്പാടുമായി പ്രവർത്തിക്കുന്നവർക്ക് അസാധ്യമായി അനുഭവപ്പെട്ടു. രാഷ്ട്രീയമായ ഈ കടുത്ത ഭിന്നത സ്വാഭാവികമായും സംഘടനയ്ക്കകത്ത് വലിയ ഏറ്റമുട്ടലിന് സാഹചര്യമൊരുക്കി. ഈ ആശപരമായ ഭിന്നത നിലനിർത്തിക്കൊണ്ട് പൊതുവിൽ യോജിക്കാവുന്ന കാര്യങ്ങളിൽ ഒന്നിച്ചുനിന്ന് പ്രവർത്തിക്കുന്ന രീതി സംഘടനയിൽ ഉണ്ടായിരുന്നുമില്ല. അതുകൊണ്ടുതന്നെ, ഒരേ സംഘടനയ്ക്കകത്ത് പ്രവർത്തിക്കുക എന്നത് അസാധ്യമായിത്തീരുന്ന നില ഉണ്ടായി.

ദിവസങ്ങൾ പിന്നിടുന്നതിനനുസരിച്ച് സംഘടന കൂടുതൽ വലതുപക്ഷത്തേക്കും മാർക്സിസ്റ്റ് വിരുദ്ധ നിലപാടിലേക്കും നീങ്ങുന്ന തരത്തിലാണ് പ്രവർത്തനപരിപാടികൾ പ്ലാൻ ചെയ്തിരുന്നത്. അതുകൊണ്ടുതന്നെ, സമ്മേളനങ്ങളിൽ ഈ ഭിന്നത പ്രത്യക്ഷപ്പെടുക സ്വാഭാവിമായിത്തീർന്നു. അഖിലേന്ത്യാതലത്തിൽ തന്നെ ഈ വിയോജിപ്പുകൾ സ്ഫോടനാത്മകമായ സ്ഥിതിവിശേഷമുണ്ടാക്കി. അഖിലേന്ത്യാ സമ്മേളനം ഗോവയിൽ നടന്നപ്പോൾ സമ്മേളനം കയ്യാങ്കളിയുടെ വക്ക് വരെ എത്തുന്ന നിലയുണ്ടായി.

അഖിലേന്ത്യായുവജനപ്രസ്ഥാനത്തിന്റെ സാർവദേശീയ സമ്മേളനങ്ങൾ സോഷ്യലിസ്റ്റ് രാജ്യങ്ങളിൽ നടക്കുമ്പോൾ അതിൽ പ്രതിനിധിയാവാനും, സമ്മേളനത്തിന്റെ മുന്നോടിയായുള്ള ഇന്ത്യൻ പ്രിപ്പറേറ്ററി കമ്മിറ്റികളിൽ അംഗമാകാനും. സാർവദേശീയതലത്തിലുള്ള സംഭവങ്ങളുടെ ആവേശം പങ്കിട്ടെടുക്കാനുള്ള ശ്രമങ്ങളും മാത്രമാണ് ഇക്കാലത്ത് പൊതുവിൽ നടന്നത്. സ്വതന്ത്രവും സുശക്തവുമായ ഒരു യുവജനപ്രസ്ഥാനം അഖിലേന്ത്യാതലത്തിൽ രൂപീകരിച്ചെടുക്കുക എന്നതിൽ നേതൃത്വത്തിന് ശ്രദ്ധയുണ്ടായിരുന്നില്ല. അതുകൊണ്ടുതന്നെ യുവജനങ്ങളുടെ ജീവിതഗന്ധിയായ പ്രശ്നങ്ങൾ ഏറ്റെടുത്തുകൊണ്ട് മുന്നോട്ടുപോകുന്ന പ്രവർത്തനശൈലി സംഘടനയ്ക്ക് ഉണ്ടായിരുന്നില്ല. സംഘടനാ നേതൃത്വത്തിന്റെ ഇടപെടലില്ലാത്തതുകൊണ്ടുതന്നെ ദൈനദിന പ്രവർത്തനങ്ങൾ സംഘടിപ്പിക്കപ്പെട്ടതുമില്ല. അതുകൊണ്ട് ദൈനംദിന പ്രവർത്തനങ്ങളിലൂടെ യുവാക്കളും ബഹുജനങ്ങളുമായി നിരന്തരം ഇടപെട്ട് പൊതുരംഗത്തേക്ക് ഉയർന്നുവരേണ്ട കേഡർമാരുടെ പരിശീലനവും നടന്നില്ല.

ദൈനംദിനമായ ഈ മരവിപ്പ് നിലനിൽക്കുന്നതോടൊപ്പംതന്നെ, വിപ്ലവകരമായ മുദ്രാവാക്യങ്ങൾ മുന്നോട്ടുവയ്ക്കുന്നതിലും സംഘടന തികഞ്ഞ പരാജയമായിരുന്നു.

വിപ്ലവകരമായ ആവേശത്തോടെ യുവജനസംഘടനയിൽ പ്രവർത്തിച്ചിരുന്ന യുവാക്കൾക്ക് ഇത് അംഗീകരിക്കാനായില്ല. ഇത് രാഷ്ട്രീയമായ യോജിപ്പും നയപരമായ ഐക്യവും വിപ്ലവകരമായ പ്രവർത്തനശൈലിയും ഇല്ലാതെ ഏച്ചുകൂട്ടിയുള്ള ഐക്യം അസാധ്യമാണെന്ന കമ്യൂണിസ്റ്റ് കാഴ്ചപ്പാട് തെളിയിക്കുന്ന തരത്തിലായിരുന്നു ഈ അനുഭവങ്ങൾ. യാന്ത്രികമായി സംഘടനയിൽ പ്രവർത്തിച്ച് മുന്നോട്ടുപോവുക എന്നത് ഏറെ പ്രയാസമേറിയ അനുഭവമായി കേരളത്തിൽ നിന്ന് വിപ്ലവകരമായ കാഴ്ചപ്പാടോടെ പ്രവർത്തിക്കുന്ന സഖാക്കൾക്ക് ബോധ്യപ്പെട്ടുതുടങ്ങി.

എ ഐ വൈ എഫിന്റെ നേതൃത്വം വലതുപക്ഷപരമായ നിലപാട് സ്വീകരിച്ച് മുന്നോട്ടുപോകുമ്പോൾ ലോകത്താകമാനം യുവജനങ്ങൾ വിപ്ലവകരമായ മുന്നേറ്റത്തിന്റെ ശരിയും തെറ്റുമായ തീവ്രമായ നിരവധി പോരാട്ടങ്ങളുടെയും അനുഭവങ്ങളിലൂടെ സഞ്ചരിക്കുകയായിരുന്നു. 1960 കളുടെ അവസാന ഘട്ടം ലോക വ്യാപകമായി രാഷ്ട്രീയമായ ഇളകിമറിയലിന്റെ കാലമായിരുന്നു. യുവാക്കളും വിദ്യാർഥികളും ഇത്തരം പോരാട്ടങ്ങളിൽ ലോകവ്യാപകമായി മുൻപന്തിയിൽ നിൽക്കുകയായിരുന്നു. സാർവദേശീയ തലത്തിൽ തന്നെ വികസിച്ചുകൊണ്ടിരിക്കുന്ന ഇത്തരം പോരാട്ടങ്ങളെക്കുറിച്ചുള്ള വാർത്തകൾ രാജ്യത്താകമാനം പ്രചരിക്കാനും തുടങ്ങി. ഈ അന്തരീക്ഷം എ ഐ വൈ എഫ് നേതൃത്വത്തിന്റെ റിവിഷനിസ്റ്റ് നിലപാടുകൾക്കെതിരെ സന്ധിയില്ലാത്ത പോരാട്ടം നടത്തുന്നതിന് സംഘടനയ്ക്കകത്തുള്ളവർക്ക് ആശയപരവും രാഷ്ട്രീയപരവുമായ കരുത്തായിത്തീർന്നു.

പാരീസിലെ വിദ്യാർഥി കലാപം, ബൊളീവിയൻ വിപ്ലവത്തിന്റെ ഘട്ടത്തിൽ ചെഗുവേരയ്ക്കുണ്ടായ രക്തസാക്ഷിത്വം, മാവോ നേതൃത്വം നൽകിയ സാംസ്കാരിക വിപ്ലവം തുടങ്ങിയ സാർവദേശീയ രാഷ്ട്രീയരംഗത്തെ സുപ്രധാനമായ സംഭവങ്ങൾ ഇന്ത്യൻ യുവത്വത്തെ ഏറെ ആഴത്തിൽ സ്വാധീനിച്ചു. ലോകത്തിലെ സർവകലാശാലകളിൽ നിന്നെല്ലാം ഭരണകൂടത്തിനെതിരായുള്ള കലാപങ്ങളുടെ വാർത്തകൾ യുവജനങ്ങളുടെ ഇടയിൽ ഒരു ഉണർവ് പൊതുവിൽ സൃഷ്ടിച്ചു. ഈ അന്തരീക്ഷത്തിനു നേരെ പുറന്തിരിഞ്ഞു നിൽക്കുന്ന എ ഐ വൈ എഫിന്റെ നയപരിപാടികൾക്കെതിരെ വമ്പിച്ച എതിർപ്പ് രൂപപ്പെട്ടുവന്നു. അന്നത്തെ രാഷ്ട്രീയത്തിലെ ആവേശകരമായ അനുഭവത്തെ ഉൾക്കൊള്ളാൻ പറ്റാത്ത സംഘടനയ്ക്കെതിരെ അതിനകത്തുതന്നെ എതിർപ്പുകൾ രൂപപ്പെടുക സ്വാഭാവികമായിരുന്നു.

വിമോചനസമരം വഴി കേരളത്തിലെ ജനങ്ങളെ രണ്ടു വൻ വിഭാഗമാക്കി മാറ്റിതീർക്കാൻ സാമ്രാജ്യത്വ താൽപ്പര്യങ്ങളുടെകൂടി അടിസ്ഥാ

നത്തിൽ സാധിച്ചത് ചരിത്രത്തിന്റെ വഴിത്തിരിവായിരുന്നു കേരള സംസ്കൃതിയിൽ. എല്ലാ ജാതി മതപിന്തിരിപ്പൻ ശക്തികളും, അവർക്കാകർഷിക്കാൻ കഴിയുന്ന ജനവിഭാഗങ്ങളും കമ്യൂണിസ്റ്റ് വിരുദ്ധ വേദിയിൽ യോജിച്ച് അണിചേർന്നു. മാത്രമല്ല, സാമ്രാജ്യത്വശക്തികളുടെ ബോധപൂർവമായ ഇടപെടലുകളും ഈ സമരത്തിന് തീവ്രത പകരുന്നതിന് ഇടയാക്കി. ഈ കാലഘട്ടത്തിൽ ഇതിൽ ഏതൊക്കെ രീതിയിലാണ് അമേരിക്കൻ സി ഐ എ ഇടപെട്ടതെന്ന വസ്തുതയും പിൽക്കാലത്ത് പുറത്തുവന്നിട്ടുണ്ട്.

ഡാനിയൽ മൊയ്നിഹാൻ

കേരളത്തിലെ ആദ്യത്തെ കമ്യൂണിസ്റ്റ് മന്ത്രിസഭയെ അട്ടിമറിക്കാൻ സി ഐ എ പണമൊഴുക്കിയ കാര്യം ഡാനിയൽ മൊയ്നിഹാൻ, എൽസിക്ക് ബർഗൻ എന്നിവർ വ്യക്തമാക്കിയിട്ടുണ്ട്. കേരളത്തിലെ വിമോചനസമരത്തിന് മാർഗനിർദേശകമായി ഉയർത്തിക്കാട്ടപ്പെട്ടത് ഗ്വാട്ടിമാലയിലെ അട്ടിമറിയായിരുന്നു. അതിന് ഉപയോഗിച്ച മനഃശാസ്ത്രയുദ്ധത്തിലെ അടവുകളാണ് ഇതിൽ ഏറെയും ഉപയോഗപ്പെടുത്തിയത്.

കേരളത്തിൽ നടന്ന ഈ കമ്യൂണിസ്റ്റ് വിരുദ്ധ സമരത്തിൽ അമേരിക്ക ആസ്ഥാനമാക്കി പ്രവർത്തിക്കുന്ന ക്രിസ്ത്യൻ ആന്റി കമ്യൂണിസ്റ്റ് ക്രൂസേഡ് എന്ന ഇവാഞ്ചലിക്കൽ സംഘടന സുപ്രധാന പങ്കുവഹിച്ചു. കമ്യൂണിസ്റ്റ് വിരുദ്ധ ജിഹ്വയായി പ്രവർത്തിച്ച *കേരളധ്വനി* പത്രം സ്ഥാപിക്കുന്നതിനുള്ള ചെലവ് മുഴുവനും വഹിച്ചത് അമേരിക്കൻ സാമ്രാജ്യത്വമായിരുന്നു എന്ന കാര്യം പിന്നീട് വെളിപ്പെട്ടിട്ടുണ്ട്.

കേരളത്തിലെ കമ്യൂണിസ്റ്റ് സർക്കാരിനെതിരെ പ്രവർത്തിക്കുന്നതിനായി മദിരാശി കേന്ദ്രമായി ഒരു പ്രത്യേക ഓഫീസറെ തന്നെ നിയമിക്കുകയാണ് ചെയ്തത്. മദിരാശി കേന്ദ്രമായി സ്ഥാപിക്കപ്പെട്ട സൗത്ത് ഇന്ത്യൻ ബുക്ക് ട്രസ്റ്റായിരുന്നു കേരളത്തിലെ കമ്യൂണിസ്റ്റ് വിരുദ്ധ എഴുത്തുകാരുടെ പ്രധാന കേന്ദ്രം. സി ജെ തോമസിനെപ്പോലെയുള്ളവർ അവിടെ ജോലിക്ക് ചേർന്നു. പൂർണമായും അമേരിക്കൻ പണം കൊണ്ട് സ്ഥാപിച്ച സ്ഥാപനമായിരുന്നു ഇത്. അമേരിക്കൻ പണം കേരളത്തിൽ എത്തിക്കുന്നതിന് അക്കാലത്തെ കേന്ദ്രമന്ത്രിസഭയിലെ അംഗമായിരുന്ന എസ് കെ പാട്ടീലിനെ ആയിരുന്നു അവർ ഉപയോഗപ്പെടുത്തിയത്. ഇത്തരത്തിൽ സാമ്രാജ്യത്വ ശക്തികൾ ഉൾപ്പെടെ ഗൗരവകരമായ രീതിയിൽ കമ്യൂണിസ്റ്റ് പ്രസ്ഥാനത്തെയും പുരോഗമന പ്രസ്ഥാനത്തെയും തകർക്കു

ന്നതിനുള്ള ഇടപെടൽ നടത്തിയ ഘട്ടമായിരുന്നു ഇത്. സാമ്രാജ്യത്വശക്തികളുടെ പണത്തിന്റെ ബലംകൂടി ചേർന്നതോടെ യൂത്ത് കോൺഗ്രസ് പുത്തനുണർവോടെയാണ് വിമോചനസമരത്തിൽ അണിചേർന്നത്. കോൺഗ്രസിന്റെ പോഷകസംഘടനയെന്ന അംഗീകാരത്തോടെയാണ് യൂത്ത് കോൺഗ്രസ് പ്രവർത്തിച്ചു വരുന്നത്.

വലതുപക്ഷ രാഷ്ട്രീയശക്തികളും ജാതി-മത സംഘടനകളും സാമ്രാജ്യത്വശക്തികളും ഒന്നായിച്ചേർന്ന് പുരോഗമനപ്രസ്ഥാനത്തെ ആക്രമിക്കുന്ന ഘട്ടത്തിൽ ഏറ്റവും ഉയർന്ന് പ്രവർത്തിക്കേണ്ട രാഷ്ട്രീയ അന്തരീക്ഷമായിരുന്നു അന്ന് കേരളത്തിൽ ഉണ്ടായിരുന്നത്. എന്നാൽ ഈ കടമ നിർവഹിക്കുന്ന കാര്യത്തിൽ യുവജനസംഘടന വലിയ പരാജയമായിരുന്നു. ഈ പരാജയത്തിന് പ്രധാന കാരണം റിവിഷനിസ്റ്റ് ആശയഗതിയുമായി പ്രവർത്തിക്കുന്ന നേതൃത്വമായിരുന്നു അതിനുണ്ടായിരുന്നത് എന്നതു കൂടിയാണ്.

വിപ്ലവകരമായ കാഴ്ചപ്പാടോടുകൂടിയ ഒരു യുവജനസംഘടന കേരളത്തിൽ രൂപീകരിക്കണമെന്ന ബോധം വിപ്ലവകാരികളിലുണ്ടാക്കുന്നതിന് ഇടയാക്കുന്ന കുറെ സാഹചര്യങ്ങൾ ഈ ഘട്ടത്തിൽ ഉയർന്നുവന്നുകഴിഞ്ഞിരുന്നു. ചുരുക്കത്തിൽ അവ ഇവയാണ്:

1.വലതുപക്ഷ രാഷ്ട്രീയത്തിന് യുവജനപിന്തുണയോടെ ഊർജസ്വലമായി നിലനിൽക്കാൻ സാധിക്കുന്ന കേരളീയ സാഹചര്യം.

2. അതിന്റെ രണ്ടാംമുഴം പോലെ വലതുപക്ഷനയം തന്നെ പിന്തുടരുന്ന ഇടതുപക്ഷ യുവജനപ്രസ്ഥാനത്തിന്റെ നിർജീവമായ സംഘടനാസ്ഥിതി

3. സി പി ഐയിൽനിന്നും രാഷ്ട്രീയവും, നയപരവുമായ അഭിപ്രായവ്യത്യാസത്തിന്റെ പശ്ചാത്തലത്തിൽ രൂപീകരിക്കപ്പെട്ട സി പി ഐ (എം) ന്റെ സജീവമായ സംഘടനാപരവും രാഷ്ട്രീയവുമായ പ്രവർത്തനമുന്നേറ്റം.

4.യൂത്ത് കോൺഗ്രസ്, കോൺഗ്രസിന്റെ തിരുത്തൽശക്തി എന്ന നിലയിൽ സജീവമായ പ്രവർത്തനം നടത്തുന്ന കാലഘട്ടമായിരുന്നു. എ കെ ആന്റണി, ഉമ്മൻചാണ്ടി തുടങ്ങിയ കോൺഗ്രസ് നേതാക്കൾ ഈ കാലഘട്ടത്തിലാണ് രംഗപ്രവേശനം ചെയ്യുന്നത്.

ഊർജസ്വലമായ ഒരു യുവജനപ്രസ്ഥാനം കേരളത്തിൽ രൂപം കൊള്ളുന്നതിന്റെ ഭൗതികസാഹചര്യം ഇതെല്ലാമായിരുന്നു. അഭിനവ ഭാരത് യുവക് സംഘത്തിന്റെയും യൂത്ത്ലീഗിന്റെയും ഉജ്വലമായ പോരാട്ടത്തിന്റെ പൈതൃകമുള്ള കേരളത്തിൽ അതിന്റെ തുടർച്ചയായ സംഘടന വേണമെന്ന ബോധം ഈ പശ്ചാത്തലത്തിൽ രൂപപ്പെട്ടു. അതിന്റെ അടിസ്ഥാനത്തിലാണ് പുതിയ സംഘടനയും പരിപാടിയും വേണമെന്ന ചർച്ച കേരളത്തിൽ രൂപപ്പെട്ടുവരുന്നത്.

എ ഐ വൈ എഫിന്റെ ഗോവ സമ്മേളനത്തിനുശേഷം ഒരു പുതിയ സംഘടനയ്ക്ക് തുടക്കം കുറിക്കേണ്ടുന്ന ആവശ്യം ഈ പശ്ചാത്തല

ത്തിൽ ഗൗരവമായി ചർച്ച ചെയ്യപ്പെട്ടു. എന്നാൽ സി പി ഐ (എം) ഉം ആയി ബന്ധപ്പെട്ട് പ്രവർത്തിക്കുന്നവരെ സംബന്ധിച്ചിടത്തോളം വർഗ ബഹുജനസംഘടനകൾ വിഭജിക്കപ്പെടരുത് എന്ന നയം മൂലം ഇത്തര മൊരു സംഘടന ഉണ്ടാക്കാൻ പറ്റില്ലെന്നതുകൊണ്ട് അവർക്ക് മുൻകൈ യെടുക്കാൻ പറ്റാത്ത നിലയും നിലനിൽക്കുന്നുണ്ടായിരുന്നു. ഇങ്ങനെ രാഷ്ട്രീയ സ്ഥിതിഗതികൾ പുതിയൊരു യുവജനപ്രസ്ഥാനത്തിന്റെ ആവശ്യകതയ്ക്കായി മുറവിളി കൂട്ടുകയായിരുന്നു. എന്നാൽ, അത്തര ത്തിലുള്ള ഒരു പ്രസ്ഥാനം കെട്ടിപ്പടുക്കുന്നതിന് സംഘടനാപരമായി നേതൃത്വം കൊടുക്കാൻ പറ്റാത്ത സ്ഥിതിയും നിലനിൽക്കുകയായിരു ന്നു. ഇങ്ങനെ വിപ്ലവകാരികളെ സംബന്ധിച്ചിടത്തോളം പൊതുവിൽ ഒരു അങ്കലാപ്പിന്റെ ഘട്ടം കൂടിയായിരുന്നു ഇതെന്നർഥം.

10

കണ്ണൂർ ജില്ലാ യുവജന ഫെഡറേഷൻ

പൊരുതുന്ന യുവപ്രസ്ഥാനം കമ്യൂണിസ്റ്റ് പ്രസ്ഥാനത്തെ ശക്തിപ്പെടുത്തുമെന്ന കാര്യത്തിൽ ആർക്കും സംശയം ഉണ്ടായിരുന്നില്ല. എന്നാൽ അത്തരമൊരു തീരുമാനത്തിലേക്ക് സി പി ഐ (എം) എത്തിച്ചേർന്നിരുന്നുമില്ല. ഈ സാഹചര്യത്തിൽ അഖിലേന്ത്യാതലത്തിൽ ഒരു വിപ്ലവ യുവജനപ്രസ്ഥാനമെന്ന ആശയം പ്രായോഗികമായിരുന്നില്ല. വലതുപക്ഷശക്തികൾ ശക്തമായ വിപ്ലവപ്രസ്ഥാനത്തിന്റെ അഭാവത്തിൽ ഈ മേഖലയിൽ ശക്തിപ്പെടുന്നതിന്റെ അനുഭവങ്ങൾ പല കമ്യൂണിസ്റ്റ് നേതാക്കൾക്കും ബോധ്യപ്പെട്ടുതുടങ്ങി. ഒരു വിപ്ലവയുവജനപ്രസ്ഥാനത്തിന്റെ അനുഭവം ഏറ്റുവാങ്ങി പ്രവർത്തിച്ച സഖാവ് എ കെ ജി യുവജനപ്രസ്ഥാനത്തിന്റെ ഇന്ത്യയിലെ അവസ്ഥയിൽ അസ്വസ്ഥനായിരുന്നു. ഈ സ്ഥിതിഗതികൾക്ക് മാറ്റം വരുത്തുന്നതിന് അദ്ദേഹം ഏറെ ആഗ്രഹിച്ചിരുന്നു എന്നതും വ്യക്തമായിരുന്നു.

രാഷ്ട്രീയമായി ഊർജസ്വലമായി പ്രവർത്തിക്കേണ്ട ഒരു സാഹചര്യമായിരുന്നു ഇത്. എന്നാൽ, അതിനനുസരിച്ച് കാര്യങ്ങൾ മുന്നേറുന്നില്ല എന്ന തോന്നൽ പൊതുവിൽ രൂപപ്പെടാൻ തുടങ്ങി. കണ്ണൂർ ജില്ലയിൽ യുവജനസംഘടനാപ്രവർത്തനം പുതിയ ദിശാ ബോധത്തോടെ കൈകാര്യം ചെയ്യപ്പെടണമെന്ന ഉദ്ദേശ്യത്തോടെ കമ്യൂണിസ്റ്റ് പാർട്ടിയുടെ സജീവപ്രവർത്തകരും, അഖിലേന്ത്യാ യുവജനപ്രസ്ഥാനത്തിന്റെ പ്രവർത്തകരുമായിരുന്ന ചിലരുടെ യോഗം സി പി ഐ (എം)ന്റെ കണ്ണൂർ ജില്ലാക്കമ്മിറ്റി ഓഫീസിൽ വെച്ച് ഈ ഘട്ടത്തിൽ ചേരുകയുണ്ടായി. അഡ്വ. കെ ബാലകൃഷ്ണൻ നായർ, കെ സി നന്ദനൻ, എ കെ നമ്പ്യാർ, എ ബാലകൃഷ്ണൻ തുടങ്ങി 18 സഖാക്കൾ ആ യോഗത്തിൽ പങ്കെടുത്തു. നിരവധി യുവജനനേതാക്കൾ പാർട്ടി ജില്ലാനേതൃത്വത്തി

ലേക്കുയർത്തപ്പെട്ട സാഹചര്യം 1967 ലെ 8-ാം പാർട്ടി കോൺഗ്രസിന്റെ ഭാഗമായി നടന്ന സി പി ഐ (എം) ന്റെ കണ്ണൂർ ജില്ലാ സമ്മേളനത്തിൽ ഉണ്ടായിരുന്നു. ജില്ലാതല യുവജനപ്രസ്ഥാനം സംഘടിപ്പിക്കുന്നതിന് നല്ല സ്വാധീനം ചെലുത്തിയ ഘടകം കൂടിയായിരുന്നു സംഘടനാ നേതൃത്വത്തിൽ വന്ന ഈ യുവജനമുന്നേറ്റം.

ആലോചനായോഗത്തിന്റെ തീരുമാനം അനുസരിച്ച് പ്രവർത്തകരുടെ വിപുലമായ ഒരു യോഗം വിളിച്ചുചേർക്കുന്നതിന് തീരുമാനമായി. ഇതിന്റെ അടിസ്ഥാനത്തിൽ കണ്ണൂർ വുഡ്ലാൻസിൽ ഒരു യുവജന കൺവെൻഷൻ ചേർന്നു. കൺവെൻഷൻ ആയിരുന്നെങ്കിലും താഴെ തലത്തിൽ പ്രവർത്തിക്കുന്ന യുവജനസഖാക്കളുടെ പങ്കാളിത്തം ഇതിൽ ലക്ഷ്യം വച്ചിരുന്നില്ല. പ്രധാന പ്രവർത്തകരുടെ യോഗമെന്ന നിലയിലാണ് അത് സംഘടിപ്പിച്ചത്. ഈ കൺവെൻഷനിൽ പ്രാദേശിക തലത്തിൽ സംഘടനയുണ്ടാക്കുന്നതിനുള്ള പ്രായോഗിക പ്രശ്നമാണ് പ്രധാനമായും ചർച്ച ചെയ്തത്. നയപരവും രാഷ്ട്രീയവുമായ കാര്യങ്ങൾ പൊതുവിൽ ചർച്ച ചെയ്തിരുന്നില്ല. കാരണം, സി പി ഐ (എം) രൂപം നൽകുന്ന ഒരു യുവജനപ്രസ്ഥാനം എന്ന ധാരണയായിരുന്നു തുടക്കം മുതലേ ഉണ്ടായിരുന്നത്.

എന്നാൽ, താഴെത്തലത്തിൽ സംഘടന കെട്ടിപ്പടുക്കുമ്പോൾ അതിന്റെ സംഘടനാരൂപം എന്തായിരിക്കണം എന്ന കാര്യത്തിൽ വ്യക്തത വരുത്തേണ്ടതുണ്ടായിരുന്നു. ആലോചനയുടെ ഘട്ടത്തിൽ കടന്നപ്പോൾത്തന്നെ പേരിന്റെ കാര്യത്തിൽ തർക്കമാരംഭിച്ചു. മാർക്സിസ്റ്റ് യുവജനഫെഡറേഷൻ, സോഷ്യലിസ്റ്റ് യുവജന ഫെഡറേഷൻ, തുടങ്ങി പല പേരുകളും നിർദേശിക്കപ്പെട്ടു. കണ്ണൂർ ജില്ലാ യുവജനഫെഡറേഷൻ എന്ന പേര് തൽക്കാലം നൽകാമെന്ന് തീരുമാനിച്ചു. കെട്ടുറപ്പുള്ളതും വിപ്ലവപരമായതുമായ ചട്ടക്കൂടായിരിക്കണം യുവജനപ്രസ്ഥാനത്തിന് എന്ന കാര്യത്തിൽ ആർക്കും സംശയം ഉണ്ടായിരുന്നില്ല. പ്രവർത്തനം താഴെത്തലത്തിൽ വ്യാപിപ്പിക്കാൻ തീരുമാനമായി. സി പി ഐ (എം) കണ്ണൂർ ജില്ലാക്കമ്മിറ്റി ഇത് സംബന്ധിച്ച് അറിയിപ്പ് താഴെത്തലം വരെ നൽകുകയുണ്ടായി. കണ്ണൂർ ജില്ലയുടെ വിവിധ മേഖലകളിൽ വില്ലേജുകമ്മിറ്റികളും, താലൂക്ക് കമ്മിറ്റികളും രൂപീകരിക്കുന്നതിനുള്ള പ്രവർത്തനവും സജീവമായി നടന്നു. അന്ന് കണ്ണൂർ ജില്ലയുടെ ഭാഗമായിരുന്ന കാസർഗോഡ്, വയനാട് മേഖലകളിലും സംഘടന കെട്ടിപ്പടുക്കുന്നതിനുള്ള വിപുലമായ ഇടപെടൽ നടന്നു.

ക്രിയാത്മകമായ ഇടപെടൽ, കാര്യക്ഷമമായി പ്രവർത്തിക്കുന്ന ഒരു യുവജനനേതൃനിരയെ തന്നെ ജില്ലയിൽ ഉണ്ടാക്കിയെടുക്കുന്നതിന് കഴിഞ്ഞു. പാർട്ടിപ്രവർത്തനം ശക്തിപ്പെടുന്നപോലെതന്നെ യുവജനസംഘടനാ പ്രവർത്തനവും ശക്തിപ്രാപിച്ചു. താലൂക്ക് തലത്തിൽ സംഘടനരൂപം കൊണ്ടതിനുശേഷം ജില്ലാ സമ്മേളനം ചേരുന്നതിന് തീരുമാനിക്കുകയും സ്വാഗതസംഘം രൂപീകരിച്ച് പരിപാടികൾ ആസൂത്രണം ചെയ്യപ്പെടുകയും ചെയ്തു. പാപ്പിനിശ്ശേരിയിലാണ് ജില്ലാസമ്മേളനം നട

ന്നത്. നന്നായി പ്രവർത്തിച്ചിരുന്ന സ്വാഗതസംഘത്തിന്റെ പ്രവർത്തനത്തിൽ നിരവധി ചെറുപ്പക്കാർ സജീവമായി അണിചേർന്നു. സമ്മേളന സമാപനത്തോടനുബന്ധിച്ച് പ്രകടനവും പൊതുസമ്മേളനവും നടക്കുകയുണ്ടായി.

പ്രതിനിധിസമ്മേളനം സഖാവ് എ കെ ജിയാണ് ഉദ്ഘാടനം ചെയ്തിരുന്നത്. സഖാവ് സുശീലയും പങ്കെടുത്തു. എ കെ ജി സമ്മേളനത്തിലുടനീളം പങ്കെടുക്കുകയുണ്ടായി. എം വി രാഘവന്റെ മുൻകയ്യിലാണ് സമ്മേളനം നടന്നത്.

പുതിയ സംഘടനയുടെ വിപുലീകൃതമായ ആദ്യത്തെ സമ്മേളനമായിരുന്നു അത്. പാർട്ടിയുടെ നേതാക്കളായവരും യുവജനപ്രസ്ഥാനത്തിലേക്ക് ആകർഷിക്കപ്പെട്ട യുവാക്കളുമായിരുന്നു പ്രതിനിധികളായി പങ്കെടുത്തത്. ഈ ലേഖകൻ ആ സമ്മേളനത്തിലെ ഏറ്റവും പ്രായം കുറഞ്ഞ പ്രതിനിധിയായിരുന്നു. സമ്മേളനം ഉൽഘാടനം ചെയ്ത സ എ കെ ജി ആവേശകരമായ ഒരു പ്രസംഗം തന്നെ നടത്തുകയുണ്ടായി. സംസ്ഥാനാടിസ്ഥാനത്തിൽ ഒരു യുവജനസംഘം രൂപീകരിക്കേണ്ടുന്നതിന്റെ ആവശ്യകതയും വിപ്ലവപരമായ ചുമതലകൾ നിർവഹിക്കുന്നതിന് യുവാക്കൾ രംഗത്തിറങ്ങേണ്ടുന്നതിന്റെ പ്രാധാന്യവും പട്ടിണിജാഥയുടെ അനുഭവവും തൊഴിലില്ലായ്മാവേതനം വേണമെന്ന് ഉന്നയിച്ച മുദ്രാവാക്യവുമെല്ലാം എ കെ ജി പ്രസംഗത്തിൽ ചൂണ്ടിക്കാണിച്ചു. ഉൽഘാടന പ്രസംഗത്തിനുശേഷം ഒരു രാഷ്ട്രീയ പ്രമേയം അന്നത്തെ സംഘടനയുടെ സെക്രട്ടറിയായിരുന്ന കെ സി നന്ദനൻ അവതരിപ്പിക്കുകയുണ്ടായി. കാര്യമായ രീതിയിൽ പ്രവർത്തന റിപ്പോർട്ട് അവതരിപ്പിക്കാൻ സാധിക്കുമായിരുന്നില്ല. എങ്കിലും പൊതുവിലുള്ള പ്രവർത്തനങ്ങളുടെ സംക്ഷിപ്തമായ റിപ്പോർട്ടും സമ്മേളനം നടത്തുന്നതിന് തീരുമാനിച്ച കമ്മറ്റിയുടെ പ്രവർത്തനങ്ങളെക്കുറിച്ചുമുള്ള കാര്യങ്ങളാണ് അവതരിപ്പിച്ചത്.

ഈ സമ്മേളനത്തിൽ പൊതുവിൽ ചൈനീസ് കമ്യൂണിസ്റ്റ് പാർട്ടിയുടെ പ്രവർത്തനങ്ങളും മാവോയുടെ രീതികളെയും പിന്തുണയ്ക്കുന്ന സമീപനമാണ് മുന്നോട്ടുവയ്ക്കപ്പെട്ടത്. സാംസ്കാരിക വിപ്ലവത്തിന്റെ ആവേശകരമായ അനുഭവങ്ങളെ സ്വാംശീകരിച്ചുകൊണ്ട് മുന്നോട്ടുപോകുന്ന നിലയുണ്ടായി. 'ഒരു നൂറ് പൂക്കൾ വിടരട്ടെ' എന്ന ചൈനീസ് കമ്യൂണിസ്റ്റ് പാർട്ടിയുടെ നിലപാടുകൾക്ക് വലിയ അംഗീകാരമാണ് പ്രതിനിധികളിൽ ഉണ്ടായിരുന്നത്. ചൈനീസ് കമ്യൂണിസ്റ്റ് പാർട്ടി പൊതുവിൽ വിപ്ലവകരമായ പ്രവർത്തനത്തിന്റെ പാതയിലൂടെ സഞ്ചരിക്കുകയാണ് എന്ന തോന്നൽ പ്രതിനിധി സഖാക്കളിലുണ്ടായിരുന്നു. അന്ന്, രാജ്യത്തെ വലതുപക്ഷത്തെ തുറന്നു പിന്തുണയ്ക്കുന്ന സോവിയറ്റ് കമ്യൂണിസ്റ്റ് പാർട്ടിയുടെ നിലപാടുകളോടുള്ള പ്രതിഷേധം കൂടിയായിരുന്നു യഥാർഥത്തിൽ ഇവിടെ പ്രതിഫലിച്ചിരുന്നത് എന്നു കാണാം. അല്ലാതെ, ചൈനീസ് കമ്യൂണിസ്റ്റ് പാർട്ടിയുടെ നിലപാടുകളെയെല്ലാം വള്ളിപുള്ളി മനസിലാക്കി എടുത്ത ഒന്നായിരുന്നില്ല. പിന്നീട് അത് ബോധ്യപ്പെടുകയും ചെയ്തു. എങ്കിലും പൊതുവിൽ ചൈനീസ് കമ്യൂ

ണിസ്റ്റ് പാർട്ടിയോടുള്ള വികാരപരമായ അഭിനിവേശം ഈ സമ്മേളന ത്തിന്റെ അന്തർധാരയായിരുന്നു എന്നു പറയാതിരിക്കാൻ പറ്റില്ല.

പുതിയ സംഘടന സജീവമാക്കുന്നതിനുള്ള ആവേശത്തിലായി രുന്നു സമ്മേളനം. ഇതോടൊപ്പം ചൈനയിൽ നടക്കുന്ന സാംസ്കാരിക വിപ്ലവവും, റിവിഷനിസത്തിനെതിരായ പോരാട്ടവും എല്ലാം ചേർന്ന് വിപ്ലവ ഉള്ളടക്കത്തിനു വേണ്ടിയുള്ള ഒരു മുറവിളിതന്നെ സമ്മേളന ത്തിൽ ഉയർന്നുവന്നു. സമ്മേളനത്തിൽ അവതരിപ്പിച്ചിരുന്ന രാഷ്ട്രീയ പ്രമേയത്തിൽ ഇത്തരമൊരു ഉള്ളടക്കമായിരുന്നു ഉണ്ടായിരുന്നത്. സി പി ഐ (എം) ൽ നിന്ന് നക്സൽ വിഭാഗം വേർതിരിഞ്ഞിരുന്നില്ല. എന്നാൽ ഇത്തരം തീവ്രമായ ആശയങ്ങൾ സമ്മേളനത്തിലും ശക്തി യായി പ്രതിഫലിപ്പിക്കപ്പെട്ടിരുന്നു. പാർട്ടിക്കകത്ത് നടക്കുന്ന ആശയ സമരങ്ങളെല്ലാം ഈ സമ്മേളനത്തിലും പ്രകടമായി.

ചൈനീസ് വിപ്ലവപാതയോടും സാംസ്കാരിക വിപ്ലവത്തോടും ഒരു വൈകാരികബന്ധം സൃഷ്ടിക്കാൻ ഉതകുന്ന തരത്തിലായിരുന്നു ചർച്ച പൊതുവിലുണ്ടായത്. പ്രതിനിധി സംഘത്തിൽ ഒരുവിഭാഗം ഈ നില പാടിനെ ശക്തിയായി എതിർക്കുകയുണ്ടായി. തളിപ്പറമ്പ് താലൂക്കിൽ നിന്നും വന്ന സഖാക്കൾ ടി ഗോവിന്ദൻ, സി ഒ ശങ്കരൻ മാസ്റ്റർ തുടങ്ങി യവരുടെ നേതൃത്വത്തിൽ ഈ നിലപാട് രാഷ്ട്രീയ പ്രമേയത്തിൽ ഉൾപ്പെ ടുത്തരുത് എന്ന് ചൂണ്ടിക്കാണിച്ച് ചർച്ചയിൽ പങ്കെടുത്തു. ഈ പ്രശ്നം സജീവമായി സമ്മേളനത്തിൽ ഉന്നയിക്കുകയും ചെയ്തു.

സമ്മേളനത്തിന്റെ രണ്ടാംദിവസം ഇത് സംബന്ധിച്ച് അംഗീകരിക്കേ ണ്ടുന്ന അജണ്ട സമ്മേളനത്തിന്റെ മുന്നിൽ വന്നപ്പോൾ നേരത്തെ ഈ നിലപാടിനെ എതിർത്ത സഖാക്കൾ മറുപടിക്കുശേഷവും പ്രമേയം അംഗീകരിക്കാൻ കൂട്ടാക്കിയില്ല. അവസാനം രാഷ്ട്രീയപ്രമേയം വോട്ടിനിട്ട് അംഗീകരിപ്പിക്കാൻ പ്രസീഡിയം തീരുമാനിച്ചു. പ്രമേയം അംഗീകരിക്കുന്നവർ കൈ ഉയർത്താൻ ആവശ്യപ്പെട്ടു ബഹുഭൂരിപക്ഷം പ്രതിനിധികളും പ്രമേയം അംഗീകരിച്ച് കൈയുയർത്തി. പ്രമേയത്തെ എതിർക്കുന്നവർ വോട്ടു ചെയ്യാൻ നിർദേശിച്ചപ്പോൾ തളിപ്പറമ്പ് താലൂ ക്കിലെ ഭൂരിപക്ഷം പ്രതിനിധികളും മറ്റു ചില താലൂക്കിൽ നിന്ന് നാമമാ ത്രമായ സഖാക്കളും എതിർത്തു. പ്രമേയം ബഹുഭൂരിപക്ഷത്തോടെ പാസാക്കപ്പെട്ടു. ചിലർ നിഷ്പക്ഷ നിലപാടും സ്വീകരിച്ചിരുന്നു.

പുതിയ കമ്മിറ്റിയെയും ഭാരവാഹികളെയും തിരഞ്ഞെടുത്ത് സമ്മേ ളനം പിരിഞ്ഞു.

അഡ്വ. കെ ബാലകൃഷ്ണൻ	-	പ്രസിഡന്റ്
കെ സി നന്ദനൻ	-	സെക്രട്ടറി
എ കെ നമ്പ്യാർ	-	വൈസ് പ്രസിഡന്റ്
കെ പി നാരായണൻ	-	വൈസ് പ്രസിഡന്റ്
എ ബാലകൃഷ്ണൻ	-	ജോയിന്റ് സെക്രട്ടറി
കെ ടി ചന്ദ്രൻ മാസ്റ്റർ	-	ജോയിന്റ് സെക്രട്ടറി

ഐ വി ശിവരാമൻ - ജോയിന്റ് സെക്രട്ടറി
പി വാസുദേവൻ - ട്രഷറർ

എന്നിവരടങ്ങിയ കമ്മിറ്റിയെയാണ് തിരഞ്ഞെടുത്തത്. പ്രതിനിധികൾ പൊതുസമ്മേളനസ്ഥലത്തേക്ക് നീങ്ങിയത് അത്യാവേശത്തോടെ പ്രകടനമായാണ്. ഈ സമ്മേളനത്തിലൂടെ ഒരു പുതിയ ആവേശം ജനങ്ങളിലുയർത്താൻ സാധിച്ചു. 'വിപ്ലവത്തിന്റെ പാത ചൈനീസ് പാത'യാണെന്നും 'സാംസ്കാരിക വിപ്ലവം നീണാൾ വാഴട്ടെ' എന്നുമുള്ള മുദ്രാവാക്യങ്ങൾ ഇതിൽ മുഴങ്ങിക്കേട്ടു. അന്ധവിശ്വാസത്തിനും അനാചാരങ്ങൾക്കും തൊഴിലില്ലായ്മക്കുമെതിരായ മുദ്രാവാക്യം വിളികളും ഉണ്ടായിരുന്നു. സമ്മേളനം ചർച്ച ചെയ്ത ഏറ്റവും പ്രധാനപ്പെട്ട ഒരു പ്രശ്നമായിരുന്നു അന്ധവിശ്വാസങ്ങൾക്കും അനാചാരങ്ങൾക്കുമെതിരായ സമരത്തിന്റെ പ്രാധാന്യം. സമ്മേളനത്തോടെ കണ്ണൂർ ജില്ലായുവജനഫെഡറേഷൻ എന്ന പേര് കണ്ണൂർ ജില്ലാ സോഷ്യലിസ്റ്റ് യുവജനഫെഡറേഷൻ എന്നായി മാറി. സംഘടന പ്രാദേശിക തലത്തിൽ ശക്തിപ്പെടുത്താനും, മെമ്പർഷിപ്പ് പ്രവർത്തനം ശക്തിപ്പെടുത്താനും തീരുമാനിക്കുകയുണ്ടായി.

ഒരു യുവജനപ്രസ്ഥാനം എന്ന ലക്ഷ്യത്തോടെയാണ് കണ്ണൂർ ജില്ല യുവജന ഫെഡറേഷൻ പ്രവർത്തിച്ചതെങ്കിലും അതിന്റെ സംഘടനാരീതി ജനാധിപത്യകേന്ദ്രീകരണതത്വത്തിൽ അധിഷ്ഠിതമായതും വിപ്ലവപരമായ ചുമതല നിർവഹിക്കാൻ സന്നദ്ധരായവരുടെ കൂട്ടായ്മ എന്ന രീതിയിലുമായിരുന്നു. മെമ്പർഷിപ്പിനോടൊപ്പം വരിസംഖ്യതന്നെ 10 പൈസ വീതം പിരിക്കുന്നതിന് ആലോചിച്ചുവെങ്കിലും പിന്നീട് വരിസംഖ്യ പിരിക്കേണ്ടതില്ല മെമ്പർഷിപ്പ് മാത്രം മതി എന്ന് തീരുമാനിക്കുകയാണുണ്ടായത്. സ്ത്രീകളുടെ മെമ്പർഷിപ്പ് എന്ന കാര്യം സമ്മേളന ഘട്ടത്തിൽപ്പോലും ചർച്ച ചെയ്യപ്പെടുകയുണ്ടായില്ല. സ്ത്രീ സഖാക്കളാരും തന്നെ സമ്മേളനത്തിൽ പങ്കെടുത്തിരുന്നുമില്ല. യുവജനസംഘടനയുടെ ഉള്ളടക്കത്തിന്റെ വിപ്ലവപാതയ്ക്ക് കോട്ടം തട്ടാനിടയുള്ള മാസ് മെമ്പർഷിപ്പ് എന്ന കാഴ്ചപ്പാട് അംഗീകരിച്ചിരുന്നില്ല. കേഡർമാരുടെ മാത്രം സംഘടന എന്ന നിലയിലായിരുന്നു സംഘടനയുടെ തുടക്കം.

ഇന്ന് ഈ സമ്മേളനത്തെ വിലയിരുത്തുമ്പോൾ ചില കാര്യങ്ങൾ വളരെ വ്യക്തമായും തിരിച്ചറിയാൻ കഴിയും. വലതുപക്ഷ സമീപനത്തോടുള്ള ശക്തമായ എതിർപ്പും വിപ്ലവത്തോടുള്ള അങ്ങേയറ്റത്തെ അഭിവാഞ്ഛയും ഇവരുടെ കാഴ്ചപ്പാടുകളിൽ നിറഞ്ഞുനിന്നിരുന്നു. എന്നാൽ വലതുപക്ഷത്തോടുള്ള എതിർപ്പിൽ നിന്നുകൊണ്ട് എടുത്ത സമീപനം പലപ്പോഴും ഇടതുപക്ഷ പാളിച്ചയുടെ തലത്തിലുള്ളതുകൂടിയായിരുന്നു. ഇതിന് ഒരു പ്രധാന കാരണം നക്സൽ ആശയഗതികൾ അന്ന് പൊതുവെ യുവജനങ്ങളിൽ സ്വാധീനം ചെലുത്തിയിരുന്നു എന്നതുകൊണ്ടു കൂടിയാണ്. സാംസ്കാരിക വിപ്ലവത്തോടും മറ്റുമുള്ള സമീപനത്തിൽ ഇത് വളരെ വ്യക്തമായും കാണാൻ കഴിയുന്നതാണ്.

11

സാംസ്കാരിക വിപ്ലവവും ഭരണകൂടത്തെ സംബന്ധിച്ച വിലയിരുത്തലുകളും

സാംസ്കാരിക വിപ്ലവത്തിന്റെ പാളിച്ചകളെ സംബന്ധിച്ച് വ്യക്തമായ നിലപാട് പിൽക്കാലത്ത് ചൈനീസ് കമ്മ്യൂണിസ്റ്റ് പാർട്ടി സ്വീകരിച്ചിട്ടുണ്ട്. സി പി ഐ (എം) ഈ രേഖയെക്കൂടി വിലയിരുത്തിക്കൊണ്ട് ഈ പ്രശ്നം ചർച്ച ചെയ്യുകയും ചെയ്തിട്ടുണ്ട്. പാർട്ടിയുടെ പൊളിറ്റ് ബ്യൂറോ അംഗമായിരുന്ന സഖാവ് ബസവപുന്നയ്യ ഇതു സംബന്ധിച്ച് വ്യക്തമായ കാഴ്ചപ്പാട് അവതരിപ്പിക്കുകയുണ്ടായി. മാർക്സിസത്തിന്റെ അടിസ്ഥാന നിലപാടുകളിൽ നിന്നുള്ള വ്യതിയാനമായി എങ്ങനെ ഇത് മാറുന്നു എന്ന് വ്യക്തമാക്കിയിട്ടുണ്ട്.

ചൈനീസ് വിപ്ലവം ലോക വിപ്ലവപ്രസ്ഥാനത്തിന്റെ ചരിത്രത്തിൽ സുപ്രധാനമായ ഒന്നാണ്. വർഗശക്തികളുടെ ബലാബലത്തിൽ മാറ്റം വരുത്തിയ മൂന്ന് സംഭവങ്ങളിൽ ഒന്നായാണ് ചൈനീസ് വിപ്ലവം വിലയിരുത്തപ്പെടുന്നത്. ഒന്ന് ഒക്ടോബർ വിപ്ലവവും മറ്റൊന്ന് ഫാസിസത്തിനെതിരായ വിജയവുമാണ്. മാറിമാറിവരുന്ന സാഹചര്യങ്ങളെ വിലയിരുത്തി വിപ്ലവത്തിന് ആവശ്യമായ തന്ത്രവും അടവും രൂപീകരിക്കുന്നതിൽ അത്യുജ്ജ്വലമായ പാടവമാണ് ചൈനീസ് കമ്മ്യൂണിസ്റ്റ് പാർട്ടി മാവോയുടെ നേതൃത്വത്തിൽ അന്ന് നടത്തിയത്. തൊഴിലാളിവർഗത്തിന്റെ സ്വതന്ത്ര വിപ്ലവപ്പാർട്ടി വളർത്തിയെടുക്കുന്നതിനായി പിന്നോക്ക രാജ്യങ്ങളിലെ വിപ്ലവ

മൗ സെ തുങ്ങ്

പ്പാർട്ടികൾ അവിടത്തെ കർഷകജനതയെ അടിസ്ഥാനപ്പെടുത്തുന്നതോടൊപ്പം ബൂർഷ്വാസി ഉൾപ്പെടെയുള്ള എല്ലാ സാമ്രാജ്യത്വവിരുദ്ധ-ഫ്യൂഡൽവിരുദ്ധ ശക്തികളുടെയും ഐക്യമുന്നണി കെട്ടിപ്പടുക്കണമെന്ന കമ്യൂണിസ്റ്റ് ഇന്റർനാഷണലിന്റെ മൗലിക നിർദേശം പിന്തുടരുന്നതിനും അത് പ്രായോഗികമാക്കുന്നതിനും കഴിഞ്ഞു എന്നതും ഈ വിപ്ലവത്തിന്റെ പ്രധാനപ്പെട്ട സവിശേഷതയാണ്.

വിപ്ലവം കഴിഞ്ഞാലും ഒരു സോഷ്യലിസ്റ്റ് സമൂഹം കെട്ടിപ്പടുക്കാനുള്ള പ്രവർത്തനം ഏറെ പ്രയാസകരമായ ഒന്നാണ്. സോഷ്യലിസം കെട്ടിപ്പടുക്കുന്നതിന് വേഗത കൂട്ടാനെന്ന പേരിൽ പുതിയ സമീപനം സ്വീകരിച്ചു. 'മഹത്തായ കുതിച്ചുചാട്ട'ത്തിന്റെയും സാംസ്കാരിക വിപ്ലവത്തിന്റെയും പ്രസ്ഥാനങ്ങൾ ഇതിന്റെ ഭാഗമായി രൂപപ്പെട്ടുവന്നു. ഈ ഇടതുപക്ഷ പ്രവണത സൈദ്ധാന്തിക-രാഷ്ട്രീയരംഗത്തും സംഘടനാരംഗത്തും നിറഞ്ഞുനിന്നിരുന്നു. ഇത്തരം പ്രശ്നങ്ങളെ ചൈനീസ് കമ്യൂണിസ്റ്റ് പാർട്ടിയുടെ ആറാം പ്ലീനറി യോഗം വിലയിരുത്തുകയുണ്ടായി. മാവോയുടെ നിഷേധാത്മകവും ക്രിയാത്മകവുമായ സവിശേഷതകളെ ആ പ്രമേയം വിലയിരുത്തി. സ്റ്റാലിനെ സംബന്ധിച്ച് ക്രൂഷ്ചേവും ഗോർബച്ചേവും നടത്തിയ വിമർശനങ്ങളിൽനിന്ന് വ്യത്യസ്തമായി ചൈനീസ് കമ്യൂണിസ്റ്റ് പാർട്ടി നടത്തിയ വിലയിരുത്തൽ സന്തുലിതമായിരുന്നു. ഇതുകൊണ്ടാണ് ചൈനീസ് സവിശേഷതയോടുകൂടിയ സോഷ്യലിസം കെട്ടിപ്പടുക്കുന്നതിനുള്ള പ്രവർത്തനങ്ങൾ ക്രിയാത്മകമായി സംഘടിപ്പിക്കുവാൻ അവർക്ക് കഴിയുന്നത്.

ശാസ്ത്ര-സാങ്കേതിക മേഖലയിലെ നേട്ടങ്ങളെ ഉപയോഗപ്പെടുത്തിക്കൊണ്ട് സോഷ്യലിസ്റ്റ് അടിത്തറയെ വിപുലപ്പെടുത്താനാണ് ഇവർ ശ്രമിക്കുന്നത്. നിലനിൽക്കുന്ന ലോക സാഹചര്യങ്ങളിൽ ക്രിയാത്മകമായി ഇടപെട്ടുകൊണ്ട് സോഷ്യലിസ്റ്റ് സമ്പദ്വ്യവസ്ഥ ശക്തിപ്പെടുത്താനുള്ള നിലപാടാണ് അവർ സ്വീകരിക്കുന്നത്. സാമ്പത്തികമായി ചൈന ഇതിന്റെ ഫലമായി ഏറെ വളർന്നിട്ടുണ്ട്. എന്നാൽ, സാമൂഹ്യമായി ചില പ്രശ്നങ്ങൾ അവർ അഭിമുഖീകരിക്കുന്നുമുണ്ട്. ഇവയെയെല്ലാം സ്വയംവിമർശനപരമായി പരിശോധിച്ചുകൊണ്ട് മുന്നോട്ടുപോകുന്നുണ്ടെന്ന് അവരുടെ പാർട്ടി കോൺഗ്രസ് രേഖകൾ വ്യക്തമാക്കുന്നുണ്ട്. എന്തായാലും അക്കാലത്തെ വിപ്ലവ യുവജനങ്ങൾക്ക് ആവേശകരമായ രാജ്യമെന്ന നിലയിൽ ചൈന മാറിയിരുന്നു എന്നതാണ് വസ്തുത.

സാംസ്കാരിക വിപ്ലവം ഉൾപ്പെടെയുള്ള നയസമീപനങ്ങളെ വിലയിരുത്തുന്നതിൽ ഇന്ത്യയിലെ കമ്യൂണിസ്റ്റ് പ്രസ്ഥാനങ്ങൾ വ്യത്യസ്തമായ നിലപാടാണ് സ്വീകരിച്ചിട്ടുള്ളത്. സാർവദേശീയ രാഷ്ട്രീയ പ്രശ്നങ്ങളേയും മറ്റും കൈകാര്യം ചെയ്യുന്നതിലും ഇത്തരം ഒരു സമീപനം കാണാം. ഇങ്ങനെ വ്യത്യസ്ത വീക്ഷണങ്ങൾ രൂപപ്പെടുന്നതിന്റെ അടിസ്ഥാനം പരിശോധിച്ചാൽ ഇന്ത്യൻ ഭരണവർഗത്തെ വിലയിരുത്തുന്ന

തുമായി ബന്ധപ്പെട്ട അടിസ്ഥാന കാഴ്ചപ്പാടുകളിൽ തന്നെ വ്യത്യാസം കാണാവുന്നതാണ്.

സി പി ഐ (എം) മുന്നോട്ട് വെച്ചത് കുത്തകമുതലാളിത്തത്താൽ നയിക്കപ്പെടുന്നതാണ് ഇന്ത്യൻ ഭരണവർഗം എന്നാണ്. എന്നാൽ സിപിഐ ഇന്ത്യൻ ഭരണവർഗത്തെ ദേശീയ ബൂർഷ്വാസിയുടെ പ്രതിനിധി എന്ന നിലയിലാണ് കണ്ടത്. നക്സലൈറ്റുകളാവട്ടെ കോമ്പ്രദോർ ബൂർഷ്വാസിയാണ് ഇന്ത്യ ഭരിക്കുന്നത് എന്ന് വിലയിരുത്തുകയുണ്ടായി. കുത്തകമുതലാളിത്തം, ദേശീയ ബൂർഷ്വാസി, കോമ്പ്രദോർ ബൂർഷ്വാസി ഇവ തമ്മിൽ സാരമായ വ്യത്യാസം ഉണ്ട്.

സാധാരണനിലയ്ക്ക് മുതലാളിത്ത ഉൽപ്പാദന വ്യവസ്ഥയ്ക്ക് കീഴിൽ കമ്പോള മത്സരത്തിലൂടെയാണ് ഉൽപ്പന്നത്തിന്റെ വില നിശ്ചയിക്കപ്പെടുന്നത്. എന്നാൽ പരസ്പരം മത്സരിക്കുന്ന ഒട്ടനവധി മുതലാളിമാർക്ക് പകരം ഒന്നോ രണ്ടോ ഭീമൻ മുതലാളിമാർ ഓരോ വ്യവസായമേഖലയിലും രൂപം കൊള്ളുകയാണെങ്കിൽ അവർക്ക് കമ്പോളമത്സരം ഒഴിവാക്കാനും സ്വന്തമായി ഉൽപ്പാദനത്തെയും വിലയേയും നിശ്ചയിക്കുവാനും കഴിയും. അതുവഴി ശരാശരി ലാഭത്തെക്കാൾ വളരെ ഉയർന്ന ലാഭം തട്ടിയെടുക്കാൻ കഴിയും. ഇങ്ങനെയുള്ള ഭീമൻ മുതലാളിമാരെയാണ് കുത്തകമുതലാളിയെന്ന് വിശേഷിപ്പിക്കപ്പെടുന്നത്.

ദേശീയ ബൂർഷ്വാസി എന്നത് കുത്തക ഇതരമായ ബൂർഷ്വാസിയാണ്. പൊതുവിൽ അത് സാമ്രാജ്യത്വവിരുദ്ധ സ്വഭാവം കാണിക്കുകയും ചെയ്യും.

തദ്ദേശീയ ഉൽപ്പാദനത്തിൽ നേരിട്ട് താൽപ്പര്യമെടുക്കാതെ വിദേശ മുതലാളിമാരുടെ ഇടനിലക്കാരായി പ്രവർത്തിച്ച് ലാഭം പങ്ക് പറ്റാൻ ശ്രമിക്കുന്നവരെയാണ് കോമ്പ്രദോർ ബൂർഷ്വാസി എന്ന് വിളിക്കുന്നത്. വ്യവസായികളെക്കാൾ ഇവർ ദല്ലാൾമാരോ വിദേശ മൂലധനത്തിന്റെ ആശ്രിതന്മാരോ ആയാണ് നിലനിൽക്കുന്നത്.

സി പി ഐയുടെ അന്നത്തെ അഭിപ്രായപ്രകാരം സാമ്രാജ്യത്വത്തിനും കുത്തകമുതലാളിത്തത്തിനോ ഫ്യൂഡലിസത്തിനോ ഭരണകൂടത്തിൽ പങ്കാളിത്തമില്ല. അതിന് അന്ന് അവർ നിരത്തിയ വാദങ്ങളൊന്നും ശരിയല്ലെന്ന് പിൽക്കാല അനുഭവങ്ങൾ തെളിയിച്ചു. ആഗോളവൽക്കരണനയങ്ങളിലൂടെ ഇന്ത്യൻ ഭരണവർഗം സാമ്രാജ്യത്വവുമായി കൂടുതൽ കൂടുതൽ അടുത്തുവരുന്നത് അവരുടെ വാദം തെറ്റാണെന്ന് തെളിയിച്ചു.

ഇതല്ല സി പി ഐ(എം) നിലപാട്. സാമ്രാജ്യത്വവുമായി തങ്ങൾക്കുള്ള തർക്കങ്ങൾ സമ്മർദം പ്രയോഗിച്ചും വിലപേശിയും ഒത്തുതീർപ്പുണ്ടാക്കിയും പരിഹരിക്കാനാണ് കുത്തക മുതലാളിത്തം ശ്രമിക്കുന്നത് എന്ന് സി പി ഐ(എം) വിലയിരുത്തുന്നു. കഴിഞ്ഞ കാലാനുഭവങ്ങൾ ഈ യാഥാർഥ്യം ശരിയാണെന്ന് ബോധ്യപ്പെടുത്തുന്നു. സാമ്രാജ്യത്വവുമായി കൂടുതൽ കൂടുതൽ അടുത്തു വരികയും അവരുടെ താൽപ്പര്യം

സംരക്ഷിക്കുന്നതിന് പ്രവർത്തിക്കുകയും ചെയ്യുന്ന തരത്തിൽ ഭരണകൂടം മാറുന്ന നിലയുണ്ട്. ആണവകരാറിൽ ഉൾപ്പെടെ കാണുന്ന സമീപനം ഇതാണ്.

വിദേശ ഫിനാൻസ് മൂലധനവുമായി കൂടുതൽ കൂടുതൽ സഹകരിക്കുക എന്നത് ഇന്ത്യൻ മുതലാളിത്തത്തിന്റെ മൊത്തത്തിലുള്ള നയമാണെന്ന് 1964 ൽ തന്നെ സി പി ഐ(എം) കണ്ടെത്തിയിരുന്നു. ആഗോളവൽക്കരണവും ഉദാരവൽക്കരണവും വന്നതോടെ ഈ ബന്ധം ശക്തിപ്പെട്ടിട്ടുണ്ട്. അതിനർഥം 1964 ലോ ഇപ്പോഴോ ഇന്ത്യൻ മുതലാളിത്തം സാമ്രാജ്യത്വത്തിന്റെ ദല്ലാളുകളായി മാറി എന്നല്ല. സാമ്രാജ്യത്വവുമായി നിരന്തരമായ പോരിലാണ് ഇന്ത്യയിലെ ദേശീയ മുതലാളിത്തം എന്ന സി പി ഐ നിലപാടുപോലെ തന്നെ അബദ്ധ ജടിലമാണ് ഇന്ത്യൻ മുതലാളിത്തത്തിന്റെ ഒരു വിഭാഗവും സാമ്രാജ്യത്വവുമായി ഏറ്റുമുട്ടില്ല എന്ന നക്സലൈറ്റുകളുടെ നിലപാട് എന്നും സി പി ഐ(എം) വിലയിരുത്തുന്നു.

ഇങ്ങനെ ഇന്ത്യയിലെ മുതലാളിവർഗത്തെ വൈരുധ്യാത്മകമായി വിലയിരുത്താൻ സി പി ഐ(എം)നു കഴിഞ്ഞു. അതിനു ദ്വിമുഖ സ്വഭാവമുണ്ടെന്നു പാർട്ടി തിരിച്ചറിഞ്ഞു. സി പി ഐയാകട്ടെ, അതിന്റെ താരതമ്യേന പുരോഗമനപരമായ മുഖം മാത്രം കണ്ട് അതിനെ ദേശീയ ബൂർഷ്വാസി എന്നു വിളിച്ചു. നക്സലൈറ്റുകൾ കുത്തക ബൂർഷ്വാസിയുടെ സാമ്രാജ്യത്വത്തോടുള്ള ആഭിമുഖ്യം മാത്രം കണ്ട് അതിനെ കോമ്പ്രദോർ എന്നു വിളിച്ചു. ഈ നിഗമനങ്ങൾ തെറ്റാണെന്ന് കഴിഞ്ഞകാല അനുഭവങ്ങൾ തെളിയിക്കുന്നുണ്ട്.

12

പുത്തൻ ഇടതുപക്ഷം

പുത്തൻ ഇടതുപക്ഷം എന്ന പേരിൽ 1960കളിൽ ഒരു പുതിയ പ്രതിഭാസം ലോകത്ത് പ്രത്യക്ഷപ്പെട്ടു. 1970കളിൽ ഈ പ്രതിഭാസത്തിന് വേലിയിറക്കവുമുണ്ടായി. യുവജനപ്രസ്ഥാനത്തിന്റെ ചരിത്രത്തിൽ ഇവ സ്വാധീനം ചെലുത്തിയിട്ടുണ്ട്. കേരളത്തിലെ യുവജനപ്രസ്ഥാനത്തിന്റെ ചരിത്രം പരിശോധിക്കുമ്പോഴും ഈ പ്രതിഭാസത്തിന്റെ സ്വാധീനത്തെയും ഇടപെടലിനെയും കാണാതിരിക്കാനാവില്ല. പുത്തൻ ഇടതുപക്ഷം എന്ന പ്രയോഗം 1950കളിലാണ് ലോകത്ത് ശ്രദ്ധിക്കപ്പെടുന്നത്. ഇടതുപക്ഷ ചിന്താഗതിക്കാരായ ബ്രിട്ടീഷ് സർവകലാശാലയിലെ അധ്യാപകരും വിദ്യാർഥികളും ചേർന്ന് ചില പ്രസിദ്ധീകരണങ്ങൾ നടത്തുകയുണ്ടായി. തുടർന്ന് അത് *യൂണിവേഴ്സിറ്റീസ് ആന്റ് ലഫ്റ്റ് റിവ്യൂ* എന്ന ഒരു കാലിക പ്രസിദ്ധീകരണമായി മാറുകയും ചെയ്തു.

1956ൽ ഹംഗറിയിൽ വിപ്ലവ സർക്കാരിനെ പരാജയപ്പെടുത്താൻ ശ്രമിച്ച പ്രതിവിപ്ലവശക്തികളെ ഉന്മൂലനം ചെയ്യുന്നതിന് സോവിയറ്റ് സൈനിക വിഭാഗങ്ങൾ ഇറങ്ങുകയുണ്ടായി. ഇതിൽ പ്രതിഷേധിച്ച് ബ്രിട്ടീഷ് കമ്യൂണിസ്റ്റ് പാർട്ടിയിൽനിന്ന് രാജിവച്ച ഹൈമാൻ ലെവി, ഇ വി തോംസൺ എന്നിവർ ചേർന്ന് *ന്യൂ റീസണർ* എന്നൊരു മാസികയും ആരംഭിച്ചു. പിന്നീട് ഇവ രണ്ടും ലയിച്ച് *ന്യൂ ലഫ്റ്റ് റിവ്യൂ* എന്നൊരു മാസികയ്ക്ക് രൂപം നൽകി. ഇതാണ് പിൽക്കാലത്ത് പുത്തൻ ഇടതുപക്ഷമെന്ന പ്രത്യയശാസ്ത്രത്തിന്റെയും പ്രയോഗത്തിന്റെയും പ്രചാരകരായിത്തീർന്നത്.

1960ൽ *ന്യൂ ലഫ്റ്റ് റിവ്യൂ* റൈറ്റ് മിൽസ് എഴുതിയ 'പുത്തൻ ഇടതുപക്ഷത്തിനൊരു കത്ത്' പ്രസിദ്ധീകരിക്കപ്പെട്ടതോടെയാണ് ഈ പേര് പൊതുവിൽ ഉപയോഗിക്കാൻ തുടങ്ങുന്നത്. പഴയ ഇടതുപക്ഷം എന്ന

തുകൊണ്ട് ഇവർ വിവക്ഷിച്ചത് കമ്മ്യൂണിസ്റ്റ് പാർട്ടികളെയും സോഷ്യൽ ഡെമോക്രാറ്റിക് പാർട്ടികളെയുമാണ്. ഈ രണ്ട് പ്രസ്ഥാനങ്ങളുടെയും അടിസ്ഥാന നിലപാടുകളിലെ വ്യത്യാസം പോലും ഇവർ പരിഗണിച്ചില്ല. മാത്രമല്ല, ഇത് രണ്ടിനെയും എസ്റ്റാബ്ലിഷ്മെന്റിന്റെ ഭാഗമാണ് എന്ന നിലയിലുള്ള പ്രചാരവേലയും ഇവർ സംഘടിപ്പിച്ചു. എന്നിട്ട് പുതിയ ആചാര്യരെ ഇവർ പ്രതിഷ്ഠിക്കുകയും ചെയ്തു. ഴാങ് പോൾ സാർത്ര്, റെഴി ദെബ്ര വരെ തുടങ്ങിയ ആളുകളെ ഇവർ യഥാർഥ വിപ്ലവകാരികളായി പ്രതിഷ്ഠിച്ചു. ഫ്രാങ്ക് ഫർട്ട് സ്കൂളുകൾ തുടങ്ങി നിരവധി ചിന്താധാരകളും ഇതിന്റെ ഭാഗമായി.

ഈ ചിന്താഗതികളുടെ പ്രധാനപ്പെട്ട ദൗർബല്യം ഇവ തൊഴിലാളി വർഗ വിരുദ്ധ നിലപാട് സ്വീകരിച്ചിരുന്നു എന്നതാണ്. കമ്യൂണിസ്റ്റുകാർ സോഷ്യലിസത്തിലേക്കുള്ള പരിവർത്തനത്തിൽ തൊഴിലാളികളുടെ പങ്ക് ഉയർത്തിപ്പിടിക്കുന്നവരാണ്. സോഷ്യലിസത്തിലേക്കുള്ള പരിവർത്തനത്തിൽ വിപ്ലവ ശക്തികളുടെ നേതൃത്വം തന്നെ ഈ വിഭാഗത്തിനാണ് എന്ന നിലപാട് സ്വീകരിക്കുന്നവരുമാണ്. ആധുനിക സമൂഹത്തിലെ ഏറ്റവും പുരോഗമനാത്മകമായ വർഗം തൊഴിലാളിവർഗമാണെന്നും തൊഴിലാളിവർഗത്തിന്റെ രാഷ്ട്രീയപ്പാർട്ടിയാണ് കമ്യൂണിസ്റ്റ് പാർട്ടി എന്നും നിലപാട് സ്വീകരിക്കുന്നു. എന്നാൽ പുത്തൻ ഇടതുപക്ഷ കാഴ്ചപ്പാട് സ്വീകരിക്കുന്നവർ തൊഴിലാളിവർഗത്തെ ഒരു പുതിയ സ്ഥാപിത താൽപ്പര്യവർഗമായിട്ടാണ് കണ്ടിരുന്നത്.

തൊഴിലാളിവർഗത്തെ പിന്തിരിപ്പനെന്ന് മുദ്രകുത്തിയവർ വിപ്ലവ നേതൃത്വത്തിൽ സ്ഥാപിച്ചത് ഇടത്തരം ബുദ്ധിജീവികളും വിദ്യാർഥികളും തൊഴിലില്ലാത്തവരും അന്യവൽക്കരിക്കപ്പെട്ടവരുമായ യുവജനങ്ങളും സോഷ്യലിസ്റ്റ് വിപ്ലവം നടത്തും എന്ന കാര്യമാണ്. 1969ലെ ഫ്രഞ്ച് വിദ്യാർഥി യുവജനകലാപം ഇതിന്റെ ഉദാഹരണമാണെന്ന് അവർ പ്രഖ്യാപിച്ചു. ഈ സിദ്ധാന്തം ശരിയല്ലെന്ന് കാലക്രമത്തിൽ ബോധ്യപ്പെടുന്ന നില രൂപപ്പെട്ടു. അതോടുകൂടിയാണ് ഇതിന് തിരിച്ചടിയേറ്റത്.

സോഷ്യലിസ്റ്റ് വിപ്ലവം വർഗസമരത്തെ അടിസ്ഥാനപ്പെടുത്തി രൂപം കൊള്ളുന്ന ഒന്നാണ്. ജന്മിത്വത്തിന്റെയും മുതലാളിത്തത്തിന്റെയും ചൂഷണത്തിനു വിധേയരാകുന്ന എല്ലാവരും തൊഴിലാളിവർഗത്തിന്റെ സഖ്യശക്തികളാണ്. മുതലാളിത്ത പ്രതിസന്ധി രൂക്ഷമാകുമ്പോൾ സ്വാഭാവികമായും വിദ്യാർഥികളും യുവജനങ്ങളും ഉൾപ്പെടെയുള്ള വിഭാഗങ്ങൾ കൂടുതൽ കൂടുതൽ പരിവർത്തനത്തിന്റെ ഭാഗത്തേക്കു വരും എന്നതും വസ്തുതയാണ്. എന്നാൽ ഇവ സാമ്പത്തിക വർഗങ്ങളല്ല. അതുകൊണ്ടുതന്നെ ശാസ്ത്രീയ അർഥത്തിൽ ഇവയെ വർഗങ്ങൾ എന്ന് വിളിക്കുന്നതുതന്നെ തെറ്റാണ്. വിദ്യാർഥികളും യുവജനങ്ങളും വിവിധ വർഗങ്ങളിൽനിന്ന് വരികയും പ്രായം വർധിക്കുന്നതോടെ ഈ വിഭാഗങ്ങളിൽത്തന്നെ ലയിക്കുകയുമാണ് ചെയ്യുന്നത്. അവരെ ഒരു നിശ്ചിത കാലഘട്ടത്തിലെ പ്രത്യേകതകൾ കണ്ട് വിപ്ലവത്തെ നയിക്കാനുള്ള വർഗ

മായി ചിത്രീകരിക്കുന്നത് സാമൂഹ്യശാസ്ത്രത്തിന്റെയും മാർക്സിസം -ലെനിനിസത്തിന്റെയും നിഷേധമായിത്തീരുകയുമാണ് ചെയ്യുന്നത്.

സിദ്ധാന്തപരമായ ഈ ദൗർബല്യമാണ് പുത്തൻ ഇടതുപക്ഷത്തിന്റെ തകർച്ചയ്ക്ക് ഇടയാക്കിയത്. പാരീസ് കലാപത്തിന്റെ ഉജ്വല നേതാവായി ഉയർന്നുവന്ന കോൺബെൻഡിറ്റും അദ്ദേഹത്തിന്റെ സഹ പ്രവർത്തകരും രാഷ്ട്രീയം ഉപേക്ഷിച്ച് സാമ്രാജ്യത്വ മാധ്യമങ്ങളിൽ ചേക്കേറുന്ന നിലയുണ്ടായി. യാഥാർഥ്യങ്ങളെ കാണാതെ യുവാക്കൾക്ക് അശാസ്ത്രീയമായ പ്രാധാന്യം നൽകിക്കൊണ്ടുള്ള ഈ സിദ്ധാന്തം സ്വാഭാവികമായും യുവാക്കളെ ആകർഷിക്കുകയുണ്ടായി. അതുകൊണ്ടുതന്നെ യുവജനപ്രസ്ഥാനത്തിനിടയിൽ പ്രത്യേകിച്ചും ചിന്തിക്കുന്ന വിഭാഗത്തിനിടയിൽ അങ്കലാപ്പുണ്ടാക്കുന്നതിന് ഇത് ഇടയാക്കി. ഇതിനെയും മറികടന്നുകൊണ്ടാണ് യുവജനപ്രസ്ഥാനം ഈ കാലഘട്ടത്തിൽ മുന്നോട്ടുനീങ്ങിയത്.

ഈ കാലത്ത് ഇന്തോനേഷ്യയിൽ നടന്ന പ്രധാന സംഭവമായിരുന്നു കമ്യൂണിസ്റ്റുകാരെ കൂട്ടക്കൊല ചെയ്യാനുള്ള ജനറൽ സുഹാർത്തോയുടെ നിലപാട്. ഭരണത്തിനു പുറത്തുള്ള കമ്യൂണിസ്റ്റ് പാർട്ടികളിൽ ഏറ്റവും വലുതായിരുന്നു ഇന്തോനേഷ്യയിലെ കമ്യൂണിസ്റ്റ് പാർട്ടി. ജനകീയ പ്രശ്നങ്ങൾ ഏറ്റെടുത്തുകൊണ്ട് പാർട്ടി നടത്തിയ പോരാട്ടങ്ങൾ 1960-കളിൽ ഇന്തോനേഷ്യയിൽ ശക്തിപ്രാപിച്ചു. പാർട്ടിയുടെ ഈ ശക്തി വലതുപക്ഷ ശക്തികളെയും ഇസ്ലാമിക് ഗ്രൂപ്പുകളെയും പ്രകോപിപ്പിച്ചു. അവരുടെ പ്രവർത്തനങ്ങൾക്ക് സി ഐ എയുടെ സഹായവുമുണ്ടായിരുന്നു. കമ്യൂണിസ്റ്റുകാർക്കെതിരായി കള്ളക്കഥകൾ നിരവധി പ്രചരിപ്പിച്ചു. 1965 ഒക്ടോബർ മാസത്തിൽ ഇന്തോനേഷ്യയിലെ കമ്യൂണിസ്റ്റുകാരെ കശാപ്പ് ചെയ്യുന്ന വിപുലമായ പദ്ധതികൾ ആസൂത്രണം ചെയ്തു. ഏകദേശം അഞ്ചുലക്ഷത്തിലേറേ കമ്യൂണിസ്റ്റുകാരെയാണ് അന്ന് കൊല ചെയ്തത്. ഇന്തോനേഷ്യയിലെ നദികളെല്ലാം കമ്യൂണിസ്റ്റുകാരുടെ ശവശരീരങ്ങളാൽ നിറഞ്ഞുകിടക്കുകയായിരുന്നു എന്ന് അന്ന് അവിടെ യാത്ര ചെയ്ത വിദേശസഞ്ചാരികൾ രേഖപ്പെടുത്തിയിട്ടുണ്ട്. കമ്യൂണിസ്റ്റ് പാർട്ടിയുടെ പ്രവർത്തനത്തെ പിൽക്കാലത്ത് തടയുന്നതിനും നിരോധിക്കുന്നതിനും എല്ലാം അവിടത്തെ ഇസ്ലാമിക വർഗീയ സംഘടനകൾ വീറോടെ പ്രവർത്തിക്കുകയായിരുന്നു. അന്ന് ഏറെ ചർച്ച ചെയ്യപ്പെട്ട സംഭവമായിരുന്നു ഇത്. കമ്യൂണിസ്റ്റ് പാർട്ടിയെ ഉന്മൂലനം ചെയ്യാൻവേണ്ടി വലതുപക്ഷ ശക്തികളും ഇസ്ലാമിക ഗ്രൂപ്പുകളും യോജിച്ച് നടത്തിയ ഇടപെടൽ തീർച്ചയായും ഇന്നത്തെക്കാലത്ത് ഏറെ പഠനവിഷയമാക്കേണ്ട ഒന്നാണ്.

13

ശരിയായ രാഷ്ട്രീയ വീക്ഷണത്തിനായി

സംസ്ഥാനത്തിന്റെ വിവിധ ഭാഗങ്ങളിൽ പലതരത്തിലുള്ള യുവ ജനപ്രസ്ഥാനങ്ങൾ ഈ കാലഘട്ടത്തിൽ ഉയർന്നുവരികയുണ്ടായി. ഈ സംഘടനകളെ യോജിപ്പിച്ചുകൊണ്ട് മുന്നോട്ടുപോവുക എന്ന ആശയം ശക്തിപ്പെട്ടുവന്നു. 1967ലെ തിരഞ്ഞെടുപ്പ് പ്രവർത്തനത്തോടെ സംഘട നയ്ക്ക് അടിത്തറയിടുക എന്ന ലക്ഷ്യമായിരുന്നു ഇതിനുണ്ടായിരുന്ന ത്. എ കെ ജിയായിരുന്നു ഇതിന് സജീവമായി രംഗത്തിറങ്ങിയത്. 1967 ജനുവരിയിൽ കോഴിക്കോട് *ദേശാഭിമാനി* ഓഫീസിൽവച്ച് ആദ്യ യോഗം ചേർന്നു. കെ മോഹനൻ കൺവീനറായി ഒരു ഓർഗനൈസിങ് കമ്മിറ്റി രൂപീകരിച്ചു. എ കെ ജി, സി എച്ച് കണാരൻ, പി ഗോവിന്ദപ്പിള്ള എന്നി വർ പങ്കെടുത്ത യോഗത്തിൽ അഞ്ചു യുവ ജനപ്രവർത്തകരാണ് ഉണ്ടായിരുന്നത്. ഈ യോഗത്തിൽ രൂപരേഖ സി എച്ച് കണാരനാണ് അവതരിപ്പിച്ചത്. തിരഞ്ഞെ ടുപ്പിൽ ഐക്യമുന്നണി വിജയിച്ചതോടെ യുവാക്കളിൽ വലിയ ആവേശം ദൃശ്യമാ യി. എ കെ ജി എല്ലാ യോഗത്തിലും യുവ ജനസംഘടന ശക്തിപ്പെടുത്തേണ്ടതിന്റെ പ്രാധാന്യം വിശദീകരിക്കുകയുണ്ടായി. ഇത് ഒരു പുതിയ സംഘടന രൂപീകരിക്കു ന്നതിന് ഏറെ സഹായകമാവുകയും ചെയ്തു.

കെ മോഹനൻ

1968 ജൂൺ 1 ന് സ്വാഗതസംഘം വിളിച്ചുചേർത്ത് സംഘടനയുടെ രൂപീക

പി ഗോവിന്ദപ്പിള്ള

രണത്തിനുവേണ്ട പദ്ധതികൾ നീക്കി. പി കുട്ടികൃഷ്ണൻ പ്രസിഡന്റും ടി പി രവീന്ദ്രൻ സെക്രട്ടറിയുമായി 201 അംഗ സ്വാഗതസംഘം രൂപീകരിച്ചു. സംഘടനയ്ക്ക് കേരള സോഷ്യലിസ്റ്റ് യുവജന ഫെഡറേഷൻ (കെ എസ് വൈ എഫ്) എന്ന് പേരിടാനും തീരുമാനമുണ്ടായി. 1968 ജൂൺ 22, 23 തീയതികളിൽ കോഴിക്കോട് ടൗൺ ഹാളിലാണ് സോഷ്യലിസ്റ്റ് യുവജനഫെഡറേഷന്റെ പ്രഥമ സംസ്ഥാന കൺവെൻഷൻ ചേർന്നത്. കുന്നിക്കൽ നാരായണൻ വിളിച്ചു ചേർത്ത യോഗത്തിൽ തലേ ദിവസം പ്രതിനിധികളിൽ ചിലർ പങ്കെടുത്തിരുന്നു. കണ്ണൂർ ജില്ലാ യുവജന ഫെഡറേഷന്റെ പ്രസിഡന്റും സെക്രട്ടറിയും ഇതിൽ പങ്കെടുത്തിരുന്നു. ഈ സമ്മേളനം ചേരുന്നതിന് തലേന്ന് ചേർന്ന ഫ്രാക്ഷൻ യോഗത്തിൽ നിന്ന് ഒരു വിഭാഗം നക്സൽ ആശയഗതിക്കാർ ഇറങ്ങിപ്പോയിരുന്നു. ഇവർ ഉന്നയിച്ച ആശയങ്ങൾ സമ്മേളനത്തിന് അംഗീകരിക്കാനായില്ല. ഈ വിഭാഗം ഒടുവിൽ സമ്മേളനം തന്നെ ബഹിഷ്കരിക്കുമെന്ന നിലയുണ്ടായി. പിന്നീട് ഇവരെ സംഘടനയിൽനിന്ന് പുറത്താക്കി. സമാന്തര സംഘടനയുണ്ടാക്കാനുള്ള പ്രവർത്തനങ്ങളും ശക്തിപ്പെട്ടു. നാന്നൂറോളംപേർ ഇത്തരത്തിൽ സംഘടനയിൽനിന്ന് എതിർപക്ഷത്തേക്ക് പോവുകയുണ്ടായി.

സി എച്ച് കണാരൻ

എം എൻ കുറുപ്പ്, സി കെ ചക്രപാണി, സി ബി സി വാര്യർ, കെ ബാലകൃഷ്ണൻനായർ, ഡോ. ശ്രീനിവാസൻ എന്നിവരായിരുന്നു ഈ സമ്മേളനം നിയന്ത്രിച്ചത്. സ്റ്റിയറിങ് കമ്മിറ്റിയിൽ കെ മോഹനൻ, മലപ്പുറം പി മൂസ, ആർ സി ഉണ്ണിത്താൻ, പി ആർ ഗോപാലകൃഷ്ണൻ, ടി ശിവദാസമേനോൻ, കെ സി നന്ദനൻ, എം ജിനദേവൻ എന്നിവരും ഉണ്ടായിരുന്നു. പി കുട്ടികൃഷ്ണൻ നായരാണ് സമ്മേളനത്തിൽ സ്വാഗതം പറഞ്ഞത്. എ കെ ജി പതാക ഉയർത്തി. തുടർന്ന് രക്തസാക്ഷി മണ്ഡപത്തിൽ പ്രതിനിധി സഖാക്കൾ പുഷ്പാർച്ചന നടത്തുകയുണ്ടായി. ഉൽഘാടനം ചെയ്തതാവട്ടെ എ കെ ജിയും. “വയസുകൊണ്ട് ഞാൻ യുവാവല്ല, പ്രവർത്തനംകൊണ്ട് നിങ്ങളേക്കാൾ യുവാവാണെന്ന് പറയാൻ മടിക്കുന്നില്ല” എന്ന് എ കെ ജി

ഈ സമ്മേളനത്തിൽ പറയുകയുണ്ടായി.

ഉൽഘാടന പ്രസംഗത്തിൽ അന്ധവിശ്വാസങ്ങൾക്കും അനാചാരങ്ങൾക്കും അസമത്വങ്ങൾക്കും എതിരായി പോരാടണമെന്ന് യുവാക്കളോട് എ കെ ജി ആഹ്വാനം ചെയ്യുകയുണ്ടായി. അസമത്വങ്ങൾക്കെതിരായുള്ള പോരാട്ടങ്ങൾ ലോകത്തെങ്ങുമുള്ള മുതലാളിത്ത രാഷ്ട്രങ്ങളിൽ ആരംഭിച്ചുകഴിഞ്ഞിട്ടുണ്ട്. ഫ്രാൻസിലും ഇറ്റലിയിലും ബെൽജിയത്തിലും ഇപ്പോൾ ലണ്ടനിലും അമേരിക്കയിലും അതാണ് കാണുന്നതെന്ന് അദ്ദേഹം പറയുകയുണ്ടായി. ഇന്ത്യയെ സംബന്ധിച്ചിടത്തോളം ഇത്രയേറെ അസമത്വങ്ങൾ കടന്നുകൂടിയ മറ്റൊരു രാജ്യമില്ല. എന്നാൽ ഇവിടുത്തെ യുവാക്കൾക്കിടയിൽ സോഷ്യലിസത്തിനെതിരായ വാസനയാണ് പടർന്നുപിടിക്കുന്നതെന്നും അദ്ദേഹം പറഞ്ഞു. ഈ സ്ഥിതിവിശേഷത്തിന് കാരണം യുവാക്കളല്ല. അവരെ അത്തരത്തിലൊരു ചിന്താഗതിയിലേക്ക് തിരിച്ചുവിടാൻ ഇവിടുത്തെ സ്ഥാപിത താൽപ്പര്യക്കാരും അവരുടെ പത്രങ്ങളും കൊണ്ടുപിടിച്ച് ശ്രമിച്ചുവരികയാണ്. സാമ്പത്തികവും സാമൂഹ്യവുമായ അസമത്വങ്ങൾക്കെതിരായി ഒന്നിച്ചു നിൽക്കേണ്ട ജനങ്ങളെ രാഷ്ട്രീയമായി ചിന്തിപ്പിക്കുന്നതിൽ നിന്നും പിന്തിരിപ്പിച്ച് അന്ധവിശ്വാസങ്ങളിലേക്ക് തിരിച്ച് വിടുവിക്കാനും സംഘടിത ശ്രമങ്ങൾ നടക്കുന്നുണ്ട്. സാമ്പത്തിക കുഴപ്പത്തിൽ നിന്നും ദാരിദ്രത്തിൽ നിന്നും കൂടുതൽ അന്ധവിശ്വാസംവളരുന്നുവെന്നതാണ് ഇവിടുത്തെ നില. രോഗം വന്നാൽ ചികിൽസിക്കുന്നതിന് പകരം കുറുക്കുവിദ്യ ആരായുകയാണ് ജനങ്ങൾ. ഇത്തരം വിശ്വാസങ്ങളിൽ നിന്ന് മുതലെടുക്കാൻ ചില കുട്ടി ദൈവങ്ങളും പ്രത്യക്ഷപ്പെടുന്നുണ്ട്. ഇത്തരം അന്ധവിശ്വാസങ്ങൾക്കും അനാചാരങ്ങൾക്കും എതിരായ പോരാട്ടം ഒരു പുതിയ സാമൂഹ്യ വ്യവസ്ഥ കെട്ടിപ്പടുക്കാനുള്ള സമരത്തിന്റെ ശ്രമകരമായ തുടക്കം മാത്രമാണ്.

ടി ശിവദാസമേനോൻ

തൊഴിലില്ലായ്മ ഏറ്റവും രൂക്ഷമായി തീർന്നിരിക്കുകയാണ്. ഈ അവസരത്തിലും ഓട്ടോമേഷൻ നടപ്പിലാക്കി ഇപ്പോൾ തൊഴിലെടുത്ത് ജീവിച്ച് വരുന്നവരെ കൂടി വഴിയാധാരമാക്കാനാണ് കേന്ദ്രഗവൺമെന്റിന്റെ ശ്രമം. നിരന്തരമായ അവഗണയുടെ ഫലമായാണ് കേരളം ഇത്രയുമധികം പിന്നണിയിലായത്. മൂന്ന് പഞ്ചവൽസരപദ്ധതികളിലും കേരളത്തിന് അർഹമായ വിഹിതം കിട്ടിയില്ല. വ്യവസായങ്ങൾ തരാമെന്ന് പറഞ്ഞത് തരുന്നില്ല. അനുവദിച്ചത് തന്നെ മറ്റുസംസ്ഥാനങ്ങളിലേക്ക് മാറ്റുന്നു. ഈ നിലയിൽ തൊഴിലില്ലായ്മയ്ക്കെതിരായ തുടർച്ചയായ സമരവും പ്രക്ഷോഭവും നടത്തുക എന്നത് അടിയന്തര പ്രാധാന്യമർഹിക്കുന്ന കാര്യമാണ്.

അരി റേഷൻ ജൂൺ 23 മുതൽ 6 ഔൺസ് ആക്കുന്നുണ്ടെങ്കിൽ തന്നെ അത് എത്രകാലം തുടരാൻ കഴിയുമെന്ന കാര്യത്തിൽ സംശയമുണ്ട്. അതുകൊണ്ടുതന്നെ ഭക്ഷ്യസമരത്തിൽ ഫെഡറേഷൻ അതിന്റെ വാളണ്ടിയർമാരെ രംഗത്തിറക്കണമെന്നും എ കെ ജി പ്രസംഗത്തിൽ പറഞ്ഞു.

ഈ പ്രസംഗത്തിൽ നിന്ന് വ്യക്തമാകുന്നത് യുവജനപ്രസ്ഥാനത്തിന്റെ പ്രവർത്തനരീതിയും അജണ്ടയും സംബന്ധിച്ചുള്ള എ കെ ജിയുടെ കാഴ്ചപ്പാടാണ്. യുവാക്കളിൽ സോഷ്യലിസ്റ്റ് ബോധവും ശാസ്ത്രീയ ചിന്തയും വളർത്തിക്കൊണ്ട് വരേണ്ടതിന്റെ പ്രാധാന്യമാണ് ഇവിടെ വിശദമാക്കുന്നത്. അതോടൊപ്പം തന്നെ തൊഴിലില്ലായ്മയ്ക്കെതിരായുള്ള പോരാട്ടത്തിനും കേന്ദ്ര അവഗണനയ്ക്കെതിരായുള്ള സമരത്തിനും ഉള്ള പ്രാധാന്യവും എടുത്തു പറയുകയും ചെയ്യുന്നുണ്ട്. ഭക്ഷ്യപ്രചരണജാഥ കേരളത്തിൽ 1968 ജൂലൈ 7-ാം തീയതി ആരംഭിക്കുന്ന പശ്ചാത്തലത്തിൽ കൂടിയാണ് ഈ പ്രസംഗമെന്ന കാര്യം ഓർമിക്കേണ്ടതുണ്ട്.

സമ്മേളനത്തിന്റെ ആദ്യദിവസം തന്നെ ഭാരവാഹികളെ തിരഞ്ഞെടുക്കുന്ന തരത്തിലായിരുന്നു അജണ്ട. രക്തസാക്ഷി പ്രമേയവും അവതരിപ്പിക്കപ്പെട്ടിരുന്നു. സാമ്രാജ്യത്വ മേധാവിത്വത്തിനെതിരായി ലോകമെങ്ങും നടന്നിട്ടുള്ള സ്വാതന്ത്ര്യസമരപ്രസ്ഥാനത്തിൽ ആത്മാഹൂതി ചെയ്തവരും ജന്മി ബൂർഷ്വാ ഗവൺമെന്റിന്റെ മർദനത്തിന് ഇരയായി ജീവൻ വെടിഞ്ഞവരുമായ രക്തസാക്ഷികളുടെ സ്മരണയ്ക്ക് മുന്നിൽ ആദരാഞ്ജലികൾ അർപ്പിക്കുന്ന പ്രമേയം അവതരിപ്പിക്കപ്പെട്ടു. ചെഗുവേരയുടെ വീരസ്മരണയ്ക്ക് മുന്നിൽ വിപ്ലവാഭിവാദ്യം അർപ്പിക്കുന്ന പ്രമേയവും അവതരിപ്പിക്കപ്പെട്ടിരുന്നു. സംസ്ഥാന ഓർഗനൈസിങ് കമ്മിറ്റിയുടെ കൺവീനർ സഖാവ് കെ മോഹനൻ പ്രവർത്തന റിപ്പോർട്ട് അവതരിപ്പിക്കുകയും ഉച്ചയ്ക്ക് ശേഷം ചർച്ച ഉണ്ടാവുകയും ചെയ്തു. ഫെഡറേഷന്റെ കരട് വിജ്ഞാപനവും കൺവെൻഷനിൽ അവതരിപ്പിക്കപ്പെട്ടു.

എസ് രാമചന്ദ്രൻപിള്ള

സി കെ ചക്രപാണി പ്രസിഡന്റും എസ് രാമചന്ദ്രൻപിള്ള സെക്രട്ടറിയുമായി 21 അംഗ സംസ്ഥാന കമ്മിറ്റിയെ സമ്മേളനം തിരഞ്ഞെടുത്തു. പാട്യം ഗോപാലനും അഡ്വ. ബാലചന്ദ്രനും വൈസ് പ്രസിഡന്റുമാരുമായി. ജോയിന്റ് സെക്രട്ടറിമാരായി കെ മോഹനനും എം എസ്

ഇ കെ ഇമ്പിച്ചിബാവ

ഗോപാലകൃഷ്ണനും തിരഞ്ഞെടുക്കപ്പെട്ടു. അമ്പാടി വേണു (തൃശൂർ), ഡോ. ശ്രീനിവാസൻ (കോഴിക്കോട്), പി ആർ ഗോപാലകൃഷ്ണൻ (കോട്ടയം), എം എൻ കുറുപ്പ് (ആലപ്പുഴ), ആർ സി ഉണ്ണിത്താൻ (കൊല്ലം), മലപ്പുറം പി മൂസ എന്നിവരെ എക്സിക്യൂട്ടീവ് കമ്മിറ്റിയിലേക്കും തിരഞ്ഞെടുത്തു. സി അച്യുതൻ, വി സുകുമാരൻ (പാലക്കാട്), ശാന്തിദേവ് ശാന്തകുമാർ (തിരുവനന്തപുരം) കുരിയാക്കോസ്, ഗോപി വൈക്കം (കോട്ടയം) കെ വാസുദേവൻ, പി എം മാരാത്ത് (കോഴിക്കോട്), സി പി ദാമോദരൻ (കണ്ണൂർ), ജോസ് മാമ്പള്ളി, എസ് ആർ ശക്തിധരൻ (എറണാകുളം) കരുണാകരൻപിള്ള, അഡ്വ വി വാസുപിള്ള (കൊല്ലം), എം എൻ ദിവാകരൻ, വി കേശവൻ (ആലപ്പുഴ), എം എ കാർത്തികേയൻ, കെ ജി പരമൻ (തൃശ്ശൂർ) എന്നിവർ കമ്മിറ്റി അംഗങ്ങളായി. ചുവന്ന പശ്ചാത്തലത്തിൽ വെള്ള നക്ഷത്രമുള്ള കൊടിയാണ് സംഘടന അംഗീകരിച്ചത്.

23-ാം തീയതി വൈകുന്നേരം അന്നത്തെ കോഴിക്കോട് ജില്ല കേന്ദ്രീകരിച്ച് പ്രകടനവും പൊതുസമ്മേളനവും നടത്തുകയുണ്ടായി. പൊതുസമ്മേളനത്തിൽ സഖാക്കൾ എ കെ ജി, പി രാമമൂർത്തി, സുശീല ഗോപാലൻ, ഇ കെ ഇമ്പിച്ചിബാവ, ഇ കെ നായനാർ തുടങ്ങിയ നേതാക്കളാണ് സംബന്ധിച്ചത്. പുതിയ ഭരണഘടന, നയപരിപാടി, പ്രവർത്തന പരിപാടി തുടങ്ങിയവയെല്ലാം ഈ കൺവെൻഷനിൽ ചർച്ച ചെയ്യുകയുണ്ടായി.

യുവാക്കളെ ബാധിക്കുന്ന സുപ്രധാന പ്രശ്നമായ തൊഴിലില്ലായ്മ ഏറ്റെടുത്ത് പ്രക്ഷോഭം നടത്താനുള്ള തീരുമാനവും സമ്മേളനം എടുക്കുകയുണ്ടായി. ഇതുമായി ബന്ധപ്പെട്ട കണക്കുകൾ ശേഖരിക്കാനും ഡൽഹിയിലേക്ക് മാർച്ച് നടത്താനും തീരുമാനിച്ചു. 1968 ആഗസ്റ്റ് 15 വിയത്നാം ദിനമായി ആചരിക്കാനും തീരുമാനിച്ചു. കേരളത്തിന് അരി നൽകാതെ കേന്ദ്രസർക്കാർ നയത്തിനെതിരെ നടക്കുന്ന പ്രക്ഷോഭങ്ങൾ വിജയിപ്പിക്കാനും തീരുമാനിച്ചു. വനിതകളെ സംഘടനയിൽ ചേർക്കുക എന്ന നയവും ഈ സമ്മേളനത്തിൽ വച്ചാണ് അംഗീകരിക്കപ്പെട്ടത്. 'തൊഴിൽ അല്ലെങ്കിൽ തൊഴിലില്ലായ്മാ വേതനം' എന്ന മുദ്രാവാക്യം ഇന്ത്യയിലാദ്യമായി മുന്നോട്ടുവച്ച യുവജനസംഘടന കെ എസ് വൈ എഫ് ആണ്. 1967 ലെ ഇ എം എസ് ഗവൺമെന്റ് തൊഴിലില്ലായ്മാ വേതനം അനുവദിച്ച് ഉത്തരവ് പുറപ്പെടുവിച്ചിരുന്നുവെങ്കിലും അത് നടപ്പിലാക്കുന്നതിനുമുമ്പ് ആ സർക്കാർ അട്ടിമറിക്കപ്പെട്ടു.

1969 നവംബർ 7, 8 തീയതികളിൽ തൃശൂരിൽ ചേർന്ന ഒന്നാം സംസ്ഥാന സമ്മേളനമാണ് സംഘടനയുടെ പരിപാടി അംഗീകരിച്ചത്. സോഷ്യലിസ്റ്റ് ചിന്താഗതിക്കാരായി വളർത്താനുള്ള വിപ്ലവ സംഘടന

ഹർകിഷൻ സിങ് സുർജീത്ത്

യാണ് ഇത് എന്ന കാഴ്ചപ്പാടോടെയാണ് പരിപാടി തയാറാക്കിയത്. അധ്വാനിക്കുന്ന ജനവിഭാഗങ്ങൾ നടത്തുന്ന അവകാശപ്പോരാട്ടങ്ങളിൽ പങ്കെടുക്കാൻ പ്രതിജ്ഞാബദ്ധമാണ് സംഘടന എന്ന് പരിപാടിയിൽ പറയുന്നുണ്ട് (അനുബന്ധമായി ഈ പരിപാടി കൊടുത്തിട്ടുണ്ട്).

പ്രക്ഷോഭത്തിന്റെ കാലഘട്ടമായിരുന്നു പിന്നീടുണ്ടായത്. തൊഴിലില്ലായ്മാ വേതനത്തിനുവേണ്ടി മാത്രമല്ല, കേന്ദ്ര അവഗണനയും പ്രധാന മുദ്രാവാക്യമായി. 1969 ഏപ്രിൽ മാസത്തിൽ കേരളത്തിലുടനീളം നടത്തിയ ജാഥ യുവജനങ്ങളെ ഇളക്കിമറിച്ചു. കാസർകോട്ടുനിന്ന് പി ആർ ഗോപാലകൃഷ്ണന്റെ നേതൃത്വത്തിൽ ഏപ്രിൽ 7 ന് ആരംഭിച്ച ജാഥ ഏപ്രിൽ 22 ന് വൻ പ്രകടനത്തോടെ എറണാകുളത്ത് സമാപിച്ചു. തുടർന്നു നടന്ന പാർലമെന്റ് മാർച്ച് ശ്രദ്ധേയമായ പരിപാടിയായിരുന്നു. ജാഥാംഗങ്ങളായ 58 വളണ്ടിയർമാർ ഡൽഹിയിലേക്ക് യാത്ര തിരിച്ചു. ഏപ്രിൽ 28 ന് വി പി ഹൗസിൽ പൊതുയോഗം ചേർന്നു. ധാരാളം മലയാളികൾ ഈ യോഗത്തിൽ പങ്കെടുത്തു. ഏപ്രിൽ 29 ന് സി കെ ചക്രപാണി, പാട്യം ഗോപാലൻ, കെ മോഹനൻ, എസ് രാമചന്ദ്രൻപിള്ള എന്നിവർ പ്രധാനമന്ത്രിയെ കണ്ട് മെമ്മോറാണ്ടം നൽകി. തിരിച്ചുവന്ന് അശോക റോഡിലെ നാലാം നമ്പർ മുറ്റത്ത് വീണ്ടും യോഗം ചേർന്നു. പി രാമമൂർത്തി, ഹർകിഷൻ സിങ് സുർജീത്ത്, ഇ കെ നായനാർ എന്നിവർ പ്രസംഗിച്ചു. എം പിമാരായിരുന്ന ജ്യോതിർമയി ബസുവും പാട്യം ഗോപാലനും സി കെ ചക്രപാണിയും പാർലമെന്റിൽ നിവേദനം നൽകാൻ നീങ്ങി. പൊലീസ് ജാഥയെ തടഞ്ഞു. അതിൽ ഒരാൾ "ഞാൻ മജിസ്ട്രേട്ടാണ്. നിങ്ങളുടെ യാത്ര നിരോധിച്ചിരിക്കുന്നു" എന്നു പറഞ്ഞു. പാർലമെന്റ് അംഗങ്ങളെ തടയാൻ അവകാശമില്ല എന്നു പറഞ്ഞ് ജ്യോതിർമയി ബാസു ഇതിനെ എതിർത്തു. തുടർന്ന് വളണ്ടിയർമാർ മുന്നോട്ടു നീങ്ങി. പൊലീസുകാർ ക്രൂരമായ മർദനം അഴിച്ചുവിട്ടു. സമരക്കാരെ പത്തുദിവസം തിഹാർ ജയിലിലടച്ചു. ഇന്ത്യയിലാകമാനം ശ്രദ്ധപിടിച്ചുപറ്റിയ സമരമായി ഇതു മാറി. അന്ന് കേരളത്തിലും കേന്ദ്രസർക്കാർ ഓഫീസുകൾ യുവാക്കൾ പിക്കറ്റ് ചെയ്തു.

പാട്യം ഗോപാലൻ

നിവേദനവുമായി ചെന്ന കെ എസ് വൈ എഫ് നേതാക്കളോട് ഇന്ദിരാഗാന്ധി ഒരു ചോദ്യം ചോദിച്ചു: "തൊഴിൽ അല്ലെങ്കിൽ വേതനമോ? ലോകത്ത് എവിടെയെങ്കിലും നിങ്ങൾ കേട്ടിട്ടുണ്ടോ? ഇന്ത്യയെപ്പോലെ ഇത്രയും വലിയ ഒരു രാജ്യത്ത് ഇക്കാര്യം പ്രയോഗത്തിൽ വരുത്തുകയോ?" ഇതിനു മറുപടിയായി എസ് രാമചന്ദ്രൻപിള്ള നൽകിയ മറുപടി ഇങ്ങനെയായിരുന്നു "ഭരണഘടനയിൽ ഇത് അംഗീകരിച്ചുകിട്ടും വരെ സമരം തുടരുകതന്നെ ചെയ്യും." കെ എസ് വൈ എഫ് അന്നുയർത്തിയ മുദ്രാവാക്യം കേരളത്തിൽ പ്രായോഗികമായി എന്നത് ഈ അവസരത്തിൽ നാം ഓർക്കേണ്ടതുണ്ട്. തുടർന്നും ഈ മുദ്രാവാക്യം മുന്നോട്ടുവച്ചുകൊണ്ടുള്ള പോരാട്ടം തുടരുകതന്നെ ചെയ്തു. 1972 ഡിസംബർ 3ന് എറണാകുളത്ത് തൊഴിലില്ലായ്മാവിരുദ്ധ കൺവെൻഷനും പ്രകടനവും നടന്നു. 1972 ഡിസംബർ 26ന് കാസർഗോഡ് ചെർക്കളയിൽനിന്ന് തിരുവനന്തപുരത്തേക്ക് തൊഴിലില്ലായ്മാവിരുദ്ധ പ്രചരണജാഥ നടന്നു. എസ് രാമചന്ദ്രൻപിള്ളയായിരുന്നു ഈ ജാഥ നയിച്ചത്. 'തൊഴിൽ അല്ലെങ്കിൽ തൊഴിലില്ലായ്മാ വേതനം നൽകുക', 'തൊഴിൽ മൗലികാവകാശമാക്കുക' എന്നീ ആവശ്യങ്ങൾ ഉന്നയിച്ച് ഒക്ടോബർ 19ന് സംസ്ഥാന സർക്കാർ ഓഫീസുകൾക്കു മുമ്പിൽ പിക്കറ്റിങ് നടന്നു. 60,000 പേർ അതിൽ പങ്കെടുത്തു. ഇത്തരത്തിൽ തൊഴിലില്ലായ്മയ്ക്കെതിരായി വലിയ പ്രക്ഷോഭങ്ങൾ ഉയർത്തിക്കൊണ്ടുവരുന്നതിന് ഈ കാലയളവിൽ സാധിക്കുകയും ചെയ്തു.

യുവജനങ്ങളുടെ അടിസ്ഥാന പ്രശ്നങ്ങൾ ഏറ്റെടുത്തുകൊണ്ട് നടന്ന ഈ സമരം യുവജനപ്രസ്ഥാനത്തെ കൂടുതൽ കരുത്തോടെ മുന്നോട്ടുനയിക്കുന്നതിന് സഹായകമായി. രാഷ്ട്രീയമായി യുവജനങ്ങളെ ആകമാനം നയിക്കുന്നവിധം സംഘടനയ്ക്ക് വളരാനായത് ഈ കാലഘട്ടത്തിലാണ്. എന്നാൽ ഈ മുന്നോട്ടുപോക്കിന് ഒട്ടനവധി പ്രതിസന്ധികളെ സംഘടനാപരമായിത്തന്നെ അതിജീവിക്കേണ്ടിവന്നിട്ടുണ്ട്.

യഥാർഥത്തിൽ അന്നത്തെ കാലത്തെ രാഷ്ട്രീയ സംഭവങ്ങളെ വിലയിരുത്തുമ്പോൾ നാം മനസിലാക്കേണ്ട കാര്യം യുവജനപ്രസ്ഥാനത്തിന്റെ രൂപീകരണവും പ്രവർത്തനവും യുവാക്കളെ വലതുപക്ഷ ശക്തികളുടെ കൈകളിലേക്ക് കടന്നുചെല്ലുന്നതിൽ നിന്ന് തടഞ്ഞുനിർത്തി എന്നതാണ്. മാത്രമല്ല, ഇടതു തീവ്രവാദപരമായ നയങ്ങളിലേക്ക് പോകുന്നതിനെയും അത് തടസ്സപ്പെടുത്തി. ഇടതു തീവ്രവാദത്തെ നേരിടുന്നതിന് ജനാധിപത്യ വിപ്ലവത്തിന്റെയോ ജനകീയ ജനാധിപത്യ വിപ്ലവത്തിന്റെയോ നിലപാടുകളിൽ നിന്നുകൊണ്ടാണ് സംഘടന മുന്നോട്ടുപോയത് എന്ന് പറയാനാവില്ല. ഇടതു തീവ്രവാദപരമായ നിലപാടുകളുടെ സ്വാധീനം സംഘടനയിൽ ഉണ്ടായിരുന്നു. ആ സംഘടനയാണ് നക്സൽ ശക്തികൾക്കെതിരായ ഉജ്വലമായ ആശയസമരം സംഘടിപ്പിക്കുകയും തെറ്റായ വഴിയിലേക്ക് ഒഴുകുമായിരുന്ന യുവജനങ്ങളെ നേർപാതയിലേക്ക് നയിക്കുകയും ചെയ്തത് എന്നത് ചരിത്രസത്യമാണ്.

14

സംഘടനാപരമായ കരുത്തിനുവേണ്ടിയുള്ള സമരങ്ങൾ

കോഴിക്കോട് സമ്മേളനത്തിൽ നിന്ന് ഇറങ്ങിപ്പോയവർ തീവ്രവാദ മുദ്രാവാക്യം വെച്ച് യുവാക്കളെ ആകർഷിക്കാൻ വലതുപക്ഷ മാധ്യമങ്ങളുടെ വൻ പിന്തുണയോടെയുള്ള പ്രവർത്തനം ഈ കാലഘട്ടത്തിൽ സജീവമാക്കി. ഈ സാഹചര്യത്തെ അതിജീവിച്ച് മുന്നോട്ടുപോവുക എന്നതായിരുന്നു ഈ ഘട്ടത്തിൽ സംഘടനയ്ക്ക് ഏറ്റെടുക്കേണ്ടിവന്ന പ്രധാനപ്പെട്ട പ്രവർത്തനം. കെ എസ് വൈ എഫിന്റെ സംഘടനാ സംവിധാനം ഈ പ്രതിസന്ധി മുറിച്ചുകടക്കുന്നതിനായി ഉപയോഗപ്പെടുത്തുക എന്ന രീതിയാണ് ഉണ്ടായിരുന്നത്.

വലതുപക്ഷ മാധ്യമങ്ങൾ തീവ്രവാദപരമായ സമീപനങ്ങളെ വാനോളം പുകഴ്ത്തിക്കൊണ്ട് വാർത്തകൾ പടച്ചുവിട്ടു. വളരെ ചെറിയതോതിലുള്ള കമ്യൂണിസ്റ്റുവിരുദ്ധ പ്രവർത്തനങ്ങളെപ്പോലും വലുതായി പ്രചരിപ്പിച്ചു. ദൈനംദിന പ്രവർത്തനത്തിന്റെ ഭാഗമായി ഉണ്ടാവുന്ന ചെറിയതോതിലുള്ള വീഴ്ചയും തീവ്രവാദശക്തികൾക്ക് പിന്തുണയേകി പർവതീകരിക്കപ്പെട്ടു. ഇത്തരത്തിൽ കേരളത്തിലെ മാധ്യമങ്ങളാകെ ആഘോഷപൂർവം കമ്യൂണിസ്റ്റ് വിരുദ്ധ നിലപാടുകൾ ഉയർത്തിയ സന്ദർഭമായിരുന്നു അത്. യുവജനങ്ങളിൽ ഇത്തരത്തിലുള്ള പ്രചരണങ്ങൾക്ക് സ്വാധീനമുണ്ടായിരുന്നു പ്രത്യേകിച്ച് ഇടത്തരം കുടുംബങ്ങളിൽ നിന്നു രംഗത്തുവന്ന പ്രവർത്തകർക്കിടയിൽ, ഈ സാഹചര്യത്തെ മറികടക്കുന്നതിന് ഉതകുന്ന തരത്തിലുള്ള പ്രവർത്തനപദ്ധതികൾക്ക് സംഘടന നേതൃത്വം കൊടുത്തു. മാർക്സിസ്റ്റ് ക്ലാസിക്കുകളെക്കുറിച്ച് സംസ്ഥാന ജില്ലാതലത്തിലും താഴെ നിലവാരത്തിലും പഠന ക്ലാസുകൾ നൽകുകയുണ്ടായി. തെറ്റായ പ്രത്യയശാസ്ത്രത്തിനും തീവ്രവാദ രാഷ്ട്രീയത്തിനും വലതുപക്ഷവൽക്കരണത്തിനും എതിരായ രാഷ്ട്രീയ പഠനം അന്നത്തെ സംസ്ഥാന ജില്ലാതല കേഡർമാർക്ക്

വ്യക്തമായ ദിശാബോധം നൽകുകയുണ്ടായി. വില്ലേജ്, യൂണിറ്റ് തലം വരെ ശാസ്ത്രീയ സോഷ്യലിസം എന്ന വിഷയം അടിസ്ഥാനപ്പെടുത്തി നിരവധി ക്ലാസുകൾ പിന്നീട് നടത്തപ്പെട്ടു.

ഈ കാലഘട്ടത്തിൽ യുവാക്കളെ രാഷ്ട്രീയമായും പ്രത്യയശാസ്ത്ര പരമായും കൂടുതൽ കരുത്തുറ്റതാക്കിത്തീർക്കേണ്ടത് അത്യാവശ്യമായി ത്തീർന്നു. അവരുടെ ഉള്ളിലുള്ള തീവ്രവാദത്തോടുള്ള അഭിനിവേശവും സമൂഹത്തിൽ വലതുപക്ഷ സമീപനങ്ങൾ ഉണ്ടാക്കുന്ന സ്വാധീനവും മറികടന്ന് വ്യക്തമായ വിപ്ലവ പാതയിലേക്ക് അവരെ എത്തിക്കുന്നതിന് ഇ എം എസിന്റെ നേതൃത്വത്തിൽ പഠന ക്ലാസ് നടത്തുകയുണ്ടായി. ഇത്തരം പോരായ്മകളെ മറികടക്കുന്ന തരത്തിലുള്ളതായി ആ പഠന ക്ലാസ് മാറി. വിപ്ലവ സിദ്ധാന്തങ്ങളിലുള്ള അഗാധമായ അറിവുപയോ ഗിച്ച് യുവാക്കളെ വിദ്യാഭ്യാസം ചെയ്യിച്ച ഇ എം എസിന്റെ ആ പഠന ക്ലാസാണ് യുവാക്കളെ സംസ്ഥാനാടിസ്ഥാനത്തിൽത്തന്നെ ശരിയായ പാതയിൽ കൊണ്ടുവന്നത് എന്ന് പറഞ്ഞാൽ ഒട്ടും അതിശയോക്തിയല്ല.

വലത് രാഷ്ട്രീയ ശക്തികളെ നേരിടുന്നതിനും എ ഐ വൈ എ ഫിന്റെ വലതു വ്യതിയാനത്തെ നേരിടുന്നതിനും കേരള രാഷ്ട്രീയ പശ്ചാ ത്തലത്തിൽ ആവേശമായ ഒരു സാഹചര്യം നിലവിലുണ്ടായിരുന്നു. സി പി ഐയും സി പി ഐ (എം) ആയി കമ്യൂണിസ്റ്റ് പാർട്ടി പ്രവർത്തനം ആരംഭിച്ചപ്പോൾ സി പി ഐ (എം) വലുതുപക്ഷ ശക്തികളുടെയും, വലുതുവ്യതിയാനത്തിനിരയായ സി പി ഐയുടെയും ശക്തിയായ വിമർശനത്തിനും, കടന്നാക്രമണത്തിനും ഇരയായപ്പോൾ കേരളത്തിലെ യുവജന വിഭാഗം ഏതാണ്ട് മഹാഭൂരിപക്ഷവും സി പി ഐ (എം)ന്റെ ഒപ്പം ആവേശത്തോടെ നിലകൊള്ളുകയായിരുന്നു. ദേശീയരാഷ്ട്രീയ ത്തിൽ ഇടതുപക്ഷ ഐക്യം ശക്തിയാവുകയും കോൺഗ്രസ് വിരുദ്ധ ശക്തികൾ ദേശവ്യാപകമായി കരുത്താർജിക്കുകയും ചെയ്ത കാലഘ ട്ടമായിരുന്നു അത്.

കേരളം ഉൾപ്പെടെ നിരവധി സംസ്ഥാനങ്ങളിൽ കോൺഗ്രസ് ഇതര ഗവൺമെന്റ് അധികാരത്തിൽ വന്നു. ഈ സാഹചര്യത്തിൽ കേരള ത്തിലെ യുവജനങ്ങളിൽ ഒരു വിഭാഗത്തിന് അവരാഗ്രഹിച്ചതും അവ രുടെ സ്വപ്നത്തിലുള്ളതുമായ ഒരു ലോകം ഉയർത്തിയെടുക്കുന്നതിൽ കേരളത്തിന്റെ ഭരണം പര്യാപ്തമാവില്ലെന്ന് മോഹഭംഗം സ്വാധീനിച്ചി രുന്നു. വിപ്ലവത്തെക്കുറിച്ചും, ചൈനീസ് വിപ്ലവത്തിന്റെ ആവേശം ജനി പ്പിക്കുന്ന കഥകളും ലേഖനങ്ങളും ചൈനീസ് റേഡിയോ നടത്തിക്കൊണ്ടി രിക്കുന്ന മലയാളത്തിൽ ഉൾപ്പെടെയുള്ള വ്യാപകമായ പ്രചാരണങ്ങളും എല്ലാം കൊണ്ട് ഒരു തീവ്രവാദ പരിതസ്ഥിതി കേരളത്തിൽ ചെറിയ തോതിലെങ്കിലും രൂപംകൊണ്ടിരുന്നു. ഒരു ന്യൂനപക്ഷം വരുന്ന യുവാ ക്കളെ ആകർഷിച്ച ഇടതുപക്ഷ തീവ്രവാദ ആശയത്തെ എങ്ങനെ ഫല പ്രദമായി നേരിടാമെന്നുള്ള പരിശോധനയും പ്രായോഗിക ഇടപെടലു കളും ഈ ഘട്ടത്തിൽ കെ എസ് വൈ എഫ് നടത്തി.

നക്സൽ വിഭാഗം കേരളത്തിൽ അങ്ങോളമിങ്ങോളം അഴിച്ചുവിട്ട ആക്രമങ്ങളും കൊലപാതകങ്ങളും അവരെ ഒറ്റപ്പെടുത്തുന്ന നിലയിൽ

ബി ടി ആർ

എത്തിച്ചു. കൂടാതെ സഖാവ് വർഗീസിനെ വയനാടൻ കുന്നിൽ പിടിച്ചുകെട്ടി കണ്ണ് ചൂഴ്ന്നെടുത്ത് വെടിവെച്ച്കൊന്ന ഭരണകൂട ഭീകരതയും ചേർന്ന് വളരെ ചെറിയ ഒരു കാലയളവിൽ തന്നെ നക്സൽ ശക്തികളുടെ, തീവ്രവാദ വിഭാഗത്തിന്റെ വളർച്ചയും നിലനിൽപ്പ് തന്നെയും പരിതാപകരമായ സാഹചര്യത്തിൽ എത്തിച്ചേർന്നു. കുറെ പ്രവർത്തകർ ജയിലിലും കുറച്ച് പേർ ഒളിവിലും പുറത്തുള്ളവർ നിർജീവവുമായ സാഹചര്യത്തിൽ ആദ്യം ഉണ്ടായിരുന്ന കുതിച്ചുകയറ്റത്തിന്റെ അന്തരീക്ഷം പാടെ ഇല്ലാതായി. ബൂർഷ്വാ മാധ്യമങ്ങളുടെ ഉപകരണമെന്നനിലയിൽ കമ്യൂണിസ്റ്റ് ഇടതുപക്ഷ വിരുദ്ധ ശക്തികൾക്ക് കരുത്തില്ലാതായി. ഭരണവർഗവും അതിന്റെ ആശയതല മാധ്യമങ്ങളും ആദ്യം കാട്ടിയ ആവേശവും പിന്തുണയും ഉപേക്ഷിക്കുകയും, ചിലപ്പോഴൊക്കെ വർഗീസിന്റെ കൊലപാതകം ഉൾപ്പെടെ വക്രീകരിക്കപ്പെടുയോ ചെയ്തു. കമ്യൂണിസ്റ്റ് വിരുദ്ധമായി ഉപയോഗിക്കാൻ കഴമ്പില്ലാതായ നക്സൽ വിഭാഗത്തെ ഫലപ്രദമല്ലെന്ന് ഈ പിന്തിരിപ്പൻ ശക്തികൾക്ക് തോന്നിത്തുടങ്ങി. ഈ അന്തരാളഘട്ടത്തിലെ കെ എസ് വൈ എഫിന്റെ പ്രവർത്തനം വളരെ പ്രയാസകരമായ രീതിയിലാണ് മുന്നേറിയത്. നമ്മുടെ ലക്ഷ്യവും പരിപാടിയുമെല്ലാം തീവ്ര ഇടതുപക്ഷത്തിന്റെ വിമർശനങ്ങൾക്ക് വിധേയമായിരുന്നു. എന്നാൽ സജീവമായ പ്രവർത്തനരീതിയും തീവ്രമായ കാഴ്ചപ്പാടിന്റെ അടിസ്ഥാനത്തിൽ രാഷ്ട്രീയ വിദ്യാഭ്യാസം നൽകി രൂപപ്പെടുത്തിയ ആയിരക്കണക്കിന് കേഡർമാരെ ഉപയോഗിച്ച്കൊണ്ടാണ് കെഎസ് വൈ എഫ് പതുക്കെ പതുക്കെ സജീവമായി മുന്നേറാൻ തുടങ്ങിയത്.

രണ്ടാം സംസ്ഥാന സമ്മേളനം ഉൽഘാടനം ചെയ്തത് സഖാവ് ബി ടി രണദിവെ ആയിരുന്നു. ആ സമ്മേളനത്തിൽ ശാസ്ത്രീയ സോഷ്യലിസത്തിന്റെ ലക്ഷ്യവും ചുവന്ന പതാകയും തീരുമാനിക്കപ്പെട്ട മുൻ അനുഭവത്തിന്റെ വെളിച്ചത്തിൽ പേര് സോഷ്യലിസ്റ്റ് യുവജന ഫെഡറേഷൻ എന്നതിന് ഭേദഗതി വേണമെന്ന് സമ്മേളന പ്രതിനിധികളിൽ ഒരു വിഭാഗത്തിന് അഭിപ്രായം ഉണ്ടായി. പേര് കമ്യൂണിസ്റ്റ് യൂത്ത് ലീഗ് എന്നാവണം എന്ന ഭേദഗതി സമ്മേളനത്തിൽ അവതരിപ്പിക്കുകയുണ്ടായി. ഇതിന് പരോക്ഷമായി പ്രധാന നേതാക്കളുടെ പിന്തുണയും ഉണ്ടായിരുന്നു.

എന്നാൽ ആ ഭേദഗതി അവിടെ അവതരിപ്പിച്ച സഖാവ് ടി ശിവദാസ മേനോൻ പിന്നീട് അത് പിൻവലിക്കുകയുണ്ടായി. ഒരു ബഹുജന സംഘടനയുടെ പ്രവർത്തനത്തെക്കുറിച്ചും, അതിന്റെ ആശയങ്ങളും എത്തരത്തിലാണ് രൂപപ്പെടുത്തുന്നത് എന്ന് ഓർമപ്പെടുത്തലോടുകൂടിയുള്ള

പിണറായി വിജയൻ

സഖാവ് ബി ടി ആറിന്റെ ഇടപെടലിന്റെ ഫലമായാണ് പേരിന്റെ ഭേദഗതി അന്ന് അംഗീകരിക്കപ്പെടാതെ പോയത്. സി പി ഐ (എം) ന്റെ നേതൃത്വത്തിൽ കേരളത്തിലെ കെ എസ് വൈ എഫ് മുന്നോട്ട് വെച്ച പേരിനെക്കുറിച്ചും ലക്ഷ്യത്തെക്കുറിച്ചും പതാക യെക്കുറിച്ചുമെല്ലാം അഭിപ്രായവ്യത്യാസമുണ്ടായിരുന്നുവെന്ന് വ്യക്തമായിരുന്നു. പക്ഷേ നേരിട്ട് ഇക്കാര്യത്തിൽ ഒരു തിരുത്തലിനുവേണ്ടി ആ സന്ദർഭത്തിൽ ആരും ഇടപെട്ടില്ല. അത് പ്രായോഗികവുമായിരുന്നില്ല.

അഖിലേന്ത്യാടിസ്ഥാനത്തിൽത്തന്നെ ശ്രദ്ധേയമായ സമരങ്ങൾ രൂപപ്പെടുത്തുന്നതിന്റെ പ്രായോഗിക പ്രവർത്തനങ്ങളിൽ തൊഴിലില്ലായ്മക്കെതിരായ സമരങ്ങൾ രൂപപ്പെടുത്തുന്നതിലൂടെയും കെ എസ് വൈഎഫ് ശരിയായ സാമൂഹ്യ ഇടപെടൽ നടത്താൻ തയാറായി.

വിപ്ലവപ്രസ്ഥാനത്തിന് നേതൃത്വപരമായ പങ്ക് വഹിക്കുന്ന നിരവധി നേതാക്കന്മാരെ സംഭാവന ചെയ്യുന്നതിനും കേഡർ നിരയെ തന്നെ നൽകുന്നതിനും യുവജനപ്രസ്ഥാനത്തിന് കഴിഞ്ഞിട്ടുണ്ട് എന്നത് വസ്തുതയാണ്. സി പി ഐ (എം) ന്റെ പോളിറ്റ് ബ്യൂറോ അംഗം എസ് രാമചന്ദ്രൻ പിള്ള കെ എസ് വൈ എഫിന്റെ ആദ്യത്തെ സെക്രട്ടറിയായിരുന്നു. സി പി ഐ (എം) സം സ്ഥാന സെക്രട്ടറി പിണറായി വിജയൻ കെ എസ് വൈ എഫിന്റെ സംസ്ഥാന പ്രസിഡന്റായും പ്രവർത്തിച്ചിരുന്നു. സി പി ഐ (എം) പോളിറ്റ് ബ്യൂറോ അംഗം കോടിയേരി ബാലകൃഷ്ണൻ കെ എസ് വൈ എഫിന്റെ കണ്ണൂർ ജില്ലാ പ്രസിഡന്റ് ആയിരുന്നു. സി പി ഐ (എം) കേന്ദ്രക്കമ്മിറ്റി അംഗം ഇ പി ജയരാജനും കെ എസ് വൈ എഫിന്റെ സംസ്ഥാന സെക്രട്ടറിയായും പ്രവർത്തിച്ചിരുന്നു. ഇവർ മാത്രമല്ല ഇപ്പോൾ വിപ്ലവപ്രസ്ഥാനത്തിന് നേതൃത്വം നൽകുന്ന നേതാക്കളിൽ ഒരു വലിയ വിഭാഗത്തെ സംഭാവന ചെയ്യാൻ കഴിഞ്ഞ സംഘടനയാണ് കെ എസ് വൈ എഫ് എന്ന് കാണാം. അക്കാലത്ത് ഉണ്ടായിട്ടുള്ള ഇടത്-വലത് പ്രവണതകൾക്കെതിരായിട്ടുള്ള പോരാട്ടത്തിന്റെ ഫലമായി രാഷ്ട്രീയമായും സംഘടനാപരമായും കരുത്തരായി വളരാൻ ഇത്തരം നേതാക്കളെ സഹായിക്കുകയും ചെയ്തു. കെ എസ് വൈ എഫ് നടത്തിയ തീഷ്ണമായ പോരാട്ടത്തിന്റെ ഉപോൽപ്പന്നം കൂടിയാണ് ഇത്തരം ഒരു നേതൃനിര എന്നും തിരിച്ചറിയേണ്ടതുണ്ട്.

കോടിയേരി ബാലകൃഷ്ണൻ

15

അടിയന്തരാവസ്ഥയുടെ നാളുകൾ

രാജ്യത്തെ ഏകാധിപത്യ ഭരണരീതിയിലേക്ക് വലിച്ചിഴയ്ക്കുന്ന തരത്തിലുള്ള സമീപനമാണ് അടിയന്തരാവസ്ഥയുടെ കാലത്ത് ഉണ്ടായത്. അടിയന്തരാവസ്ഥയുടെ സേച്ഛാധിപത്യ, ജനാധിപത്യ വിരുദ്ധമുഖം യുവജന പ്രവർത്തകരെ വേട്ടയാടുകയെന്നത് സ്ഥിരം അജണ്ടയായി മാറി. ജനാധിപത്യപരമായ പ്രവർത്തനങ്ങൾ തന്നെ അസാധ്യമായിത്തീരുന്ന സ്ഥിതിവിശേഷം ഇത് സൃഷ്ടിച്ചു. എന്നാൽ ഈ കാലഘട്ടത്തോട് ക്രിയാത്മകമായി പ്രതികരിക്കാൻ കഴിയുന്നവിധം ഉയർന്നുവരാൻ യുവജനനേതൃത്വത്തിന് അന്ന് കഴിയാത്ത സ്ഥിതിവിശേഷവും ഉണ്ടായി. ഈ പ്രതിസന്ധി പരിഹരിക്കുന്നതിന് ഉതകുന്ന തരത്തിൽ സംഘടനാസംവിധാനത്തെ അഴിച്ചുപണിയേണ്ടത് അത്യാവശ്യമായിത്തീർന്നു. സംഘടന സജീവമായി പ്രവർത്തനം ആരംഭിച്ചു. ചെറിയ തോതിലുള്ള പ്രവർത്തനങ്ങൾപോലും വലിയ കടന്നാക്രമണങ്ങളായി മാറി. വലിയ ഭീതിയുണ്ടാക്കുന്നതിനുള്ള ശ്രമം ഭരണകൂടം ശ്രദ്ധാപൂർവം നടത്തി.

അടിയന്തരാവസ്ഥയെ വെല്ലുവിളിക്കാനും പ്രകടനങ്ങൾ സംഘടിപ്പിക്കാനും, ജയിലുകളിലേക്ക് പോകാനും യുവജനങ്ങൾ സ്വയം സന്നദ്ധരമായി മുന്നോട്ട് വന്ന ആവേശകരമായ സാഹചര്യം അതിനുശേഷം രൂപപ്പെട്ടു. ഈ മുന്നേറ്റത്തെ ഭരണകൂടം ഭയപ്പെടുന്ന നിലയാണ് ഉണ്ടായിരുന്നത്. അതുകൊണ്ടുതന്നെ യുവജനപ്രക്ഷോഭത്തെ ചോരയിൽ മുക്കിക്കൊല്ലാൻ പറ്റുമോ എന്ന നിലപാടാണ് പൊലീസ് സ്വീകരിച്ചത്. യുവജനപ്രസ്ഥാനത്തിനെതിരെ വമ്പിച്ച കടന്നാക്രമണം ഈ കാലയളവിൽ ഉണ്ടായി. നിരവധി നേതാക്കളെ ജയിലിലിടച്ചു. കെ എസ് വൈ എഫിന്റെ പ്രവർത്തകരും ആ കൂട്ടത്തിൽ ഉണ്ടായിരുന്നു. കരുതൽ തടങ്കൽ നിയമം അനുസരിച്ചും ഡി ഐ ആർ പ്രകാരവും നിരവധി സഖാക്കൾ ജയിലിലായി. പത്രമാരണ നിയമം നിലനിൽക്കുന്ന സാഹചര്യ

ത്തിൽ പുറം ലോകം അറിയാത്ത കൊടുംക്രൂരതകൾ പലതും അരങ്ങേറി. നാടിനെ നടുക്കിയ സംഭവ പരമ്പരകൾ പലതും പുറത്തുവന്നത് അടിയന്തരാവസ്ഥക്ക് ആയവുവരുത്തിയതിനു ശേഷമായിരുന്നു.

1975 ജൂൺ 26 ന് അടിയന്തരാവസ്ഥ പ്രഖ്യാപിക്കപ്പെട്ടതിന് ശേഷം കണ്ണൂർ ജില്ലയിലെ കെ എസ് വൈ എഫിന്റെ പ്രവർത്തകർക്ക് ആദ്യമായി അഭിമുഖീകരിക്കേണ്ടിവന്ന പ്രശ്നം കുടിയാൻ മലയിലെ സഖാവ് സുകുമാരൻ രക്തസാക്ഷി ദിനാചരണം എങ്ങനെ സംഘടിപ്പിക്കും എന്നതായിരുന്നു. തളിപ്പറമ്പ് ഏരിയാ കമ്മിറ്റിയും കണ്ണൂർ ജില്ലാ കമ്മിറ്റിയും ഇത് സംബന്ധിച്ച് ആലോചിച്ച് രക്തസാക്ഷി ദിനാചരണം സംഘടിപ്പിക്കാൻ തീരുമാനിച്ചു. പതാക ഉയർത്തലും പുഷ്പാർച്ചനയും പഠന ക്ലാസുമാണ് പ്ലാൻ ചെയ്തിരുന്നത്. അടിയന്തരാവസ്ഥാപ്രഖ്യാപനത്തിന്റെ ഒരു മാസം മാത്രം പിന്നിട്ടപ്പോഴുള്ള ഭീകരതയിൽ ഇടതുപക്ഷ സ്വാധീനം അൽപ്പകാലം മാത്രമായി പ്രതിഫലിപ്പിച്ചുവരുന്ന മലയോര മേഖലയുടെ രാഷ്ട്രീയ കേന്ദ്രമായി സഖാവ് സുകുമാരൻ രക്തസാക്ഷിത്വത്തോടെ മാറിയ പ്രദേശമാണ് കുടിയാൻ മല. പ്രവർത്തകരിലൊക്കെ വലിയ ഭയവും ഉൽകണ്ഠയും ഞങ്ങളന്ന് കണ്ടതാണ്. തീക്ഷണമായ ഇത്തരം പരീക്ഷണഘട്ടത്തെ അതിജീവിച്ച അനുഭവമില്ലാത്ത ഗ്രാമീണ കർഷകരും കർഷക തൊഴിലാളികളുമായിരുന്നു ഭൂരിപക്ഷവും. സഖാവ് ഇ പി ജയരാജനും ഞാനും തലേദിവസം രാത്രി കുടിയാൻ മലയിൽ എത്തി. കാണാൻ സാധിച്ച പ്രവർത്തകർ തന്നെ ഭീതിയിൽ. രക്തസാക്ഷി മണ്ഡപം കാട്കയറി കിടക്കുകയാണ് ചെത്തിക്കോരി വൃത്തിയാക്കിയിട്ടില്ല. പൊലീസ് വൻപ്രചാരവേല അഴിച്ചുവിട്ടിരുന്നു. എന്തും സംഭവിക്കും എന്ന അന്തരീക്ഷം കുടിയാൻ മലയിൽ നിലനിൽക്കുന്നതായി ഞങ്ങൾക്ക് തോന്നി. രാത്രി സഖാവ് കെ എം ജോസഫ് (ഇന്ന് കണ്ണൂർ ജില്ലാ സെക്രട്ടറിയേറ്റ് അംഗം) ന്റെ വീട്ടിൽ താമസിച്ചു പുലർച്ചെ തന്നെ എത്തിച്ചേർന്ന സഖാക്കളെയും കൂട്ടി രക്തസാക്ഷി മണ്ഡപം വൃത്തിയാക്കി. 100ൽ കുറയാത്ത ആളുകൾ എത്തിച്ചേർന്നിരുന്നു. പുഷ്പാർച്ചനയും പതാക ഉയർത്തൽ പരിപാടിയും സംഘടിപ്പിച്ചു. മുദ്രാവാക്യം വിളിച്ച് ജാഥയായി പഠന ക്യാമ്പായിരുന്നു അടുത്ത അജണ്ട. സഖാവ് കെ എം ജോസഫിന്റെ വീട്ടിലായിരുന്നു പഠനക്ലാസ്. സഖാവ് ഇ പി ജയരാജനും ഞാനും ക്ലാസ് എടുത്തു. ക്ലാസ് നടക്കുമ്പോൾ വാഹന സൗകര്യമില്ലാതിരുന്ന അന്ന് നിരവധി പൊലീസുകാർ കാൽനടയായി സഖാവ് ജോസഫിന്റെ വീട്ടിലേക്ക് നടന്നു വരികയായിരുന്നു. ദൂരത്തുനിന്ന് പൊലീസുകാരെ കണ്ടപ്പോൾ തന്നെ ഞങ്ങൾ തീരുമാനിച്ചു കടുത്തകടന്നാക്രമണം തന്നെ ഉണ്ടാകും. എന്തുചെയ്യണമെന്ന് ജയരാജനും, ഞാനും കെ

ഇ പി ജയരാജൻ

എം ജോസഫുമായി ആലോചിച്ചു. ക്ലാസ് അവസാനിപ്പിക്കാനും, പങ്കെടുത്ത പ്രധാന പ്രവർത്തകർ മാത്രം അവിടെ നിൽക്കാനും മറ്റുള്ളവരോട് പൊലീസിന് പിടികൊടുക്കാതെ രക്ഷപ്പെടാനും നിർദേശം നൽകി. ക്ലാസിൽ പങ്കെടുത്തുകൊണ്ടിരിക്കുന്നവർ പലരും രക്ഷപ്പെടാൻ ഒരുക്കമായിരുന്നില്ല. പൊലീസ് സ്ഥലത്ത് എത്തിയുടനെ വീട് വളഞ്ഞ് ആക്രമണം തുടങ്ങി. ജയരാജനെയും എന്നെയും ജോസഫിനെയും പിടിച്ചു. ക്രൂരമായ മർദനമാണ് അഴിച്ചുവിട്ടത്. വീട്ടിൽനിന്ന് പിടിച്ച ഞങ്ങളെ ഒരു ചെറുപട്ടണമായിരുന്ന കുടിയാന്മല കൊണ്ടുപോയി പരസ്യമായി മർദിക്കുന്ന നില സ്വീകരിച്ചു. അവിടെ നിന്ന് ജീപ്പിൽ കയറ്റി ശ്രീകണ്ഠപുരം പൊലീസ് സ്റ്റേഷനിൽ കൊണ്ടുപോയി. അടുത്തദിവസം കോടതിയിൽ ഹാജരാക്കി തലശ്ശേരി സബ്ജയിലിൽ റിമാന്റ് ചെയ്തു. ഞങ്ങൾക്ക് ചാർജ് ഷീറ്റ് കിട്ടിയപ്പോഴാണ് കുറ്റം മനസിലായത്. കുടിയാൻ മലയിൽ ആഗസ്റ്റ് 2ന് പ്രകടനം നടത്തി, പ്രകടനത്തിൽ ഇന്ദിരാഗാന്ധിയെ അധിക്ഷേപിച്ചു എന്നതായിരുന്നു പ്രധാന ചാർജ്. ഇതിന് കുറ്റം സമ്മതിച്ചാൽ എന്തായിരിക്കും ശിക്ഷയെന്ന് പ്രമുഖ അഭിഭാഷകനായിരുന്ന അന്തരിച്ച കുഞ്ഞനന്തൻനായരോട് ചോദിച്ചപ്പോൾ മൂന്ന് മാസത്തിലധികമാവില്ലെന്ന് ചൂണ്ടിക്കാണിച്ചതിന്റെ അടിസ്ഥാനത്തിൽ ഞാനൊഴിച്ചുള്ള എല്ലാവരും കുറ്റം സമ്മതിച്ച് ശിക്ഷ ഏറ്റുവാങ്ങി. ഞാൻ അധ്യാപകനായി സർവീസിൽ കയറിയിട്ട് കുറച്ചു വർഷം മാത്രമേ ആയിരുന്നുള്ളൂ. പാർട്ടി എന്നോട് കുറ്റം സമ്മതിക്കേണ്ടതില്ല എന്നു നിർദ്ദേശിച്ചു കേസ് നടത്താൻ തന്നെ തീരുമാനിച്ചു. കേസ് നടത്തി നാലുമാസം കഴിഞ്ഞപ്പോൾ എന്നെ തലശ്ശേരി കോടതി വെറുതെ വിട്ടു.

രാഷ്ട്രീയ പ്രതിയോഗികളെ കൊലപ്പെടുത്തുക എന്ന ഫാസിസ്റ്റുകളുടെ നിലപാട് അടിയന്തരാവസ്ഥക്കാലത്ത് വ്യാപകമായിത്തന്നെ പൊലീസ് നടപ്പിലാക്കി. 1976 ജൂലായ് 29-ന് പൊലീസ് പിടിച്ചുകൊണ്ടുപോയ മണ്ണാർക്കാട് എം ഇ എസ് കോളേജ് വിദ്യാർഥി മുഹമ്മദ് മുസ്തഫയെ പൊലീസ് ഭീകരമായി മർദിച്ചു. ഈ മർദനത്തെത്തുടർന്ന് ആഗസ്റ്റ് 16-ാം തീയതി മുഹമ്മദ് മുസ്തഫ രക്തസാക്ഷിയായി. കോഴിക്കോട് ആർ ഇ സി എഞ്ചിനീയറിങ് കോളേജ് വിദ്യാർഥിയായ രാജനെയും പൊലീസ് കൊലപ്പെടുത്തുകയാണ് ചെയ്തത്. കേരളത്തിലാകമാനം വലിയ കോലാഹലവും പ്രതിഷേധവും സൃഷ്ടിച്ച 'രാജൻ സംഭവം' എന്ന പേരിൽ അറിയപ്പെട്ട ഈ കൊലപാതകം അടിയന്തരാവസ്ഥയുടെ ഭീകരമുഖം ജനങ്ങളെ ബോധ്യപ്പെടുത്തിയ മറ്റൊരു സുപ്രധാന സംഭവമായിരുന്നു.

സംസ്ഥാനത്തിന്റെ വിവിധ ഭാഗങ്ങളിൽ പൊലീസ് തേർവാഴ്ചയുടെ ഭാഗമായി നിരവധിപേർ കൊല്ലപ്പെട്ടു. 1976 ജൂലായ് 10 ന് അരീക്കാട്ടു വച്ച് പൊലീസ് കസ്റ്റഡിയിലെടുത്ത വാഴക്കാട് കൊമ്മേരി രാമനെ രണ്ടാം ദിവസം വീട്ടുകാർക്ക് ലഭിച്ചത് രക്തം കട്ടപിടിച്ച ശരീരവുമായി മരണത്തെ പുൽകിയ നിലയിലാണ്. കൊല്ലം ചിന്നക്കടയിലെ മാളികക്കട തെക്കേപുരയിടത്തിൽ മുഹമ്മദുമ്മയുടെ ഇളയ മകൻ ഷഫറുദ്ദീനെ പൊലീസ് അറസ്റ്റുചെയ്തു. വാനിൽനിന്നും പുറത്തിറങ്ങുമ്പോഴേക്കും ക്രൂരമായ

മർദനത്തെത്തുടർന്ന് മരണപ്പെട്ടുകഴിഞ്ഞിരുന്നു. തിരുവനന്തപുരം പേട്ടയിലെ ചെറുശ്ശേരി വീട്ടിൽ ശ്രീനിവാസനെ 1976 നവംബർ 6ന് പൊലീസ് അറസ്റ്റ് ചെയ്തു. 16 ദിവസം ലോക്കപ്പിൽ കഴിഞ്ഞ ആ യുവാവിനെ 20-ാം തീയതി രാത്രി കൊന്ന് ലോക്കപ്പിൽത്തന്നെ കെട്ടിത്തൂക്കുകയുണ്ടായി. വണ്ടിപ്പെരിയാറിലെ മലയാളം പ്ലാന്റേഷനിലെ ജ്ഞാനപ്രകാശം ക്രൂരമായ മർദനത്തെത്തുടർന്ന് മരണപ്പെട്ടു. സ്ത്രീകളെപ്പോലും അവർ വെറുതെ വിട്ടിരുന്നില്ല.

മലപ്പുറത്തെ എആർ നഗർ പഞ്ചായത്തിലെ സഫിയയെ 1975 ജൂലായ് 15 ന് പൊലീസ് പിടിച്ചു. ക്രൂരമായ മർദനത്തെത്തുടർന്ന് 21-ാം ദിവസം മെഡിക്കൽ കോളേജിൽവച്ച് അവർ മരണപ്പെട്ടു. സ്ത്രീകൾക്കുപോലും ഈ കാലത്ത് രക്ഷയില്ലായിരുന്നു എന്നതിന്റെ തെളിവായിരുന്നു ഈ സംഭവം. ടാപ്പർ രാജനെയും അദ്ദേഹത്തിന്റെ ഭാര്യയെയും പൊലീസ് തന്നെയാണ് അടിച്ചുകൊന്നത്.

കാസർഗോഡ് പള്ളിക്കരയിൽ കണ്ണൻ എന്ന ഇരുപത്തൊന്നുകാരനെ പെരുവഴിയിലിട്ടാണ് പൊലീസ് തല്ലിക്കൊന്നത്. ഈ സംഭവം നടന്നത് 1976 ജൂലായ് മാസത്തിലായിരുന്നു. ഒഴൂർ പഞ്ചായത്തിലെ അപ്പുവിനെയും പൊലീസ് തല്ലിക്കൊല്ലുകയായിരുന്നു. തൈക്കണ്ടി മഹമ്മൂദിനെ പുഴയിൽ ചാടിച്ചാണ് പൊലീസ് കൊലപ്പെടുത്തിയത്. തലപ്പള്ളിയിലെ വേലായുധനെ 1976 ജൂൺ അവസാനം പൊലീസ് അറസ്റ്റ് ചെയ്തു. 19 ദിവസത്തിനുശേഷം കവുങ്ങിൽ കെട്ടിത്തൂക്കിയ നിലയിലാണ് കണ്ടെത്തിയത്. സുൽത്താൻ ബത്തേരി എ ഇ ഒ ഓഫീസിൽ ക്ലാർക്കായിരുന്ന കമലസേനൻ സ്റ്റേറ്റ് ബാങ്കിൽ ജോലി കിട്ടിയതിനെത്തുടർന്ന് ജന്മനാട്ടിലേക്ക് മടങ്ങി. 1975 നവംബർ 29 ന് പൊലീസ് പിടിച്ചുകൊണ്ടുപോയ അദ്ദേഹത്തിന്റെ മൃതദേഹം ഡിസംബർ 3 ന് വീട്ടിനടുത്തുള്ള പൊട്ടക്കിണറ്റിലാണ് കണ്ടെത്തിയത്. താനൂർ പൊലീസ് ലാത്തികൊണ്ട് എറിഞ്ഞുവീഴ്ത്തിയ കാനാളൂർ വാസു നാലാംദിവസം മരണപ്പെട്ടു.

പൊലീസ് കസ്റ്റഡിയിൽനിന്ന് വിട്ടശേഷം മരണപ്പെട്ട അഞ്ചരക്കണ്ടിയിലെ ബാബുക്ക ഗോവിന്ദൻ, മൂടാടിയിലെ ചെക്കോട്ടി, മലപ്പുറത്തെ ബാലകൃഷ്ണൻ, തിരുവനന്തപുരത്തെ രാമലു രാമൻ, ഉള്ള്യേരിയിലെ ശങ്കരൻ, വട്ടോളി മീത്തർ കുഞ്ഞിക്കണാരൻ, നെടുങ്കണ്ടത്തെ മാത്യു മാത്യു, താമരശ്ശേരിയിലെ രാമൻ, ചാത്തന്നൂരിലെ സത്യനാഥൻ എന്നിങ്ങനെ അടിയന്തരാവസ്ഥക്കാലത്ത് മരണപ്പെട്ടവരുടെ നിര അവസാനിക്കാത്തതാണ്.

കൊയിലാണ്ടി കൊടക്കാട് കിഴക്കേവീട്ടിൽ കുഞ്ഞികേളപ്പനെയും വയനാട്ടിലെ ഡ്രൈവർ വാടേരിയിലെ ശശിയെയും എക്സൈസുകാർ മർദിച്ചുകൊന്നു. കടമ്പിപ്പുറം കൽക്കുഴിപ്പറമ്പിൽ കുട്ടൻ ആലങ്ങാട്, കാലംതല്ലിൽ അപ്പുണ്ണി, ചാലക്കുടിയിലെ പൗലോസ്, കഴക്കൂട്ടത്തെ മോഹൻകുമാർ എന്നിവർ ലോക്കപ്പ് മർദനങ്ങളുടെ ഫലമായി കൊലചെയ്യപ്പെട്ടവരായിരുന്നു. നാദാപുരത്തുനിന്നും പൊലീസ് പിടിച്ച കക്കൂയി കണ്ണനെ പിന്നെ ആരും കണ്ടിട്ടില്ല. വർക്കലയിലെ വിജയൻ, ഗുരുവായൂ

രിലെ വേണുഗോപാലൻ, മെഴുവേലിയിലെ മൃഗഡോക്ടർ പരമേശ്വരൻ പിള്ള, കണ്ണൂർ ജയിലിൽ മരിച്ച എൻ അബ്ദുള്ള, തീ അയ്യപ്പൻ എന്നിവരും അടിയന്തരാവസ്ഥക്കാലത്തെ ക്രൂരതയുടെ ഭാഗമായി മരണപ്പെട്ടവരാണ്.

1976 മെയ് 3-നാണ് തൃശേരിയിലെ ചാമി കൊല്ലപ്പെട്ടത്. പൊലീസ് സ്റ്റേഷനിലും നിരവധിപേർ മരണപ്പെട്ടു. തിരുവനന്തപുരത്ത് മംഗലപുരം പൊലീസ് സ്റ്റേഷനിൽ അപ്പുക്കുട്ടൻ, കടയ്ക്കാവൂർ സ്റ്റേഷനിൽ മണിയൻപിള്ള, ഏറ്റുമാനൂർ സ്റ്റേഷനിൽ ലൂക്കോ ദേവസ്യ, കോട്ടയം സ്റ്റേഷനിൽ ജോയി ജോസഫ്, അഗളി പൊലീസ് സ്റ്റേഷനിൽ അരുൾ സ്വാമി, കുന്നത്തുനാട് സ്റ്റേഷനിൽ അബൂബക്കർ, മലപ്പുറം സ്റ്റേഷനിൽ ഹമീദ്, തൃശൂർ ക്രൈംബ്രാഞ്ച് ഓഫീസിൽ അപ്പുണ്ണി, ഫറൂക്ക് പൊലീസ് സ്റ്റേഷനിൽ ഡോ. എം ബി രാമകൃഷ്ണൻ, ചാവക്കാട് എക്സൈസ് ഓഫീസിൽ അമ്പാടി ശേഖരൻ, ആലപ്പുഴ ക്രൈംബ്രാഞ്ച് ഓഫീസിൽ കെ വി ജോസഫ് എന്നിവർ സ്റ്റേഷനിൽവച്ചുതന്നെ കൊലചെയ്യപ്പെട്ടവരാണ്.

തിരുവനന്തപുരം സെൻട്രൽ ജയിലിൽ കൊട്ടിയത്തെ പി എൻ സൈനുദ്ദീനും കണ്ണൂർ മുഴപ്പാലയിൽ ഗോവിന്ദനും കൽപ്പകഞ്ചേരി മുളവന്നൂർ മമ്മിയും കൊളങ്ങേരത്ത് രാഘവൻ എന്ന ബീഡി തൊഴിലാളിയും അടിയന്തരാവസ്ഥ കാലഘട്ടത്തിൽ മരണപ്പെട്ടവരാണ്. ഇത്തരത്തിൽ മരണപ്പെട്ടവർക്കു പുറമെ മർദനത്തിന്റെ ഫലമായി ചത്തതിനൊക്കുമേ ജീവിച്ചിരിക്കിലും എന്ന നിലയിൽ കഴിയുന്നവരുടെ എണ്ണവും ഏറെ വലുതായിരുന്നു. ഇത്തരത്തിൽ ഭീകരമായ പീഡനമാണ് പല കാരണങ്ങളാലും ജനങ്ങൾക്ക് ഏൽക്കേണ്ടിവന്നത്. ഇത്തരം പീഡനങ്ങൾ ജനങ്ങളുടെ ഇടയിൽ തുറന്നുകാട്ടാൻ പോലും കഴിയാത്തവിധം അക്കാലത്തെ ഭരണകൂട നിയന്ത്രണം ശക്തമായിരുന്നു എന്നതാണ് വസ്തുത.

ഈ പോരാട്ടങ്ങൾ നടന്നുകൊണ്ടിരിക്കുന്ന ഘട്ടത്തിൽ അടിയന്തരാവസ്ഥ പെട്ടെന്ന് അവസാനിക്കും എന്ന ധാരണ പൊതുവിൽ ഉണ്ടായിരുന്നില്ല. കൂടുതൽ വലിയ പോരാട്ടങ്ങൾ ഉയർന്നുവരേണ്ടതിന്റെ പ്രാധാന്യവും ആവശ്യകതയും ഊന്നിപ്പറഞ്ഞുകൊണ്ടാണ് യുവജനപ്രസ്ഥാനം മുന്നോട്ടുപോയത്. വിപ്ലവകരമായ കുതിച്ചുള്ള മുന്നേറ്റത്തിന്റെ ആവശ്യകത അത് ഊന്നിപ്പറഞ്ഞിരുന്നു. സാമൂഹ്യവ്യവസ്ഥയിൽ തന്നെ കാതലായ മാറ്റം രൂപപ്പെടുത്തുന്നതിനുള്ള പോരാട്ടങ്ങൾ ശക്തിപ്പെടുത്തുന്നതിനുള്ള ശ്രമം ബോധപൂർവം സംഘടിപ്പിക്കേണ്ടതിലേക്കാണ് കാര്യങ്ങൾ നീളുന്നതെന്ന കാഴ്ചപ്പാടോടെ അന്ന് പ്രവർത്തനങ്ങൾ മുന്നോട്ടു നീങ്ങി.

ജനമുന്നേറ്റത്തിനു മുന്നിൽ ഒരു ഫാസിസ്റ്റിനും അധികകാലം പിടിച്ചുനിൽക്കാൻ ആവില്ലെന്ന യാഥാർഥ്യം ബോധ്യപ്പെടുന്ന തരത്തിലാണ് പിന്നീട് കാര്യങ്ങൾ നീങ്ങിയത്. 1977ൽ തന്നെ അടിയന്തരാവസ്ഥയ്ക്ക് അയവ് വന്നു.

16

അടിയന്തരാവസ്ഥയ്ക്കുശേഷം

പത്രങ്ങൾക്ക് കടുത്ത സെൻസർഷിപ്പ് നിലനിന്ന കാലമായതുകൊണ്ടുതന്നെ അടിയന്തരാവസ്ഥയുടെ ഭീകരത അതിന്റെ യഥാർഥ രൂപത്തിൽ ജനങ്ങളുടെ ഇടയിൽ പ്രചരിപ്പിക്കുവാൻ സാധിച്ചിരുന്നില്ല. രഹസ്യമായി ചേർന്ന യോഗങ്ങളും പ്രവർത്തകരുടെ കാതിൽനിന്ന് കാതിലേക്കുള്ള വിവരം കൈമാറ്റവും മാത്രമായിരുന്നു ഇത് അറിയിക്കാനുള്ള അന്നത്തെ വഴി. ഈ പരിമിതിയെ മറികടന്ന് അടിയന്തരാവസ്ഥയിലെ യഥാർഥ ചിത്രം ജനങ്ങളുടെ ഇടയിൽ പ്രചരിപ്പിക്കുക എന്നത് ഏറെ പ്രധാനമായിരുന്നു. ഈ ഉത്തരവാദിത്വം ഏറ്റെടുത്തുകൊണ്ടാണ് കെ എസ് വൈ എഫ് തുടർന്ന് അതിന്റെ പ്രവർത്തനം മുന്നോട്ടുകൊണ്ടുപോയത്.

അടിയന്തരാവസ്ഥയിലെ ഭീകരമായ കടന്നാക്രമണങ്ങൾ എന്തൊക്കെയെന്ന് നേരിട്ടറിയുന്നതിന് കെ എസ് വൈ എഫിന്റെ നേതൃത്വത്തിൽ ഒരു പ്രചരണ ജാഥ 1977 മെയ് 5 ന് വൈക്കം വിശ്വന്റെ നേതൃത്വത്തിൽ കാസർകോട്ടുനിന്ന് തിരുവനന്തപുരത്തേക്ക് ഒരു ജാഥ ആരംഭിച്ചു. കേരളത്തിന്റെ രാഷ്ട്രീയ ചരിത്രത്തിൽ ഏറ്റവും ശ്രദ്ധേയമായ ഒരു പ്രചരണ പരിപാടിയായിരുന്നു അത്. ജാഥാനേതാവായിരുന്ന സഖാവ് വൈക്കം വിശ്വന്റെ ആവേശോജ്വലമായ പ്രസംഗം ഇന്നും ആളുകളുടെ ചെവിയിൽ മുഴങ്ങുന്നതായി പലരും പറയാറുണ്ട്. പീഡനത്തിന്റെ യഥാർഥ മുഖം ജാഥാംഗങ്ങൾ ജന

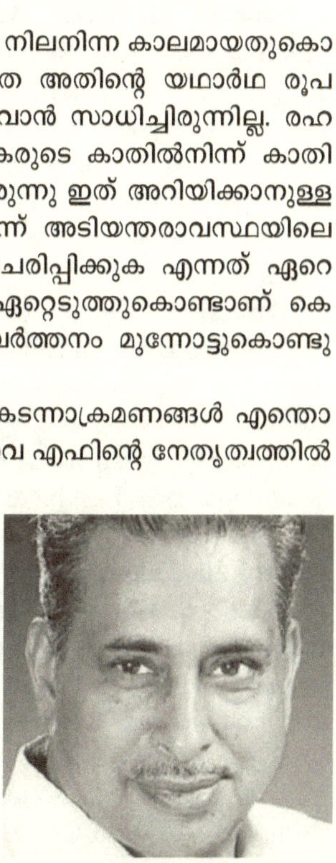

വൈക്കം വിശ്വൻ

ങ്ങളുടെ ഇടയിൽ വിശദീകരിച്ചു. സെൻസർഷിപ്പുള്ളതിനാൽ ഇത്തരത്തിലുള്ള വാർത്തകളൊന്നും ജനങ്ങൾ പൊതുവിൽ അറിഞ്ഞിരുന്നില്ല. അറിയാത്ത പീഡനത്തിന്റെ ഞെട്ടിക്കുന്ന കഥകൾ ഈ ജാഥ ജനങ്ങൾക്കിടയിൽ വിശദീകരിച്ചു. ആ ജാഥയിൽ കിട്ടിയ വസ്തുതകൾ ഉൾപ്പെടുത്തിയ പുസ്തകം *കിരാത പർവം* പിന്നീട് പ്രസിദ്ധീകരിക്കുകയുണ്ടായി. ഇതിന്റെ ആമുഖത്തിൽ പറഞ്ഞ വാക്കുകൾ ഇന്നും നമ്മുടെ മനസിൽ തറച്ചുതന്നെ നിൽക്കും.

> മനുഷ്യൻ മനുഷ്യനെ പച്ചയോടെ തിന്ന കഥയാണ് അടിയന്തരാവസ്ഥയ്ക്കു മുമ്പ് അവിശ്വസനീയമെന്നു പറഞ്ഞ് നാം തള്ളിക്കളഞ്ഞേക്കുമായിരുന്ന കഥകൾ. നമുക്ക് കരയാതിരിക്കാം. പകരം അമർഷത്തിന്റെ തീപ്പന്തങ്ങൾ ഉയർത്താം. ഏകാധിപതികൾ കണ്ണീരിൽ ഒലിച്ചുപോയ ചരിത്രമില്ല. അമർഷത്തിന്റെ കാട്ടുതീയിൽ വെന്തെരിഞ്ഞ ചരിത്രമുണ്ടുതാനും.

ഇങ്ങനെ ചെറുത്തുനിൽപ്പിന്റെ സന്ദേശം ഉയർത്തിക്കൊണ്ടാണ് ഈ ലഘുലേഖ പ്രചരിച്ചത്. ഓരോ സ്വീകരണകേന്ദ്രത്തിലും പീഡനമേറ്റുവാങ്ങിയ ആളുകൾ അവരുടെ അനുഭവങ്ങൾ പറയുന്ന നിലയുമുണ്ടായിരുന്നു. 20,000-ത്തോളം ആളുകൾ വിവിധ കേന്ദ്രങ്ങളിലെത്തി നേതാക്കളോട് കാര്യങ്ങൾ വിശദീകരിച്ചു. ഇതിലൂടെ 1500-ൽ അധികം അക്രമസംഭവങ്ങൾ പുറത്തുവരികയുണ്ടായി. എണ്ണമറ്റ പീഡനത്തിന്റെ കഥകൾ ഇത് പുറത്തുകൊണ്ടുവന്നു.

ജനാധിപത്യപരമായ പ്രവർത്തനം അസാധ്യമായിരുന്നിട്ടും പീഡനം ഭീകരമായി നടന്നിട്ടും കെ എസ് വൈ എഫിന്റെ കരുത്ത് ചോർന്നുപോവുകയായിരുന്നില്ലെന്ന് മെമ്പർഷിപ്പിലെ കണക്കുകൾ വ്യക്തമാകുന്നു. അടിയന്തരാവസ്ഥ പ്രഖ്യാപിക്കുന്ന ഘട്ടത്തിൽ മെമ്പർഷിപ്പ് 95,000 ആയിരുന്നു. എന്നാൽ 1977 ആകുമ്പോഴേക്കും 1,97,000 ആയി അത് വർധിച്ചു. ഇരട്ടിയിലേറെ വർധനവ്. ഇത് കാണിക്കുന്നത് മർദന സംവിധാനങ്ങളെ അതിജീവിച്ചുകൊണ്ട് കരുത്തോടുകൂടിയാണ് യുവജനപ്രസ്ഥാനം മുന്നോട്ടുപോയത് എന്നായിരുന്നു.

അടിയന്തരാവസ്ഥയുടെ ഭീകരതയ്ക്കുശേഷം യുവജനപ്രസ്ഥാനത്തിന്റെ ജനാധിപത്യപരമായ പ്രവർത്തനം ശരിയായ തലത്തിൽ മുന്നോട്ടുകൊണ്ടുപോകാനുള്ള പ്രവർത്തനങ്ങളും ആരംഭിച്ചു. അതിന്റെ ഭാഗമായി വിവിധ തലങ്ങളിൽ സംഘടനയുടെ സമ്മേളനങ്ങൾ ആരംഭിക്കുകയും ചെയ്തു. സംസ്ഥാനസമ്മേളനം ആലപ്പുഴ വെച്ചു നടത്തുന്നതിന് തീരുമാനിക്കുകയും ചെയ്തു. ഭരണഘടനാ ഭേദഗതിയും പുതിയ ലക്ഷ്യപ്രഖ്യാപന രേഖയും തയാറാക്കുന്നതിന് സംസ്ഥാന കമ്മിറ്റി രണ്ട് സബ്കമ്മിറ്റികളെ ചുമതലപ്പെടുത്തുകയുണ്ടായി. ഭരണഘടനാപരമായ ഭേദഗതി സംബന്ധിച്ച് സബ്കമ്മിറ്റിയുടെ ചുമതല സഖാവ് പാട്യം രാജനും, ലക്ഷ്യ പ്രഖ്യാപന രേഖയുടെ ചുമതല സഖാവ് വൈക്കം

വിശ്വനുമായിരുന്നു. രണ്ടു രേഖകളും തയാറാക്കി സമ്മേളനത്തിൽ അവതരിപ്പിച്ചു.

സമ്മേളനം രണ്ട് രേഖയും വിശദമായി ചർച്ചചെയ്തു. പഴയ ധാരണകളിൽ നിന്നും വലിയ വ്യത്യാസം പുതിയ രേഖയിൽ ഉണ്ടായിരുന്നു. സംഘടനാ വിപുലീകരണം സംബന്ധിച്ച സാമാന്യമായുള്ള കാഴ്ചപ്പാട് രേഖ മുന്നോട്ടുവെച്ചു. എന്നാൽ കെ എസ് വൈ എഫ് രൂപീകരണഘട്ടത്തിൽ മുന്നോട്ടുവെച്ച പലതിരുത്തപ്പെടേണ്ട വസ്തുതകളും പുതിയ രേഖയിലും മാറ്റപ്പെട്ടില്ല. ആരേഖയുടെ ഉള്ളടക്കം പരിശോധിച്ചാൽ ഒരു പ്രധാനപ്പെട്ട മാറ്റം വരുത്തിയതായി കാണാം. ശാസ്ത്രീയ സോഷ്യലിസം ലക്ഷ്യമായി അംഗീകരിക്കുന്നവർക്കു മാത്രമെ സംഘടനയിൽ അംഗമാവാൻ ഭരണഘടനാപരമായി അവകാശമുണ്ടായിരുന്നുള്ളൂ. ജനാധിപത്യ വിപ്ലവത്തിന്റെ ഉള്ളടക്കത്തിലേക്ക് ഇന്ത്യയെ നയിക്കുന്ന ജനകീയ ജനാധിപത്യ വിപ്ലവം പോലും അംഗീകരിക്കുന്നതായിരുന്നില്ല കെ എസ് വൈ എഫിന്റെ രേഖ. സായുധ സമരത്തിന്റെ പാതയിൽ ഒരു സോഷ്യലിസ്റ്റ് വിപ്ലവം സ്വപ്നം കാണുന്ന ഒരു ഉള്ളടക്കത്തിൽ നിന്നു പുറത്തുകടക്കാൻ സാധിക്കുന്ന തരത്തിൽ പുതിയ ലക്ഷ്യ പ്രഖ്യാപനം ഉണ്ടാകണമെന്ന് കാണുകയുണ്ടായി. അതിന്റെ പേരും, കൊടിയും മാറുന്നതിനെക്കുറിച്ച് ചർച്ച തന്നെ പ്രയാസകരമായിരുന്നു. എന്നാൽ എന്തായിരിക്കണം ലക്ഷ്യമെന്നതിനെക്കുറിച്ച് രേഖയിൽ മാറ്റം വരുത്താൻ നിശ്ചയദാർഢ്യത്തോടെ തീരുമാനിക്കപ്പെട്ടു. ശാസ്ത്രീയ സോഷ്യലിസം എന്നതിന്റെ സ്ഥാനത്ത് സി പി ഐ (എം) അതിന്റെ പരിപാടിയിൽ ലക്ഷ്യമിട്ടിരിക്കുന്ന ജനകീയ ജനാധിപത്യ വിപ്ലവത്തിന്റെ ലക്ഷ്യം മുന്നോട്ടു വച്ചു.

ശാസ്ത്രീയ സോഷ്യലിസ്റ്റ് ആശയങ്ങൾ പ്രചരിപ്പിക്കുന്നതിന് തുടർച്ചയായ ശ്രമം വേണ്ടതിന്റെ ആവശ്യകതയും രേഖയിൽ ചൂണ്ടിക്കാണിച്ചു. സമ്മേളന പ്രതിനിധികളിൽ നിന്നും ഉയർന്നുവന്ന വിമർശനത്തിന് ഒടുവിലാണ് മേൽപ്പറഞ്ഞ ഭാഗം ഉൾച്ചേർത്തത്. ശാസ്ത്രീയ സോഷ്യലിസം ലക്ഷ്യം മാറ്റുന്നതിനോട് വലിയ എതിർപ്പ് രേഖപ്പെടുത്തപ്പെട്ടു.

ഈ സമ്മേളനത്തിൽ ചർച്ച ചെയ്യപ്പെട്ട ലക്ഷ്യപ്രഖ്യാപന രേഖ യുവജനപ്രസ്ഥാനത്തിന്റെ ചരിത്രത്തിലെ ശ്രദ്ധേയമായ ഒരു ചുവടുവെപ്പാണ്. യുവജനപ്രസ്ഥാനം അതിന്റെ തനതായ പാത വെട്ടിത്തുറക്കുന്നതിന്റെയും അതിന്റെ അടിസ്ഥാന കാരണങ്ങളെ സ്വയം വിശകലനം ചെയ്യുകയും ചെയ്യുന്ന നിലയാണ് ഉണ്ടായിരുന്നത്. സോഷ്യലിസമാണ് അഭികാമ്യമായ വ്യവസ്ഥയെന്നും അതിലേക്ക് രാജ്യത്തെ മാറ്റണമെങ്കിൽ അതിനുവേണ്ട ഭൗതിക സാഹചര്യം രൂപപ്പെടുത്തേണ്ടതുണ്ട് എന്നും ഈ രേഖ വിശദീകരിച്ചു. ജന്മിത്വ-നാടുവാഴിത്വ അവശിഷ്ടങ്ങളെ തുടച്ചുമാറ്റി ജനാധിപത്യ വിപ്ലവത്തിലേക്ക് ആദ്യം മുന്നേറണം. ഫ്യൂഡലിസം, സാമ്രാജ്യത്വം, കുത്തകകൾ ഇവയ്ക്കെതിരായുള്ള വിട്ടുവീഴ്ചയില്ലാത്ത സമരത്തിന്റെ പ്രാധാന്യം രേഖ എടുത്തുപറഞ്ഞു. പല വർഗങ്ങളിൽനി

ന്നുവരുന്ന യുവാക്കളെ തൊഴിലാളിവർഗം നയിക്കണമെന്ന കാഴ്ചപ്പാടും ഇത് മുന്നോട്ടുവച്ചു.

തൊഴിലില്ലായ്മയെ സംബന്ധിച്ച് രേഖ വിശദമായി പ്രതിപാദിച്ചു. ചൂഷണം അവസാനിക്കുന്ന കാലത്ത് മാത്രമേ തൊഴിലില്ലായ്മ പരിഹരിക്കാനാവൂ. ജനാധിപത്യ വിപ്ലവത്തിന്റെ കടമ പൂർത്തീകരിച്ചുകൊണ്ട് മാത്രമേ തൊഴിലാളിവർഗ ഭരണകൂടം സ്ഥാപിതമാവുകയുള്ളൂവെന്നും അത് വ്യക്തമാക്കി. തൊഴിലവകാശം മൗലികാവകാശമാക്കുക, നാടിന്റെ വളർച്ചയെ ലക്ഷ്യമാക്കി വിദ്യാഭ്യാസം പുനഃസംഘടിപ്പിക്കുക, നിരക്ഷരത നിർമാർജനം ചെയ്യുക, വിദ്യാഭ്യാസരംഗത്തെ സാമ്രാജ്യത്വ നുഴഞ്ഞുകയറ്റത്തെ ചെറുക്കുക എന്നീ ആവശ്യങ്ങളും രേഖ മുന്നോട്ടുവയ്ക്കുകയുണ്ടായി.

സാംസ്കാരിക മേഖലയിലെ ഇടപെടലിന്റെ പ്രാധാന്യവും രേഖ എടുത്തുപറഞ്ഞിരുന്നു. പാശ്ചാത്യ മുതലാളിത്ത നാടുകളിലെ സാംസ്കാരിക വൈകൃതങ്ങൾ നാട്ടിൽ കൊണ്ടുവന്ന് സാമൂഹ്യജീവിതത്തെത്തന്നെ തകർക്കുന്ന നയങ്ങൾക്കെതിരായി യുവാക്കൾ ജാഗ്രത പുലർത്തേണ്ടതിന്റെ പ്രാധാന്യവും എടുത്തുപറയുകയുണ്ടായി. രതിവൈകൃതങ്ങളുടെയും ലഹരിപദാർഥങ്ങളുടെയും മോഹഭംഗങ്ങളുടെയും ലോകത്ത് ജനതയെ തളയ്ക്കുന്ന സമീപനങ്ങൾക്കെതിരെ ജാഗ്രത പുലർത്തേണ്ടതിന്റെ പ്രാധാന്യവും ഇത് ഊന്നിപ്പറഞ്ഞിരുന്നു. മനുഷ്യസംസ്കാരത്തിന്റെ വികാസത്തിനും ജീവിത ആഭിമുഖ്യമുള്ള കലാസൃഷ്ടികൾ നടത്തുന്നവരെ വിലമതിക്കുകയും ചെയ്യുന്ന ഒരു സാംസ്കാരിക ധാര രൂപപ്പെടുത്തേണ്ടതിന്റെ പ്രാധാന്യവും ഇത് എടുത്തുപറഞ്ഞിരുന്നു. ജാതി, അന്ധവിശ്വാസം, അനാചാരം എന്നിവയ്ക്കെതിരായുള്ള പോരാട്ടത്തിന്റെ പ്രാധാന്യവും ഇത് എടുത്തുപറഞ്ഞു. കായികരംഗത്തുകൂടി ശ്രദ്ധ പതിപ്പിക്കേണ്ടതിന്റെ ആവശ്യകതയും എടുത്തുപറഞ്ഞിരുന്നു.

18 വയസായ മുഴുവൻ പൗരന്മാർക്കും വോട്ടവകാശം എന്ന ആവശ്യവും ഇത് മുന്നോട്ടുവച്ചു. 16 വയസിനും 35 വയസിനും ഇടയിലുള്ള ആളുകൾക്ക് അംഗത്വം നൽകാനുള്ള തീരുമാനവും ഇതിൽ അവതരിപ്പിക്കപ്പെട്ടു. അംഗങ്ങൾ പ്രതിവർഷം 50 പൈസ ഫീസായി നൽകണമെന്ന വ്യവസ്ഥയും ഇതിൽ കൂട്ടിച്ചേർക്കപ്പെട്ടു.കെ എസ് വൈ എഫ് *ആഹ്വാനം* എന്ന പേരിൽ ഒരു മുഖമാസിക പ്രസിദ്ധീകരിച്ചിരുന്നു.

ഇത്തരം ഒരു മാറ്റത്തിനെതിരെ ചില എതിർപ്പുകൾ ഉണ്ടായിരുന്നു. അതിന്റെ ആശയപരമായ അടിത്തറ പരിശോധിച്ചാൽ കേരളത്തിൽ കഴിഞ്ഞ കുറെക്കാലമായി തുടർന്നുവരുന്ന പ്രത്യേകിച്ച് യുവജന സംഘടനാരംഗത്ത് നിഴലിച്ചുനിന്ന തീവ്രവാദ രാഷ്ട്രീയത്തിന്റെ സ്വാധീനം തന്നെയായിരുന്നു. തീവ്രവാദപരമായ സമീപനം ഉയർത്തുമ്പോഴും അത് ഇടതു തീവ്രവാദ നിലപാടുള്ള നക്സൽ ശക്തികൾക്കെതിരായിട്ടായിരുന്നു. ചുരുക്കിപ്പറഞ്ഞാൽ തികച്ചും ശരിയല്ലാത്തതും തീവ്രവാദപരമായ നിലപാടുകൾ ലക്ഷ്യം വെച്ചുള്ളതും പേരും കൊടിയുമെല്ലാം അതിന്റെ

തന്നെ ഉൽപ്പന്നങ്ങളായിരുന്നുവെങ്കിലും കേരളത്തിലെ ഇടതുപക്ഷ തീവ്രവാദത്തെ (നക്സൽ വിഭാഗം) നിശിതമായി എതിർക്കാനും, അവരെ പരാജയപ്പെടുത്തുന്നതിനും മുൻനിന്ന് പ്രവർത്തിച്ച പ്രസ്ഥാനം കെ എസ് വൈ എഫ് ആണെന്ന് നിസംശയം പറയാൻ സാധിക്കും.

പ്രായോഗിക രാഷ്ട്രീയ പ്രത്യശാസ്ത്ര സമീപനങ്ങളിൽ പ്രതിബന്ധമായി ഈ ലക്ഷ്യമോ, കൊടിയോ, അവരെ വലുതായി സ്വാധീനിക്കപ്പെട്ടില്ല. സംഘടനാ വിപുലീകരണത്തിന്റെ പ്രശ്നത്തിൽ വൻപ്രതികൂലാവസ്ഥതന്നെയായിരുന്നു. ഒരു യുവജന പ്രസ്ഥാനമായി യുവജനങ്ങളെ ആകെ പ്രതിനിധീകരിക്കാൻ അതിന് സാധിക്കുമായിരുന്നില്ല.

കെ എസ് വൈ എഫ് വരെയുള്ള കേരളത്തിൽ രൂപംകൊണ്ട യുവജന പ്രസ്ഥാനങ്ങളെല്ലാം ഒരർഥത്തിൽ കമ്യൂണിസ്റ്റ് വിപ്ലവപ്രസ്ഥാനത്തിന്റെ ഒരനുബന്ധമായിട്ടാണ് പ്രവർത്തിച്ചുവന്നിട്ടുള്ളത്. ഒരു തരത്തിലുള്ള പോഷകസംഘടനയെന്നനിലയിൽ അതിന്റെ ഉൽപ്പന്നമായ മുദ്രാവാക്യമാണ് സി പി ഐ (എം) രൂപം നൽകിയ കെ എസ് വൈ എഫ് എന്ന മുദ്രാവാക്യത്തിൽ ഉൾചേർന്നിരിക്കുന്നത്.

അതുവരെ യുവജനപ്രസ്ഥാനത്തിന്റെ ലക്ഷ്യമായി അംഗീകരിക്കപ്പെട്ടിരുന്നത് സോഷ്യലിസ്റ്റ് വിപ്ലവമായിരുന്നു. ഇന്ത്യയിലെ കമ്മ്യൂണിസ്റ്റ് പാർട്ടി പോലും ആ ഘട്ടത്തിൽ സോഷ്യലിസം എന്നത് തങ്ങളുടെ മുദ്രാവാക്യമായി പ്രഖ്യാപിച്ചിരുന്നില്ല. ജനകീയ ജനാധിപത്യ വിപ്ലവത്തിനുശേഷം അടുത്ത ഘട്ടം എന്ന നിലയിലാണ് അത് വിഭാവനം ചെയ്തിരുന്നത്. എന്നാൽ ഈ നിലയ്ക്ക് മാറ്റം വരുത്തി ജനാധിപത്യവിപ്ലവത്തിന്റെ സമീപനത്തിന്റെ അടിസ്ഥാനത്തിൽ യുവജനസംഘടനയെ മാറ്റിത്തീർക്കുക എന്ന കടമയാണ് ഈ സമ്മേളനത്തിലൂടെ യഥാർഥത്തിൽ പൂർത്തീകരിക്കപ്പെട്ടത്.

17

ദേശീയതലത്തിൽ യുവജനപ്രസ്ഥാനം രൂപീകരിക്കാനുള്ള പരിശ്രമങ്ങൾ

അടിയന്തരാവസ്ഥ അവസാനിക്കുകയും കെ എസ് വൈ എഫ് സംസ്ഥാന സമ്മേളനം ചേരുകയും ചെയ്ത സാഹചര്യത്തിൽ ഒരു അഖിലേന്ത്യാ സംഘടന രൂപീകരിക്കേണ്ടതിന്റെ ആവശ്യകത പൊതുവെ ഉയർന്ന് വരികയുണ്ടായി. എഴുപതുകളിൽ അടിയന്തരാവസ്ഥയ്ക്കെതിരായി ജെ പിയുടെ പ്രസ്ഥാനം പൊരുതിക്കൊണ്ടിരിക്കുന്ന കാലം കൂടിയായിരുന്നു അത്. അദ്ദേഹത്തിന്റെ തരുൺ ക്രാന്തി പ്രസ്ഥാനത്തിലെ യുവാക്കൾ കർഷകരുടെയും തൊഴിലാളികളുടെയും പ്രസ്ഥാനങ്ങളിൽ ഇടപെടേണ്ടതില്ലെന്ന സമീപനം അദ്ദേഹം മുന്നോട്ടുവയ്ക്കുകയുണ്ടായി. യുവാക്കൾ അവരുടെ മാത്രം പ്രശ്നങ്ങൾ കൈകാര്യം ചെയ്യുക എന്ന കാഴ്ചപ്പാടായിരുന്നു ഇതിലുണ്ടായിരുന്നത്.

ജയപ്രകാശ് നാരായണൻ

ഇത്തരം ചർച്ചകൾ അഖിലേന്ത്യാതലത്തിൽ സജീവമായ ഘട്ടം കൂടിയായിരുന്നു അത്. അതോടൊപ്പംതന്നെ സംസ്ഥാനങ്ങളിൽ സമാനമായ ആശയത്തോടുകൂടി പ്രവർത്തിക്കുന്ന സംഘടനകളും നിലവിലുണ്ടായിരുന്നു. തമിഴ്നാട്ടിലെ സോഷ്യലിസ്റ്റ് വാലിബർ സംഘം, പഞ്ചാബിലെയും ഉത്തർപ്രദേശിലെയും രാജസ്ഥാനിലെയും നൗജവാൻ സഭകൾ, ആന്ധ്രയിലെ പ്രജാതന്ത്ര യുവജനസംഘം, കർണാ

ടകത്തിലെ കർണാടക യൂത്ത് ഫെഡറേഷൻ, ബംഗാളിലെ യുവജനപ്രസ്ഥാനം തുടങ്ങിയവ ഇത്തരത്തിൽ പ്രവർത്തിച്ചുകൊണ്ടിരിക്കുകയായിരുന്നു. ഇവയെ കൂട്ടിയോജിപ്പിച്ച് മുന്നോട്ടുകൊണ്ടുപോവുക എന്ന ആശയം രൂപപ്പെടുകയുണ്ടായി.

അഖിലേന്ത്യാടിസ്ഥാനത്തിൽ ഇതിനുള്ള ചില നീക്കം ആരംഭിക്കുകയുണ്ടായി. ദേശീയാടിസ്ഥാനത്തിൽ വിളിച്ചു ചേർത്ത വിവിധ സംസ്ഥാനങ്ങളിൽ നിന്നു പങ്കെടുത്ത യുവജന സംഘടനാ പ്രതിനിധികളുടെയും എസ് എഫ് ഐ യുടെയും മറ്റ് യുവജന വിദ്യാർഥി പ്രതിനിധികളുടെയും ഒരു സമ്മേളനവും പാർലമെന്റ് മാർച്ചും വർഗീയതയ്ക്കെതിരായും, മതനിരപേക്ഷതയ്ക്ക് വേണ്ടിയും സംഘടിപ്പിക്കുകയുണ്ടായി.

ടി പി ദാസൻ

വിവിധ സംസ്ഥാനങ്ങളിൽ നിന്ന് പങ്കെടുത്ത യുവജന പ്രതിനിധികളെ ഉൾച്ചേർത്ത് ഒരു ആലോചനായോഗം അന്ന് ഡൽഹിയിൽ ചേർന്നു. ഒരു അഖിലേന്ത്യാ സംഘടന രൂപീകരിക്കുന്നതിനുള്ള ഒരു പൊതുധാരണയുണ്ടാക്കുകയായിരുന്നു ലക്ഷ്യം. പിന്നീട് ഒരു അഖിലേന്ത്യാ പ്രിപ്പറേറ്റി കമ്മിറ്റി രൂപീകരിക്കാൻ തീരുമാനിക്കുകയും പ്രിപ്പറേറ്റി കമ്മിറ്റി നിലവിൽ വരികയും ചെയ്തു. 33 അംഗങ്ങളുണ്ടായിരുന്ന കമ്മിറ്റിയുടെ ജോയിന്റ് കൺവീനറായി സഖാവ് ഇ പി ജയരാജനും സഖാവ് അമിതാ ബോസും (ബംഗാൾ) പ്രവർത്തിച്ചിരുന്നു. ഇതിനു പുറമെ കേരളത്തിൽ നിന്നും നാലുപേർ കൂടി അംഗങ്ങളായിരുന്നു.

1) ടി പി ദാസൻ
2) എം വിജയകുമാർ
3) കെ എ ചാക്കോ
4) എം വി ഗോവിന്ദൻ മാസ്റ്റർ

എം വിജയകുമാർ

പ്രിപ്പറേറ്റി കമ്മിറ്റി നിരവധി തവണ യോഗം ചേരുകയുണ്ടായി. അഖിലേന്ത്യാ പ്രിപ്പറേറ്റി കമ്മിറ്റിയിലെ അംഗങ്ങളുമായി ആശയവിനിമയം നടത്തിയിരുന്നത് സഖാവ് എം ബസവപുന്നയ്യയായിരുന്നു. ആശയപരമായ വ്യക്തതക്കുവേണ്ടിയും കമ്യൂണിസ്റ്റ് അനുബന്ധമായി മാറിയിട്ടുള്ള കേരളത്തിലെയും തമിഴ്നാട്ടിലെയും സംഘടനയുടെ നയപരമായ ഉള്ളടക്കവും പേരും കൊടിയുമെല്ലാം സുദീർഘമായ ചർച്ചയ്ക്ക് വിഷയ

എം ബസവപുന്നയ്യ

മായി ഭവിച്ചു. സ്വതന്ത്രസ്വഭാവത്തോടെ യുവജനങ്ങളെ ആകെപ്രതിനിധീകരിക്കുന്ന ഒരു സംഘടന ജനാധിപത്യ യുവജന പ്രസ്ഥാനം എങ്ങനെ രൂപം കൊള്ളണമെന്ന കാര്യം നിരവധി കമ്മിറ്റികളിൽ ചർച്ചചെയ്തു. കമ്യൂണിസ്റ്റുകാരുടെ വർഗ-ബഹുജനസംഘടനാരംഗത്തെ പ്രവർത്തനങ്ങളെങ്ങനെ ആകണമെന്ന സി സി രേഖയുടെ തന്നെ ആവശ്യകത ഈ ചർച്ചയിൽ ഇടപെട്ടുകൊണ്ടുള്ള അനുഭവങ്ങളിൽ നിന്നുമായിരുന്നു എന്ന് സഖാവ് ബസവപുന്നയ്യ പറയുകയുണ്ടായി. വിശദാംശങ്ങൾ പിന്നീട് പൂർണമായ രീതിയിൽ ചർച്ച ചെയ്തു. സി സി രേഖ അംഗീകരിച്ചെതെങ്കിലും ആ രേഖയുടെ ഉള്ളടക്കത്തിന് അനുയോജ്യമായാണ് ഡിവൈ എഫ് ഐ രൂപീകരണപ്രക്രിയയിൽ സഖാവ് ബസവപുന്നയ്യയുടെ ഇടപെടൽ എന്ന് ഞങ്ങളുമായി നടത്തിയ ചർച്ചയിൽ ബോധ്യപ്പെടുകയുണ്ടായി.

ഡി വൈ എഫ് ഐ രൂപീകരണവുമായി ബന്ധപ്പെട്ട് ഉയർന്നുവന്ന ചർച്ചകൾ ബഹുജനസംഘടനകളുടെ പ്രവർത്തനത്തെ സംബന്ധിച്ച് കൂടുതൽ വ്യക്തവും ക്രിയാത്മകവുമായ കാഴ്ചപ്പാട് രൂപീകരിക്കേണ്ടതിന്റെ ആവശ്യകത സി പി ഐ (എം) ന്റെ നേതാക്കൾക്ക് ബോധ്യപ്പെട്ടു. ഒരു കമ്യൂണിസ്റ്റ് ലീഗിൽനിന്നും വ്യത്യസ്തമായി ഒരു ബഹുജന സംഘടന എങ്ങനെ രൂപപ്പെടുത്തിയെടുക്കാം എന്ന കാഴ്ചപ്പാട് ഈ പശ്ചാത്തലത്തിലാണ് മൂർത്തമായ രൂപം പ്രാപിക്കുന്നത്. കമ്യൂണിസ്റ്റ് പാർട്ടിയുടെ അതേ മുദ്രാവാക്യങ്ങൾ ആവർത്തിക്കുകയല്ല ബഹുജന സംഘടനകളുടെ ലക്ഷ്യമെന്ന സമീപനത്തിന്റെ അടിസ്ഥാനത്തിൽ കാര്യങ്ങൾ പാർട്ടിയിലാകമാനം എത്തിക്കുക എന്നത് ഏറെ ആവശ്യകരമായിരുന്നു. ബഹുജനസംഘടനകളെപ്പറ്റി നിലനിൽക്കുന്ന ധാരണകൾ തിരുത്തുക എന്നതും അത്യന്താപേക്ഷിതമായിരുന്നു. ഈ സമീപനത്തിന്റെ അടിസ്ഥാനത്തിലാണ് ബഹുജനസംഘടനകളെപ്പറ്റിയുള്ള പാർട്ടി രേഖ രൂപപ്പെട്ടുവരുന്നത്.

പ്രിപ്പറേറ്റി കമ്മിറ്റിയിലുള്ള ഞങ്ങൾക്ക് ഇക്കാര്യം സംബന്ധിച്ചുണ്ടായ വ്യക്തത താഴെത്തലത്തിലെ ബോധമാക്കിമാറ്റുക എന്നത് ചെറിയ പ്രയാസമായിരുന്നില്ല.

1977 ലെ ആലപ്പുഴ സമ്മേളനത്തിൽ ശാസ്ത്രീയ സോഷ്യലിസത്തിന് പകരം ജനകീയ ജനാധിപത്യ വിപ്ലവം എന്ന് അംഗീകരിക്കാൻ തന്നെ പ്രയാസപ്പെടുന്ന സാഹചര്യമായിരുന്നല്ലോ ഉണ്ടായിരുന്നത്. ഈ

മാനസികാവസ്ഥ നിലനിൽക്കുന്ന കേരളത്തിൽ ജനകീയ ജനാധിപത്യ വിപ്ലവം മാറ്റി 'ഒരു ജനാധിപത്യ മതേതര പുരോഗമന ഇന്ത്യ'എന്ന മുദ്രാവാക്യം വിശാലമായി മുന്നോട്ടുവെക്കുമ്പോഴുള്ള പ്രയാസങ്ങൾ മുൻകൂട്ടി തന്നെ വ്യക്തമായിരുന്നു.

ഒരു ലക്ഷണമൊത്ത യുവജനപ്രസ്ഥാനത്തിന്റെ പിറവിക്കുവേണ്ടിയുള്ള കടുത്ത ആശയസമരം തന്നെ കേരളത്തിൽ നടത്തേണ്ടിവരുമെന്ന് ധാരണയുണ്ടായിരുന്നു. വിളിച്ചു ശീലിച്ചപേരും കൊടിയും വർഗപരമായ ഉള്ളടക്കമുള്ള നിറവും ജനകീയ ജനാധിപത്യ വിപ്ലവ ലക്ഷ്യവും മാറുന്നു എന്നത് പ്രശ്നം തന്നെയായിരുന്നു.

പ്രിപ്പറേറ്റി കമ്മറ്റിയിൽ കൊടിയെപ്പറ്റി വലിയ ചർച്ചയ്ക്ക് സാഹചര്യം ഉണ്ടായിരുന്നില്ല. ബംഗാളിലെയും യുവജനപ്രസ്ഥാനം ജനാധിപത്യ യുവജന സംഘടന എന്നനിലയിൽ വെള്ളക്കൊടിയായിരുന്നു ഉപയോഗിച്ചിരുന്നത്. മാത്രമല്ല എസ് എഫ് ഐ രൂപീകരണത്തോടെ ജനാധിപത്യ വിദ്യാർഥി പ്രസ്ഥാനം എന്നനിലയിൽ ഉപയോഗിച്ച കൊടിയും വെള്ളയായിരുന്നു. ചുവപ്പ് കൊടിയാക്കി നിർത്തുന്നതിനുള്ള ശക്തിയായ വാദം നടത്തിയവർ കേരളത്തിലെ പ്രിപ്പറേറ്റി കമ്മിറ്റി അംഗങ്ങളായിരുന്നു. തമിഴ്നാട്ടിലെ കൊടിയും ലക്ഷ്യവും പേരും എല്ലാം കേരളത്തിന്റെ ആവർത്തനം മാത്രമായിരുന്നു. കൊടിയുടെ കാര്യത്തിൽ വിശദമായ അഭിപ്രായ വ്യത്യാസം ചൂണ്ടിക്കാണിക്കപ്പെട്ടില്ല. കേരളത്തിൽ ചുവപ്പ്മാറ്റി വെള്ള വരുമ്പോൾ ചില പ്രയാസങ്ങൾ ഉണ്ടാകുമെന്ന് മാത്രം പറഞ്ഞുവെച്ചു അതിനപ്പുറം സാധിക്കുമായിരുന്നില്ല.

കൊടിയും പേരും മാറിയപ്പോൾ സംഘടനാപരമായ ഉള്ളടക്കം ജനാധിപത്യ കേന്ദ്രീകരണ നിലപാട് ബഹുജന സംഘടനയ്ക്കുണ്ടാകേണ്ടതുണ്ടോ എന്ന പ്രശ്നം ചർച്ചചെയ്തു. ഉണ്ടാകേണ്ടതില്ല എന്ന അഭിപ്രായം രൂപപ്പെട്ടു. ഒരു ബഹുജന സംഘടനയുടെ സംഘടനാ രൂപം ഒരിക്കലും ഒരു വിപ്ലവപ്പാർട്ടിയുടെ സംഘടനാരൂപം ആകരുത് ആവാൻ സാധിക്കില്ല എന്ന് വിശദമാക്കി. ജനാധിപത്യ വിപ്ലവ ചുമതലയും, വിപ്ലവത്തിന്റെ ആവേശജലമായ മുൻ ആശയവും മാറ്റുന്നതിൽ പ്രിപ്പറേറ്റി കമ്മറ്റിയിൽ വിയോജിപ്പോടെ ചർച്ച ചെയ്തെങ്കിലും സഖാവ് ബസവപുന്നയ്യയുടെ ഇടപെടലും സഖാക്കളുമായുള്ള മണിക്കൂറുകൾ നീണ്ട സംവാദങ്ങളും എല്ലാം ചേർന്ന് വ്യക്തതയോടെ തന്നെ ജനാധിപത്യ ഉള്ളടക്കം സംഘടനാപരമായ ലക്ഷ്യമായി മുന്നോട്ടുവന്നു. പ്രിപ്പറേറ്റി കമ്മിറ്റിയിൽ ഇത് പൂർണ മനസോടെ അംഗീകരിക്കാൻ സാധിച്ചപ്പോൾ തന്നെ കേരളത്തിലെ സംഘടനയിൽ ദഹിപ്പിച്ചെടുക്കുക, പൂർണ മനസോടെ അംഗീകരിക്കുക എന്നത് വലിയ പ്രയാസമാകും എന്നതും വ്യക്തമായിരുന്നു.

18

ഡി വൈ എഫ് ഐ രൂപീകരിക്കുന്നു

ഗദർ രക്തസാക്ഷി കർത്താർസിങ് സരഭയുടെ ജന്മനാടായ ലുധിയാനയിലായിരുന്നു അഖിലേന്ത്യാ യുവജനസംഘടനയുടെ രൂപീകരണ സമ്മേളനം ചേർന്നത്. ഖാലിസ്ഥാൻ തീവ്രവാദികളുടെ വിഘടനവാദ മുദ്രാവാക്യങ്ങൾക്കെതിരായി യുവജനങ്ങൾ പൊരുതിക്കൊണ്ടിരിക്കുന്ന ഘട്ടത്തിലാണ് സമ്മേളനം അവിടെ ചേർന്നിരുന്നത്. സമ്മേളനത്തിന്റെ തയാറെടുപ്പിനിടയിലാണ് ഭീകരവാദികളുടെ തോക്കിനിരയായി അരുർ സിങ് ഗിൽ വധിക്കപ്പെട്ടത്. ഇതിനെയെല്ലാം അതിജീവിച്ചുകൊണ്ടാണ് ഈ സമ്മേളനത്തിന് പഞ്ചാബിന്റെ മണ്ണ് ആതിഥേയത്വം വഹിച്ചത്.

വിവിധ സംസ്ഥാനങ്ങളിൽ പ്രവർത്തിച്ചിരുന്ന യുവജനസംഘടനകളുടെ 600 പ്രതിനിധികളാണ് ലുധിയാനയിലെത്തിയത്. 12 ലക്ഷം മെമ്പർഷിപ്പിനെയായിരുന്നു ഇവർ പ്രതിനിധീകരിച്ചത്. കൽക്കത്താ സർവകലാശാലയിലെ വൈസ് ചാൻസലർ പോദാർ ആണ് സമ്മേളനം ഉൽഘാടനം ചെയ്തത്. കാന്തി വിശ്വനാഥ് (പശ്ചിമ ബംഗാൾ), ടി.പി. ദാസൻ (കേരളം), ദർബാർ സിങ് (പഞ്ചാബ്), ഡോ. വിത്തൽ (ആന്ധ്ര), കൈസർ (രാജസ്ഥാൻ) എന്നിവർ ആയിരുന്നു പ്രസീഡിയത്തിൽ. ഇ പി ജയരാജൻ, സി കെ ചാക്കോ (കേരളം), സി മധു (ആന്ധ്ര), കുൽദീപ് സിങ് (പഞ്ചാബ്), എസ് ഡി തിവാരി, ഡി കെ ശുക്ല (ബീഹാർ), സുനിൽ ചോപ്ര (ഡൽഹി), ഹനൻമുള്ള, അമിതാ ബോസ്, ബുദ്ധദേവ് ഭട്ടാചാര്യ (പശ്ചിമ ബംഗാൾ) എന്നിവർ സ്റ്റിയറിങ് കമ്മിറ്റി അംഗങ്ങളായും പ്രവർത്തിച്ചു. ഈ സമ്മേളനത്തിലെ ആവേശകരമായ അനുഭവമായിരുന്നു ഭഗത്സിങ്ങിന്റെ സഹപ്രവർത്തകനായിരുന്ന കിഷോരിലാൽ നടത്തിയ പ്രസംഗം. ലാഹോർ ഗൂഢാലോചനക്കേസിൽ മൈനർ ആയതിനാൽ വധശിക്ഷ ജീവപര്യന്തമായി ചുരുക്കിക്കിട്ടിയ വ്യക്തിയായിരുന്നു അദ്ദേഹം.

ഭഗത്സിങ്ങും ഞാനുമൊക്കെ ആ കാലഘട്ടത്തിൽ ആഗ്രഹിച്ചതാണ് ഇതുപോലുള്ള ദേശീയ യുവജനപ്രസ്ഥാനം പടുത്തുയർത്തണമെന്ന്. സാധിച്ചില്ല. ഞങ്ങൾ യുവജനങ്ങളുടെ കരുത്തിനെയും ആത്മധൈര്യത്തെയും രാഷ്ട്രസ്വാതന്ത്ര്യത്തിനായി പ്രയോഗിച്ചു. ഭഗത്സിങ്ങും സുഖദേവും രാജഗുരുവും രക്തസാക്ഷികളായി. ഞങ്ങൾക്ക് പൂർണലക്ഷ്യത്തിലെത്താൻ കഴിഞ്ഞില്ല. ഇന്ന് ഭഗത്സിങ് ജീവിച്ചിരിപ്പുണ്ടായിരുന്നെങ്കിൽ നിങ്ങളെ അഭിവാദ്യം ചെയ്യാൻ അദ്ദേഹം എത്തുമായിരുന്നു. എനിക്കിപ്പോൾ വയസ്സ് 80-നോട് അടുത്തു. ഇനി അധികകാലം ജീവിച്ചെന്നുവരില്ല. പക്ഷേ, ഇന്നൊരു സംതൃപ്തിയുണ്ട്. നിങ്ങൾക്ക്, ഈ സംഘടനയ്ക്ക് നാടിനെ രക്ഷിക്കാൻ കഴിയും. സാമ്രാജ്യത്വവിരുദ്ധ സമരം നടത്താനും കഷ്ടപ്പെടുന്നവരെ സംരക്ഷിക്കാനും നിങ്ങൾക്കു കഴിയും.

കിഷോരിലാലിന്റെ പ്രസംഗം വലിയ ആവേശത്തോടെയാണ് കേരള പ്രതിനിധി സംഘം ശ്രവിച്ചത്. ലുധിയാനയിലെത്തിയ കേരളത്തിലെ പ്രതിനിധിസംഘം വനിതാ പ്രാതിനിധ്യം ഉറപ്പാക്കിക്കൊണ്ടാണ് പോയത്. കേരളത്തിലെ യുവജന സംഘടനയുടെ ഒരു പരിപ്രേക്ഷ്യം തന്നെയായിരുന്നു ഇത്. വൻ പോരാട്ടങ്ങളും സമരങ്ങളും നടത്തി വിപുലമായ ഒരു യുവജനസംഘടന എന്ന നിലയിൽ കെട്ടുറപ്പുള്ള സംഘടനയായി കേരളം അഖിലേന്ത്യാ സമ്മേളന പ്രശ്നങ്ങളിൽ ഉടനീളം ശ്രദ്ധേയമായ സംഭാവന നൽകിയിരുന്നു പ്രിപ്പറേറ്റി കമ്മിറ്റിയിലെ ആരോഗ്യകരമായ ചർച്ചകളിലും നല്ലതുപോലെ ഇടപെടാൻ സാധിച്ചിരുന്നു. നമ്മുടെ കേരളത്തിന്റെ അനുഭവങ്ങളും വളർച്ചയുടെ സംഘടനാതലവും പൊതുവെ അംഗീകരിക്കപ്പെടുകയുണ്ടായി.

രേഖകൾ അവതരിപ്പിച്ചതിനുശേഷം സമ്മേളനം പിരിഞ്ഞു. രേഖകളെക്കുറിച്ചുള്ള സംസ്ഥാനതല ചർച്ചയാണ് പിന്നീട് നടന്നത്. കേരള ഡലിഗേഷൻ വളരെ ഗൗരവത്തിൽ തന്നെ അവതരിപ്പിച്ച രേഖകൾ ചർച്ച ചെയ്തു. ഭരണഘടന - വയസ്സ്, കൊടി, പേര് രേഖ - ലക്ഷ്യം ഇത് സംബന്ധിച്ചാണ് പ്രാധാനമായും ചർച്ച ഊന്നിയത്.

കെ എസ് വൈ എഫിന്റെ പ്രയം 35 ആയിരുന്നു. അത് 40 ആക്കുന്നതിൽ കേരള ഡലിഗേഷനിൽ വൻ എതിർപ്പുവരികയുണ്ടായി. കൊടി-ചുവപ്പ് മാറുന്നതിനോട് വൻ പ്രതിഷേധമായി- പേരിൽ നിന്ന് സോഷ്യലിസം ഒഴിവാക്കുന്നത് ചില സഖാകൾക്ക് ആലോചിക്കാനേ സാധിക്കുന്നില്ല. - ശാസ്ത്രീയ സോഷ്യലിസം മാറി ജനകീയജനാധിപത്യ വിപ്ലവവും മാറ്റി ഒന്നുമല്ലാത്ത അവസ്ഥയിലേക്കാണ് യാത്ര എന്ന വിമർശനം ഉണ്ടായി.

പ്രിപ്പറേറ്റി കമ്മിറ്റി അംഗങ്ങളായ ഞങ്ങളെല്ലാം പങ്കെടുത്ത് ഡലിഗേഷൻ ചർച്ച ഫലപ്രദമായി സമയമെടുത്ത് നടത്തി- കുറെ കാര്യങ്ങൾ സഖാക്കളെ ബോധ്യപ്പെടുത്താൻ സാധിച്ചു.

കൊടിയുടെ കാര്യത്തിൽ യോജിപ്പിലെത്താൻ കഴിഞ്ഞില്ല. അവസാനം ഭൂരിപക്ഷം ന്യൂനപക്ഷം എന്ന നിലയിൽ ഡലിഗേഷനിൽ വോട്ടെ

ടുപ്പ് നടന്നു. കൊടി ചുമപ്പാവണമെന്ന കാര്യത്തിൽ സഖാക്കൾ നിർബന്ധം പിടിച്ചു. വോട്ടെടുപ്പ് നടന്നെങ്കിലും പൊതുചർച്ചയിൽ ഇക്കാര്യം സംബന്ധിച്ച് അവരുടെ അഭിപ്രായം പറയുന്നതിനപ്പുറം സമ്മേളനത്തിന്റെ പൊതുധാരക്കപ്പുറത്ത് ഒരു വോട്ടെടുപ്പിലേക്ക് പോകരുത് എന്ന നില അംഗീകരിക്കപ്പെട്ടു.

സമ്മേളനം വിജയപൂർവം പൂർത്തിയായി. പ്രതിനിധികൾ കേരളത്തിലേക്ക് തിരിച്ചുവന്നു. താഴെത്തലം വരെ കൊടിയും, പേരും, ലക്ഷ്യവും മെല്ലാം വ്യക്തതയോടെ പൊതുബോധമാക്കി മാറ്റുക എന്നത് ഒരു പ്രത്യേക അജണ്ടയായി കൈകാര്യം ചെയ്യപ്പെടണമെന്ന് സംഘടാപരമായി തീരുമാനിച്ചു.

കെ എസ് വൈ എഫ് എന്ന് വിളിച്ചു പറഞ്ഞ് ശീലിച്ച പേരിന് പകരം ഡി വൈ എഫ് ഐ എന്ന് പറഞ്ഞപ്പോൾ പലരും നെറ്റിചുളിച്ചു. കേരളത്തിലെ ജനങ്ങളുടെ ഹൃദയത്തിൽ സ്ഥാനം പിടിച്ച നക്ഷത്രാങ്കിത രക്തപതാക മാറ്റി പുതിയ വെള്ള പതാക പകരം വെക്കുവാനുള്ള പ്രയാസം സഖാക്കൾ മറച്ചുവെച്ചില്ല—അതിവിപുലമായ ജനാധിപത്യ യുവജനപ്രസ്ഥാനത്തിന്റെ കാഴ്ചപ്പാട് ഉൾക്കൊള്ളുക എന്നത് പ്രയാസമായിരുന്നു. സംസ്ഥാനക്കമ്മിറ്റിയിലെ മിക്കവരും അഖിലേന്ത്യാ സമ്മേളന പ്രതിനിധികളായിരുന്നതുകൊണ്ട് വലിയ പ്രയാസം ഇക്കാര്യത്തിൽ സംഘടനാപരമായി സംസ്ഥാനക്കമ്മിറ്റിയിൽ ഉണ്ടായില്ല. താഴെ ജില്ല, ഏരിയ, വില്ലേജ്, യൂണിറ്റ് തലത്തിൽ വലിയ പ്രതിരോധം തന്നെ നേരിടേണ്ടിവരുമെന്ന് സംഘടനയ്ക്ക് വ്യക്തതയുണ്ടായിരുന്നു. സമ്മേളന തീരുമാനങ്ങൾ വിശദമായി തയാറാക്കി ഘടകങ്ങളിൽ റിപ്പോർട്ട് ചെയ്യുന്നതിന് തീരുമാനിച്ചു. ആരോഗ്യകരമായ ചർച്ച തന്നെ സംഘടനയിലുടനീളം സംഘടിപ്പിച്ചു.

അഖിലേന്ത്യാ സമ്മേളനത്തിന്റെ വാർത്ത രണ്ട് ഇഞ്ചിൽ ഒതുക്കിയാണ് പല പ്രമുഖ പത്രങ്ങളും റിപ്പോർട്ട് ചെയ്തത്. അവർക്ക് അഖിലേന്ത്യാടിസ്ഥാനത്തിൽ ഒരു ജനാധിപത്യ യുവജന പ്രസ്ഥാനം രൂപം കൊള്ളുന്നത് തീരെ ഇഷ്ടമായിരുന്നില്ലെന്ന് വ്യക്തമായിരുന്നു. അഖിലേന്ത്യാ സമ്മേളത്തിന്റെ വാർത്ത കാര്യമായി മലയാളികളെ അറിയിക്കുന്നതിന് താൽപ്പര്യമില്ലാതിരുന്നു എങ്കിലും യുവജനങ്ങളിൽ ആശയ കുഴപ്പം സൃഷ്ടിക്കാൻ സാധിക്കുന്ന ചില കാര്യങ്ങൾ സംഘടനാ രൂപീകരണവുമായുണ്ടെന്ന് അവർക്ക് വേഗം തന്നെ മനസിലായി.

കേരളത്തിലെ യുവജനങ്ങളിൽ സ്വാധീനം ചെലുത്തിയ പേരും കൊടിയും മാറിയതിനെക്കുറിച്ച് വൻപ്രചരണ കോലാഹലങ്ങൾ സൃഷ്ടിക്കാൻ മത്സരമായിരുന്നു മലയാള മാധ്യമങ്ങൾക്ക്. ശാസ്ത്രീയ സോഷ്യലിസവും ജനാധിപത്യ വിപ്ലവവുമെല്ലാം മാറ്റി വിപ്ലവപരമായ ഉള്ളടക്കമെല്ലാം പണയം വെച്ചിരിക്കുന്നു എന്നവർ വാചാലമായി എഴുതി അവതരിപ്പിച്ചു. അതിന് ദ്വന്ദാത്മകമായ പ്രതികരണങ്ങൾ കേരളത്തിലുണ്ടായി. സമ്മേളനം സംബന്ധിച്ച വാർത്തയുണ്ടായില്ലെങ്കിലും ഡി വൈ

എഫ് ഐ സംബന്ധിച്ച വിവാദം കേരളത്തിലെ യുവജനങ്ങൾക്കിടയിൽ ഡി വൈ എഫ് ഐയെ വളരെ വേഗത്തിൽ പരിചയപ്പെടാൻ ഇടയാക്കി. എണ്ണയിട്ട് ഒരുക്കിനിർത്തിയ യന്ത്രംപോലെ ആഴ്ചയ്ക്കകം കേരളത്തിന്റെ മുക്കിലും മൂലയിലും ഡി വൈഎഫ് ഐ എന്ന നാലക്ഷരം പ്രചരിക്കപ്പെട്ടു. തൂവെള്ള കൊടിയും വ്യാപകമായി ഉയർത്തപ്പെട്ടു. സംഘടന എല്ലാത്തരത്തിലുള്ള കള്ള പ്രചാരവേലയെയും അതിജീവിച്ച് അതിന്റെ ആദ്യത്തെ സംസ്ഥാന സമ്മേളനത്തിന് തയാറെടുത്തു. ഇടുക്കി ജില്ലയിലെ തൊടുപുഴയിൽ സമ്മേളനം ചേരാൻ തീരുമാനമായി. താഴെത്തലത്തിൽ സമ്മേളനങ്ങൾ ആരംഭിച്ചു. ഡി വൈ എഫ് ഐയുടെ പ്രഥമ സമ്മേളനങ്ങൾ ഒരനുഭവമായിരുന്നു.

ഡി വൈ എഫ് ഐ മെമ്പർഷിപ്പ് പ്രവർത്തനം ആരംഭിച്ചു. കക്ഷി രാഷ്ട്രീയത്തിന് അതീതമായി ഏത് രാഷ്ട്രീയപ്പാർട്ടിയിൽ പ്രവർത്തിക്കുന്നവർക്കും ഒരു രാഷ്ട്രീയ പാർട്ടിയിലും പ്രവർത്തിക്കാത്തവർക്കും ഡി വൈ എഫ് ഐ പരിപാടി അംഗീകരിക്കാൻ തയാറുള്ളവർക്ക് 15 വയസുമുതൽ 40 വയസുവരെയുള്ളവർക്ക് അംഗങ്ങളാകാം എന്ന് വിശദീകരിക്കപ്പെട്ടു.

സി പി ഐ (എം)ന്റെ പോഷക സംഘടനയല്ല ഡി വൈ എഫ് ഐ എന്ന് വ്യക്തമായ സമീപനത്തെ അടിസ്ഥാനപ്പെടുത്തി വിശദീകരണം നടത്തി.

ഇതെല്ലാം നമ്മുടെ സഖാക്കളിൽ തന്നെ ആദ്യം ഒരു ആശയക്കുഴപ്പം ഉണ്ടാക്കി. അത് സ്വാഭാവികമായിരുന്നുതാനും. വർഷങ്ങളായി പിന്തുടരുന്ന സമീപനത്തിന് മാറ്റംവരുമ്പോഴുണ്ടാകുന്ന ആശയക്കുഴപ്പം മാത്രം. അത് വേഗംതന്നെ മാറ്റി എടുക്കാനായി. ഇക്കാര്യം സംബന്ധിച്ച് സഖാവ് ഇ എം എസിന്റെ വിശദീകരണം ലേഖനമായും പ്രസ്താവനയുമായി വന്നതോടെ സി പി ഐ (എം)ന്റെ നിലപാട് ഡി വൈ എഫ് ഐയുടെ നിലപാടും തമ്മിൽ വ്യത്യാസമില്ലെന്ന് വ്യക്തമാക്കപ്പെട്ടു.

19

ഡി വൈ എഫ് ഐയുടെ പ്രവർത്തനമുഖങ്ങൾ

സാമ്രാജ്യത്വവിരുദ്ധ കാഴ്ചപ്പാടുകൾ മുറുകെപ്പിടിച്ചുകൊണ്ടാണ് ഡി വൈ എഫ് ഐ അതിന്റെ പ്രവർത്തനങ്ങളുമായി മുന്നോട്ടുനീങ്ങുന്നത്. ജനാധിപത്യപരവും പുരോഗമനപരവുമായ സാമൂഹ്യവ്യവസ്ഥ കെട്ടിപ്പടുക്കുക എന്നത് അതിന്റെ പ്രധാന കടമയായി അത് കാണുന്നുണ്ട്. അതോടൊപ്പംതന്നെ യുവാക്കളുടെ ഉയർച്ചയ്ക്കും അഭിവൃദ്ധിക്കും വേണ്ടി പ്രവർത്തിക്കുക എന്നതും അതിന്റെ ദൈനംദിന പ്രവർത്തനങ്ങളിലെ പ്രധാന ഉത്തരവാദിത്വമായി കാണുന്നു. യുവാക്കളുടെ പ്രശ്നങ്ങൾ സാമൂഹ്യവ്യവസ്ഥയുടെ അടിവേരുകളുമായി ബന്ധിപ്പിച്ച് കാണുന്നു എന്നതാണ് മറ്റ് യുവജനപ്രസ്ഥാനങ്ങളിൽനിന്ന് ഇതിന് വ്യതിരിക്തത നൽകുന്നത്. അതുകൊണ്ടാണ് എല്ലാവർക്കും തൊഴിൽ, എല്ലാവർക്കും വിദ്യാഭ്യാസം, സോഷ്യലിസമാണ് ഭാവി തുടങ്ങിയ അടിസ്ഥാന മുദ്രാവാക്യങ്ങൾ അത് എല്ലാക്കാലത്തും ഉയർത്തിപ്പിടിച്ചത്.

ഇന്ത്യയിൽ വിഘടനവാദപ്രസ്ഥാനം ശക്തിപ്പെട്ടുകൊണ്ടിരുന്ന കാലത്താണ് വിഘടനവാദം കൊടികുത്തിവാഴുന്ന പഞ്ചാബിൽവച്ച് ഡി വൈ എഫ് ഐ രൂപീകരിച്ചത്. വിഘടനവാദശക്തികൾക്കെതിരായി സന്ധിയില്ലാത്ത പോരാട്ടമാണ് ഡി വൈ എഫ് ഐ നടത്തിയിട്ടുള്ളത്. വർഗീയതയ്ക്കെതിരായുള്ള പോരാട്ടത്തിലും സന്ധിയില്ലാതെ മുന്നോട്ടുപോകുന്നതിന് ഡി വൈ എഫ് ഐക്ക് കഴിഞ്ഞിട്ടുണ്ട്. വർഗീയതയെ വളർത്തേണ്ടതും ദേശീയ ഐക്യത്തെ തകർക്കേണ്ടതും സാമ്രാജ്യത്വത്തിന്റെ ആവശ്യകതയാണ് എന്ന് കണ്ടുകൊണ്ടുതന്നെ ഇത്തരം മുദ്രാവാക്യങ്ങളെ സാമ്രാജ്യത്വ നയങ്ങളുമായി ബന്ധപ്പെടുത്തി യുവജനങ്ങൾക്കിടയിൽ വിശദീകരിച്ചുകൊണ്ടാണ് ഡി വൈ എഫ് ഐ പ്രവർത്തിച്ചത്.

തൊഴിലില്ലായ്മയ്ക്കെതിരായുള്ള പോരാട്ടങ്ങളും യുവാക്കളുടെ പ്രസ്ഥാനം എന്ന നിലയിൽ ഇത് ഏറ്റെടുത്ത് മുന്നോട്ടുപോയി. ലോകത്തെ എല്ലാ വിമോചനപ്പോരാട്ടങ്ങളുമായി കണ്ണിചേരുന്നതിനും ഡി വൈ എഫ് ഐ ഒരിക്കലും അമാന്തം കാണിച്ചിരുന്നില്ല. ദക്ഷിണാഫ്രിക്കയിലെ വർണവെറിയൻ ഭരണകൂടത്തിനെതിരായി ലോകവ്യാപകമായി ഉയർന്നു വന്ന പ്രതിഷേധത്തിന്റെ മുൻപന്തിയിൽത്തന്നെ ഡി വൈ എഫ് ഐ ഉണ്ടായിരുന്നു. പലസ്തീൻ ജനതയുമായുള്ള ഐക്യദാർഢ്യത്തിന്റെ മേഖലയിലും ശ്രദ്ധേയമായ ഇടപെടൽ സംഘടന നടത്തിയിട്ടുണ്ട്. സോഷ്യലിസ്റ്റ് രാജ്യങ്ങളുമായി ബന്ധം സ്ഥാപിക്കുന്നതിനും ലോകത്തെ വിമോചനപ്പോരാട്ടങ്ങളെ മുഴുവനും പിന്തുണയ്ക്കുന്ന കാര്യത്തിലും ഡി വൈ എഫ് ഐ ശ്രദ്ധേയമായ പ്രവർത്തനങ്ങൾ നടത്തിയിട്ടുണ്ട്.

ഇത്തരത്തിലുള്ള മുദ്രാവാക്യങ്ങൾ ഏറ്റെടുക്കുമ്പോൾത്തന്നെ പൊതുവായ മറ്റു പ്രശ്നങ്ങളിലും സജീവമായ ഇടപെടൽ നടത്തിയിട്ടുണ്ട്. അവശ്യവസ്തുക്കളുടെ വിലക്കയറ്റം തടയുക, സംസ്ഥാന സർക്കാരുകൾക്കു നേരെ വിശിഷ്യാ ഇടതുപക്ഷ സർക്കാരുകൾക്കുനേരെ കേന്ദ്ര സർക്കാർ കാണിക്കുന്ന അവഗണനയ്ക്കെതിരെ ഫെഡറലിസത്തിന്റെ രീതി ഉയർത്തിപ്പിടിച്ചുകൊണ്ടുള്ള പ്രതിരോധങ്ങളും സംഘടിപ്പിക്കുന്നതിൽ അവ മുന്നിൽ നിന്നിട്ടുണ്ട്. അഴിമതിക്കെതിരായി സന്ധിയില്ലാത്ത പോരാട്ടവും യുവജനപ്രസ്ഥാനം നടത്തിയിട്ടുള്ള പോരാട്ടങ്ങളിൽ പ്രധാനമാണ്. 1981ൽ കേരള സർവകലാശാലാ അഴിമതിക്കെതിരെ ശബ്ദമുയർത്തിക്കൊണ്ട് മുന്നോട്ടുവന്ന വിദ്യാർഥി പ്രവർത്തകരെ മർദിച്ചതിനെതിരെ യുവജനനേതാക്കൾ നിരാഹാരം കിടക്കുകയുണ്ടായി. ഡി വൈ എഫ് ഐക്കുവേണ്ടി അന്ന് നിരാഹാരമനുഷ്ഠിച്ചത് എം വിജയകുമാറായിരുന്നു. വിദ്യാഭ്യാസമേഖലയിലെ പ്രശ്നങ്ങളിൽ സജീവ സാന്നിധ്യമായി ഡി വൈ എഫ് ഐ ഉണ്ടായിരുന്നു. അതിന്റെ ഏറ്റവും ഉജ്വലമായ തെളിവാണല്ലോ പിന്നീട് കൂത്തുപറമ്പിൽ നടന്ന സമരപോരാട്ടം.

പി എസ് സി ചോദ്യക്കടലാസ് ചോർന്നതു സംബന്ധിച്ച് 1981 ജനുവരി 8ാം തീയതി തിരുവനന്തപുരം പി എസ് സി ഓഫീസിനു മുന്നിലും വമ്പിച്ച പ്രക്ഷോഭം അന്നു നടത്തിയിരുന്നു. യുവജനപ്രസ്ഥാനം ഏതൊക്കെ മേഖലയിൽ ഇടപെടാൻ പോകുന്നു എന്നതിന്റെ സൂചനയായിരുന്നു ഇത്. വിശാലയുവജന ഐക്യം കെട്ടിപ്പടുക്കുന്ന കാര്യത്തിലും യുവജനപ്രസ്ഥാനം തുടക്കത്തിലേ ശ്രദ്ധിച്ചിരുന്നു. കേരളത്തിൽ യൂത്ത് കോ-ഓർഡിനേഷൻ കമ്മിറ്റി അതിന്റെ ഭാഗമായാണ് രൂപീകരിക്കപ്പെട്ടത്. റെയിൽവേ കൂലിയും കടത്തുകൂലിയും വർധിപ്പിച്ച കേന്ദ്ര സർക്കാർ നടപടിക്കെതിരെ തീവണ്ടി തടഞ്ഞുകൊണ്ട് 1982 ൽ സുപ്രധാനമായ പ്രവർത്തനം ഡി വൈ എഫ് ഐ നടത്തുകയുണ്ടായി. വൈപ്പിൻ വിഷമദ്യദുരന്തത്തിന്റെ പ്രശ്നത്തിലും സജീവമായ ഇടപെടൽ ഡി വൈ എഫ് ഐ നടത്തുകയുണ്ടായി. തൊഴിലില്ലായ്മ പ്രശ്നം ഉയർത്തിപ്പിടിച്ചുകൊണ്ട് കളക്ടറേറ്റുകളിലേക്കു നടന്ന ചരിത്രപ്രസിദ്ധ

മായ കളക്ടറേറ്റ് വളയൽ സമരം യുവജനപ്രസ്ഥാനത്തിന്റെ ചരിത്രത്തിലെ സുപ്രധാനമായ സംഭവമായിരുന്നു. കളക്ടറേറ്റുകളിലേക്കും സെക്രട്ടേറിയറ്റിലേക്കും കാൽനടയായായിരുന്നു വളണ്ടിയർമാർ സമരകേന്ദ്രത്തിൽ എത്തിച്ചേർന്നത്. യൂണിറ്റുകളിൽ നിന്ന് കാൽ നടയായി എത്തിയ യുവാക്കൾ പുലരുമ്പോഴേക്കും ഭരണസിരാകേന്ദ്രങ്ങൾ വളഞ്ഞുവച്ചുകഴിഞ്ഞിരുന്നു. അന്ന് മന്ത്രിമാർക്കും ജീവനക്കാർക്കും ഇത്തരം സ്ഥാപനങ്ങളിൽ പ്രവേശിക്കാനായില്ല. ഈ പ്രക്ഷോഭത്തിൽ തൃശൂരും കോട്ടയത്തും ഇടുക്കിയിലും പൊലീസ് ലാത്തിച്ചാർജ് നടക്കുകയുണ്ടായി.

കേരളത്തിൽ നിലയ്ക്കൽ, പുൽപ്പള്ളി എന്നിവിടങ്ങളിൽ വർഗീയ അസ്വാസ്ഥ്യമുണ്ടാക്കാൻ വർഗീയശക്തികൾ ശ്രമിക്കുകയുണ്ടായി. ഇവയ്ക്കെതിരായുള്ള വലിയ പ്രവർത്തനമാണ് 1983ൽ നടത്തിയത്. ഫെബ്രുവരി 10ം തീയതി മുതൽ 16ാം തീയതിവരെ മതസൗഹാർദപക്ഷമായി ആചരിച്ചു. തുടർന്ന് അത് വലിയ ക്യാമ്പയിനായി വികസിച്ചു. രണ്ടു ലക്ഷം പേരടങ്ങുന്ന മതസൗഹാർദ സേന ഈ ഘട്ടത്തിൽ സംഘടിപ്പിച്ചു. സേനാംഗങ്ങൾ വീടുവീടാന്തരം കയറി വർഗീയതയ്ക്കെതിരായി സൗഹാർദ സന്ദേശം പ്രചരിപ്പിച്ചു. ആഗസ്റ്റ് 1 ന് ജില്ലാ കേന്ദ്രങ്ങളിൽ മതസൗഹാർദ മാർച്ചും സംഘടിപ്പിക്കുകയുണ്ടായി. അന്നു വിളിച്ച മുദ്രാവാക്യം ഇന്നും അന്നത്തെ തലമുറയുടെ ചുണ്ടിൽ തത്തിക്കളിക്കുന്നുണ്ട്.

“മതമല്ല മതമല്ല പ്രശ്നം
എങ്ങനെ ജീവിക്കുമെന്നാണ് പ്രശ്നം
ഏതു മതക്കാരനെന്നല്ല പ്രശ്നം
എങ്ങനെ ജീവിക്കുമെന്നാണ് പ്രശ്നം
നെറ്റിയിൽ ചന്ദനം പൂശുന്ന ഹിന്ദുവും
നിത്യം കുരിശുവരയ്ക്കും ക്രിസ്ത്യാനിയും
നിസ്കരിച്ചീടും മുസൽമാനുമെല്ലാം
ഒന്നാണു മക്കളേ രക്തം ചുവപ്പ്.”

തൂവെള്ള വസ്ത്രം ധരിച്ച് കൊച്ചരിപ്രാവുകളെപ്പോലെ ജില്ലാ ആസ്ഥാനത്തിലേക്ക് നീങ്ങിയ ഡി വൈ എഫ് ഐ വാളണ്ടിയർമാരുടെ വർഗീയ വിരുദ്ധ മാർച്ച് ജീവിതത്തിൽ തന്നെ ഒരനുഭവമായിരുന്നുവെന്ന് തായാട്ടു ശങ്കരൻ വികാരപരമായി എഴുതുകയുണ്ടായി. വർഗീയതയെ പ്രതിരോധിക്കുന്നതിൽ ഡി വൈ എഫ് ഐയുടെ വൻമുന്നേറ്റമായി മാറിയ മാർച്ചയായിരുന്നു അത്.

1984 ആഗസ്റ്റ്-സെപ്റ്റംബർ മാസത്തിൽ തൊഴിലില്ലായ്മയ്ക്കെതിരായി നടത്തിയ ക്യാമ്പയിനും പ്രസക്തമാണ്. അന്ന് വിളിച്ച മുദ്രാവാക്യം അന്ന് യുവതലമുറയുടെ ആകെ ആവേശമായി മാറുകയായിരുന്നു.

“എല്ലാവർക്കും വിദ്യാഭ്യാസം,
എല്ലാവർക്കും തൊഴിലിനുമായി
മാറ്റത്തിൻകൊടി നെഞ്ചേറ്റി
പൊരുതും യുവജനഹൃദയങ്ങൾ”

131 കേന്ദ്രങ്ങളിൽ അന്ന് ഈ മുദ്രാവാക്യം ഉയർത്തിപ്പിടിച്ച് പ്രകടനവും പൊതുയോഗവും നടന്നു. ആഗസ്റ്റ് 15 മുതൽ 30 വരെ ജില്ലാതലത്തിൽ വാഹനജാഥയും നടത്തി. സെപ്റ്റംബർ 17 ന് രാജ്ഭവനിലേക്കും കളക്ടറേറ്റ്, താലൂക്ക് ഓഫീസ് എന്നിവിടങ്ങളിലേക്കും മാർച്ചും പിക്കറ്റിങ്ങും നടത്തി. ഒറ്റക്കാളവണ്ടിയിൽ ലക്ഷക്കണക്കിന് ആളുകളുടെ ഒപ്പുമായി രാജഭവനിലേക്കു നടന്ന മാർച്ച് വ്യത്യസ്തമായ അനുഭവമായി മാറുകയായിരുന്നു.

1985 ൽ റെയിൽവെ ബജറ്റിലെ ജനവിരുദ്ധ സമീപനം, കേന്ദ്രഗവൺമെന്റ് നയം, നിയമനനിരോധനം എന്നിവയ്ക്കെതിരെയുള്ള വലിയ പോരാട്ടം സംഘടിപ്പിച്ചു. ഇങ്ങനെ പോരാട്ടങ്ങളുടെ നിരവധി മുഖങ്ങൾ അതിന്റെ തുടക്ക കാലഘട്ടത്തിലേ ഡി വൈ എഫ് ഐ നടത്തിയിരുന്നു. ഇന്ത്യൻ യുവത്വം കൈമുതലാക്കിയ സാമ്രാജ്യത്വവിരുദ്ധ പാരമ്പര്യം കാത്തുസൂക്ഷിച്ചുകൊണ്ടാണ് പ്രസ്ഥാനം മുന്നോട്ടുപോയത്. ജന്മിത്വത്തിനും കുത്തക മുതലാളിത്തത്തിനും അവർ സൃഷ്ടിക്കുന്ന ജനവിരുദ്ധ നയങ്ങൾക്കുമെതിരായുള്ള പോരാട്ടങ്ങളും സംഘടന നടത്തി. ഈ പാരമ്പര്യം ഏറ്റുപിടിച്ചുകൊണ്ടാണ് പിന്നീടും ഡി വൈ എഫ് ഐ മുന്നോട്ടുപോയത്. അതിന്റെ ഫലമായി ചരിത്രത്തിൽ നിറഞ്ഞുനിൽക്കുന്ന നിരവധി സമരപോരാട്ടങ്ങൾക്ക് തുടർന്നുള്ള കാലവും സാക്ഷ്യം വഹിച്ചു. ഇതിന്റെ വിശദാംശങ്ങളിലേക്ക് കേരളത്തിലെ യുവജനപ്രസ്ഥാനത്തിന്റെ ആദ്യനാളുകളെ പ്രധാനമായും പരിചയപ്പെടുത്താനുദ്ദേശിച്ച ഈ പുസ്തകത്തിൽ ഞാൻ കടക്കുന്നില്ല.

പിൽക്കാല പോരാട്ടങ്ങളിലെ ശ്രദ്ധേയമായ ഒന്നായിരുന്നു 1986 ലെ തൊഴിലില്ലായ്മാവിരുദ്ധ സമരം. 1987 ലെ മനുഷ്യച്ചങ്ങല, അഴിമതിവിരുദ്ധ പ്രതിജ്ഞ, 1989 ലെ കേന്ദ്ര അവഗണനയ്ക്കെതിരായുള്ള മനുഷ്യക്കോട്ട തുടങ്ങിയവ ഒരിക്കലും മാഞ്ഞുപോകാത്ത ചരിത്ര സംഭവങ്ങളാണ്. സമ്പൂർണ സാക്ഷരതാ യജ്ഞം, വികസന സേനാ രൂപീകരണം തുടങ്ങിയവയിലും ഡി വൈ എഫ് ഐ നടത്തിയ ഇടപെടൽ എടുത്തുപറയേണ്ടതാണ്.

ആഗോളവൽക്കരണ നയം നമ്മുടെ രാജ്യത്ത് ദുരിതങ്ങൾ വിതയ്ക്കുന്ന സ്ഥിതിവിശേഷം സംജാതമായപ്പോൾ അതിനെതിരെയും സന്ധിയില്ലാത്ത നിരവധി പോരാട്ടങ്ങൾ ഡി വൈ എഫ് ഐ നടത്തി. അവ ഇന്നും തുടരുകയാണ്. നവോത്ഥാന മൂല്യങ്ങളെ തകർത്ത് ഫ്യൂഡലിസത്തിന്റെ കരാളമായ ആചാരങ്ങൾ തിരിച്ചുകൊണ്ടുവരാനുള്ള പ്രവർത്തനങ്ങൾക്കെതിരെയും സജീവമായ ഇടപെടൽ യുവജനപ്രസ്ഥാനം നടത്തുകയുണ്ടായി. വർഗീയതയ്ക്കും ആഗോളവൽക്കരണ നയങ്ങൾക്കും എതിരായുള്ള സമരം യുവജനപ്രസ്ഥാനം വർത്തമാന കാലത്തും സജീവമായി മുന്നോട്ടുകൊണ്ടുപോവുകയാണ്. അതൊക്കെ യുവജനപ്രസ്ഥാനത്തിൽ ഇന്നും പ്രവർത്തിച്ചുകൊണ്ടിരിക്കുന്ന സഖാക്കൾ ചരിത്രത്തിന്റെ ഭാഗമായി തീർച്ചയായും വിശദീകരിക്കും. അതു

കൊണ്ട് ആ മേഖലയിലേക്കും ഈ പുസ്തകം കടക്കുന്നില്ല. യുവജന പ്രസ്ഥാനത്തിന്റെ ഗുണപരമായ സാന്നിധ്യം സാമ്രാജ്യത്വവിരുദ്ധ സമരം ആരംഭിച്ച കാലഘട്ടം തൊട്ടേ സജീവമായി തുടരുന്ന ഒന്നാണ്. ആ ധാര ഇപ്പോഴും കുതിച്ചു മുന്നോട്ടുനീങ്ങുന്നു. അതിനെ തടയിടാൻ പിന്തിരിപ്പൻ ശക്തികൾ കിണഞ്ഞ് പരിശ്രമിച്ചുകൊണ്ടിരിക്കുന്ന അവസ്ഥയും നിലനിൽക്കുന്നുണ്ട്. ഈ സംഘർഷം യുവജനമേഖലയിലെ വർഗസമരത്തിന്റെ മുഖമാണ് പ്രകടിപ്പിക്കുന്നത്. അത് തിരിച്ചറിഞ്ഞ് ഇടപെടുക എന്നതാണ് സുപ്രധാനമായിട്ടുള്ളത്.

20

യുവജനപ്രസ്ഥാനവും വർത്തമാനകാല കടമകളും

യുവജനപ്രസ്ഥാനത്തിന്റെ ചരിത്രം പരിശോധിക്കുമ്പോൾ ഒരു കാര്യം വളരെ വ്യക്തമാകുന്നുണ്ട്. ഫ്യൂഡൽ കാലഘട്ടത്തിൽനിന്ന് വ്യത്യസ്തമായി മുതലാളിത്തത്തിന്റെ ഉൽപ്പാദന സമ്പ്രദായങ്ങൾ സ്വാധീനമുറപ്പിക്കാൻ തുടങ്ങിയ ഘട്ടത്തിലാണ് ഇത്തരം പ്രസ്ഥാനങ്ങൾ രൂപപ്പെട്ടുവരുന്നത്. ഫ്യൂഡൽ രീതിക്കെതിരായുള്ള കലാപങ്ങളിൽനിന്നാണ് ആദ്യകാല യുവജനപ്രസ്ഥാനത്തിന്റെ ആവിർഭാവം. മാർക്സ് ലക്ഷണമൊത്ത ബൂർഷ്വാ വിപ്ലവമെന്ന് വിശേഷിപ്പിച്ച ഫ്രഞ്ച് വിപ്ലവം പോലെയുള്ള സാമൂഹ്യ മുന്നേറ്റങ്ങൾ യുവജനപ്രസ്ഥാനത്തെ വലിയ തോതിൽ സ്വാധീനിക്കുകയും ചെയ്തു. ജനാധിപത്യത്തെയും സ്വാതന്ത്ര്യത്തെയും കുറിച്ചുള്ള ചിന്താധാരകൾ ഈ സാമൂഹ്യമാറ്റങ്ങൾ ലോകത്തിന് സംഭാവന ചെയ്തു. വിശാലമായി പരിശോധിച്ചാൽ ഇതെല്ലാം ബൂർഷ്വാ വിപ്ലവത്തിന്റെ ആശയങ്ങളായിരുന്നു എന്നു കാണാം. ഫ്യൂഡലിസത്തെക്കാൾ മികച്ചതാണ് ബൂർഷ്വാസി എന്നതിനാൽ ഇതിന് വിമോചനത്തിന്റെ ഉത്തരവാദിത്വം നിർവഹിക്കാനുണ്ടായിരുന്നു എന്നതും വസ്തുതയാണ്.

യുവജനപ്രസ്ഥാനത്തിന് പിന്നീട് ദിശാബോധം ആർജിക്കുന്നത് സോവിയറ്റ് വിപ്ലവത്തെത്തുടർന്നാണ്. ശാസ്ത്രീയ സോഷ്യലിസത്തിന്റെ ആശയങ്ങൾ യുവജനമനസിൽ കടന്നുവന്നതോടെ ലോകത്തെ യുവജനപ്രസ്ഥാനത്തിനാകമാനം പുതിയ ദിശാബോധം ആർജിക്കാനായി. ലെനിൻ മുന്നോട്ടുവച്ച യൂത്ത് ലീഗിന്റെ ആശയങ്ങൾ ഈ കാലഘട്ടത്തിൽ പ്രചുരപ്രചാരം നേടി. ലോകത്താകമാനം കമ്യൂണിസ്റ്റ് യൂത്ത് ലീഗ് രൂപീകരിക്കപ്പെടുന്നത് ഇതിന്റെ ഫലമായാണ്. ഇന്ത്യ ഉൾപ്പെടെയുള്ള മൂന്നാം ലോക രാജ്യങ്ങളിലെ യുവജനപ്രസ്ഥാനത്തിന്റെ ആശയവും ആവേശവും സോവിയറ്റ് യൂണിയനായി മാറുകയും അതിൽനിന്ന് പ്രചോദനം

ഉൾക്കൊണ്ട് യുവജനങ്ങൾ പ്രസ്ഥാനത്തിലേക്ക് കടന്നുവരികയുമാണ് ചെയ്തത്. പുതിയ ലോകത്തെക്കുറിച്ചുള്ള ഈ സങ്കൽപ്പമാണ് യുവത്വത്തെ കെ എസ് വൈ എഫിലേക്കും ഡി വൈ എഫ് ഐയിലേക്കും അതിനു മുമ്പുണ്ടായിരുന്ന പല സോഷ്യലിസ്റ്റ് സംഘങ്ങളിലേക്കും ആകർഷിച്ചത്.

മറ്റേതു പ്രസ്ഥാനങ്ങളെക്കാളുമുപരി സാർവദേശീയ സംഭവങ്ങളുമായി ഏറെ ബന്ധപ്പെട്ടുകിടക്കുക യുവജനങ്ങളാണ്. പുതിയ ധാരകളെക്കുറിച്ചുള്ള ആഗ്രഹവും ആവേശവുമാണ് ഇതിനു നിദാനം. അതുകൊണ്ടാണ് 1960 കളിൽ രൂപീകരിക്കപ്പെട്ട പുതിയ ഇടതുപക്ഷം എന്ന ആശയംപോലും യുവജനപ്രസ്ഥാനത്തിൽ കടന്നുവരുന്നതിന് ഇടയായത്. എന്നാൽ ശരിയായ ഇടതുപക്ഷ നിലപാട് ഉയർത്തിപ്പിടിച്ച് ഈ പെറ്റിബൂർഷ്വാ ആശയത്തെ യുവജനങ്ങളുടെ മനസിൽനിന്ന് അക്കാലത്ത് മാറ്റിയെടുക്കാൻ കഴിഞ്ഞു.

1990 കൾക്കുശേഷമുണ്ടായ മറ്റൊരു പ്രധാന പ്രത്യേകത സോഷ്യലിസ്റ്റ് രാജ്യങ്ങളുടെ തകർച്ചയാണ്. സ്വാഭാവികമായും ഇത് വൻതോതിലുള്ള പ്രതിസന്ധിയാണ് യുവജനമേഖലയിൽ ഉണ്ടാക്കിയത്. ലോകത്തെ വിപ്ലവപ്രസ്ഥാനങ്ങൾ പലതും ആ തകർച്ചയുടെ ആഘാതത്തിൽ തകർന്നുവീണു. മറ്റു പല സംഘടനകളും സോഷ്യൽ ഡെമോക്രാറ്റിക് നിലപാടുകളിലേക്ക് ചുവടുമാറ്റി. നിരാശയുടെ പടുകുഴിയിലേക്ക് യുവജനങ്ങൾ വീഴുന്ന നിലയുമുണ്ടായി. എന്നാൽ ഈ കൊടുങ്കാറ്റിൽ തകരാതെ പിടിച്ചുനിന്ന ജനാധിപത്യ യുവജനപ്രസ്ഥാനമാണ് ഡി വൈ എഫ് ഐ എന്നത് എടുത്തുപറയേണ്ട കാര്യമാണ്. പേരോ കൊടിയോ സോഷ്യലിസമെന്ന കാഴ്ചപ്പാടോ കൈവെടിയാതെ യുവജനപ്രസ്ഥാനം മുന്നോട്ടുപോയി. മാത്രമല്ല, ആഗോളവൽക്കരണത്തിനെതിരായുള്ള സമരങ്ങൾക്ക് മുൻപന്തിയിൽത്തന്നെ നിലയുറപ്പിക്കാനും കഴിഞ്ഞു. മറ്റൊരു ലോകം അസാധ്യമാണ് എന്ന ആഗോളവൽക്കരണ സിദ്ധാന്തത്തിൽനിന്ന് വ്യത്യസ്തമായി മറ്റൊരു ലോകം സാധ്യമാണ് എന്ന കാഴ്ചപ്പാട് ഡി വൈ എഫ് ഐ മുന്നോട്ടുവച്ചു. മാത്രമല്ല, ആ ലോകം സോഷ്യലിസത്തിന്റേതാണ് എന്ന് ധീരമായി പ്രഖ്യാപിക്കാനുമായി.

ആഗോളവൽക്കരണ നയങ്ങളുടെ കാലഘട്ടത്തിലും ശക്തമായി പ്രവർത്തിക്കാൻ കഴിയുന്നുണ്ട് എന്നത് വസ്തുതയാണെങ്കിലും ആ മേഖല അനുഭവിക്കുന്ന പ്രതിസന്ധികളെയും പ്രശ്നങ്ങളെയും നമുക്ക് കാണാതിരുന്നുകൂടാ. ആഗോളവൽക്കരണം മുന്നോട്ടുവയ്ക്കുന്ന കാഴ്ചപ്പാട് തന്നെ വ്യക്തികേന്ദ്രീകൃതവും അത്തരം താൽപ്പര്യങ്ങളെ വികസിപ്പിക്കുന്നതുമാണ്. സാമൂഹ്യമായ രീതികളെയും കാഴ്ചപ്പാടുകളെയും ഉന്മൂലനം ചെയ്യുക എന്നതാണ് അതിന്റെ തത്വശാസ്ത്രം. കഴിവുള്ളവർ അതിജീവിക്കുക എന്ന കാഴ്ചപ്പാടാണ് ഇതിന്റെ പിന്നിലുള്ളത്. കഴിവ് എന്നത് പണം സമ്പാദിക്കാനുള്ള ശേഷിയായിത്തീരുകയും അങ്ങനെ സമ്പാദിച്ചുകഴിഞ്ഞാൽ എല്ലാം വെട്ടിപ്പിടിക്കാമെന്ന വ്യാമോഹവും അവർ

സൃഷ്ടിക്കുന്നു. എല്ലാ മേഖലയുടെയും വാണിജ്യവൽക്കരണത്തിന്റെ അടിസ്ഥാനം ഇതാണ്. ഇതിന്റെ സാംസ്കാരിക രൂപമാണ് അവനവനിസം എന്ന കാഴ്ചപ്പാട്. ലോകം മുഴുവൻ തനിക്കായി മാറ്റുക എന്ന ഈ രീതിശാസ്ത്രം ഒരു സിദ്ധാന്തമായിത്തന്നെ ഇന്ന് വ്യാപിക്കുകയാണ്.

വെറുതെ വയ്യാവേലിക്ക് പോകേണ്ടതില്ല എന്നതാണ് ഇന്ന് നാട്ടിൽ പ്രചരിക്കുന്ന സുപ്രധാനമായ ആശയം. ഇത് സ്വാഭാവികമായും പുതിയ തലമുറയെ വലിയ തോതിൽ സ്വാധീനിക്കുന്നു. അതുകൊണ്ടുതന്നെ സാമൂഹ്യ പ്രവർത്തനത്തിന്റെ ഭൂമികയിൽനിന്ന് അവർ വഴുതിമാറുകയും ചെയ്യുന്നു. യുവത്വം ഇന്ന് അഭിമുഖീകരിക്കുന്ന വലിയ പ്രശ്നമായി ഇത് മാറിക്കഴിഞ്ഞിട്ടുണ്ട്. രാഷ്ട്രീയത്തെ പ്രത്യേകിച്ച് ഇടതുപക്ഷ രാഷ്ട്രീയത്തെ പടിയിറക്കുക എന്നതാണ് ഈ പ്രചരണത്തിന്റെ പ്രധാനപ്പെട്ട ലക്ഷ്യം. അതിനായി രാഷ്ട്രീയം മോശമാണെന്നും രാഷ്ട്രീയക്കാർ പ്രത്യേകിച്ചും ഇടതുപക്ഷക്കാർ കാപട്യവും ഹുങ്കും ഉള്ളവരാണെന്നും പ്രചരിപ്പിക്കുന്നു. ഈ പ്രചരണത്തിന്റെ സ്വാധീനം സ്വാഭാവികമായും അനുഭവങ്ങൾ ഏറെയില്ലാത്ത പുതിയ തലമുറയെ കടന്നുപിടിക്കുകയും ചെയ്യുന്നു. അവരെ സാമൂഹ്യ പ്രവർത്തനത്തിന്റെ മണ്ഡലത്തിൽനിന്ന് അകറ്റുകയും ചെയ്യുന്നു. ഈ പ്രതിഭാസത്തെ മനസിലാക്കി ഇടപെടുക എന്നതും യുവജനപ്രസ്ഥാനത്തിന്റെ സുപ്രധാനമായ കർത്തവ്യമായി ഇന്ന് മാറിക്കഴിഞ്ഞിരിക്കുന്നു.

*കമ്യൂണിസ്റ്റ് മാനിഫെസ്റ്റോ*യിൽ മാർക്സ് മുതലാളിത്തത്തിന്റെ സവിശേഷതയായി വിശേഷിപ്പിക്കുന്നത് എല്ലാറ്റിനെയും കേവലമായ പണത്തിന്റെ അടിസ്ഥാനത്തിൽ വീക്ഷിക്കുന്നു എന്ന കാര്യമാണ്. പണത്തിനുവേണ്ടിയുള്ള അത്യാർത്തി ഇന്ന് ഏറെ വ്യാപകമായിരിക്കുന്നു. ഈ ആർത്തി ജനിപ്പിക്കുന്നത് ഉപഭോഗവസ്തുക്കളോടുള്ള അന്ധമായ താൽപ്പര്യം സൃഷ്ടിച്ചുകൊണ്ടാണ്. ഈ താൽപ്പര്യം ജനിപ്പിക്കുന്നതിന് പരസ്യങ്ങളും അതുപോലുള്ള മറ്റ് മാധ്യമങ്ങളും ഉപയോഗിക്കുകയും ചെയ്യുന്നു. ലാളിത്യം എന്നത് തെറ്റായ ഒരു ജീവിതശൈലിയായും ഉപഭോഗപരത ജീവിതലക്ഷ്യമായും മാറ്റപ്പെടുന്നു എന്ന സ്ഥിതിയാണ് നിലനിൽക്കുന്നത്. ആർഭാടകരമായ ജീവിതത്തോടുള്ള ആസക്തിക്കെതിരായി അതുകൊണ്ടുതന്നെ നിലപാട് സ്വീകരിക്കുക എന്നത് പ്രധാനമാണ്. അഴിമതി നടത്താതെ ജീവിക്കുന്ന പൊതുപ്രവർത്തകരെ കഴിവില്ലാത്തവരായും ജനങ്ങളുടെ പണം കവർന്നെടുത്ത് കടന്നുപോകുന്നവരെ ശേഷിയുള്ളവരായും വാഴ്ത്തപ്പെടുന്ന സംസ്കാരം നമ്മുടെ നാട്ടിൽ പ്രചരിച്ചുകൊണ്ടിരിക്കുകയാണ്. ഈ കാഴ്ചപ്പാടുകളെയും പ്രതിരോധിക്കുക എന്നത് പ്രധാനപ്പെട്ട ഉത്തരവാദിത്വമാണ്.

ആത്മീയതയുടെയും ആൾദൈവങ്ങളുടെയും പിറകെ പോകുക എന്നത് ഇന്ന് യുവത്വത്തിന്റെ ഒരു പ്രധാന ശീലമായി രൂപപ്പെടുന്നുണ്ട്. ജാതി സംഘടനകളുടെയും വർഗീയ സംഘടനകളുടെയും പിന്നിലും യുവാക്കളുടെ നിര തന്നെ നിലനിൽക്കുന്നുണ്ട് എന്നതും ഗൗരവകരമായി കാണേണ്ട കാര്യമാണ്. വർഗീയതയ്ക്കും മതഭീകരതയ്ക്കും അന്ധവി

ശ്വാസങ്ങൾക്കുമെതിരായുള്ള പോരാട്ടങ്ങൾ ശക്തിപ്പെടുത്തുക എന്നത് വർത്തമാനകാലത്തെ സുപ്രധാനമായ കടമയായി മാറേണ്ടതുണ്ട്.

സമൂഹത്തിലെ പകുതിയിലേറെ വരുന്ന വനിതകളെ സംഘടനാരംഗത്ത് കൂടുതൽ മുന്നോട്ടുകൊണ്ടുവരിക എന്നത് ഏറെ പ്രധാനപ്പെട്ട ഉത്തരവാദിത്വമാണ്. ഇത് നിർവഹിക്കുന്നതിൽ അമാന്തമുണ്ടായിക്കൂടാ. ദളിത്-ആദിവാസി ജനവിഭാഗങ്ങളിൽനിന്നുള്ള യുവാക്കളെ കൂടുതലായി പ്രവർത്തനരംഗത്ത് നേതൃനിരയിലേക്ക് കൊണ്ടുവരേണ്ടതുണ്ട്. ഈ മേഖലകൾ അവഗണിക്കപ്പെടുന്ന ഘട്ടത്തിലാണ് സ്വത്വരാഷ്ട്രീയത്തിന്റെയും തീവ്രവാദത്തിന്റെയും കാഴ്ചപ്പാടുകൾ കടന്നുവരുന്നത് എന്നും നാം കാണേണ്ടതുണ്ട്. സ്ത്രീവിമോചനത്തിന്റെ ശരിയായ കാഴ്ചപ്പാടുകളെ തട്ടിമാറ്റി മുതലാളിത്തരീതികളുമായി പൊരുത്തപ്പെട്ടുപോകുന്ന സ്ത്രീസംഘടനകളും ഇപ്പോൾ സ്വാധീനമുറപ്പിക്കാൻ ശ്രമിക്കുന്നുണ്ട് എന്ന കാര്യം നാം മറന്നുകൂടാ.

സോഷ്യലിസത്തിനേറ്റ തിരിച്ചടിക്കുശേഷം മുതലാളിത്തത്തിന് ബദലില്ല എന്ന കാഴ്ചപ്പാട് പ്രചരിക്കുന്നുണ്ട്. അതോടൊപ്പംതന്നെ മുതലാളിത്തത്തിനു ബദൽ ഇസ്ലാമിസമാണ് എന്ന ആശയവും മുന്നോട്ടുവയ്ക്കുന്നുണ്ട്. ഇതു രണ്ടും ഫലത്തിൽ സോഷ്യലിസത്തിലേക്കുള്ള പ്രയാണത്തെ തടസപ്പെടുത്തുന്ന ഘടകങ്ങളാണ്. മതത്തിന്റെ പേരിൽ രാഷ്ട്രം പണിയാനാവില്ലെന്നും അതിന്റെ അടിസ്ഥാനത്തിൽ സമത്വം സൃഷ്ടിക്കാനാവില്ലെന്നും ഉള്ള ബോധം നാം വളർത്തിയെടുക്കേണ്ടതുണ്ട്. അതോടൊപ്പം വർഗീയത എന്നത് മതവിശ്വാസത്തിന്റെ ഭാഗമല്ലെന്ന കാഴ്ചപ്പാട് പ്രചരിപ്പിക്കേണ്ടതുണ്ട്. വർഗീയതയ്ക്കെതിരെ മതവിശ്വാസികൾ ഉൾപ്പെടെയുള്ള വിഭാഗങ്ങളെ അണിനിരത്തിയുള്ള പ്രതിരോധങ്ങൾ ശക്തിപ്പെടുത്തുക എന്നതും പ്രധാനമാണ്.

കേരളം ഇന്ന് ഏറെ മദ്യം വിറ്റഴിക്കപ്പെടുന്ന സംസ്ഥാനമായി മാറിയിട്ടുണ്ട്. മദ്യത്തിന്റെയും മയക്കുമരുന്നിന്റെയും വർധിച്ചുവരുന്ന ഉപഭോഗം സ്വാഭാവികമായും യുവതലമുറയെ വഴിതെറ്റിക്കുന്നതിന് പര്യാപ്തമായ തരത്തിൽ വികസിക്കുന്നു എന്നതും നാം കാണാതിരുന്നുകൂടാ. പാശ്ചാത്യ സംസ്കാരത്തിന്റെ ഭാഗമായി കടന്നുവരുന്ന സാംസ്കാരിക രൂപങ്ങളെ തിരിച്ചറിയുവാനും ഒറ്റപ്പെടുത്തുവാനുമുള്ള അവസ്ഥയിലേക്ക് യുവത്വത്തെ വളർത്തിയെടുക്കുക എന്നതും പ്രധാനമാണ്.

ശാസ്ത്ര-സാങ്കേതികവിദ്യ വലിയ തോതിൽ പുരോഗമിച്ചുകൊണ്ടിരിക്കുകയാണ്. ഇൻഫർമേഷൻ ടെക്നോളജി വിജ്ഞാനത്തിന്റെ അനന്തമായ സാധ്യതകൾ നമ്മുടെ മുമ്പിൽ തുറന്നുവച്ചിട്ടുമുണ്ട്. സാങ്കേതികവിദ്യയെ തങ്ങളുടെ താൽപ്പര്യങ്ങൾക്കുവേണ്ടി ഉപയോഗപ്പെടുത്തുക എന്നതാണ് മുതലാളിത്തത്തിന്റെ രീതി. സാങ്കേതികവിദ്യയുടെ ഇത്തരം രീതികളെ സംബന്ധിച്ചുള്ള ജാഗ്രത യുവജനങ്ങളിൽ ഉണ്ടാക്കുവാൻ നമുക്ക് കഴിയണം. അതോടൊപ്പം അതിന്റെ സാധ്യതകളെ ഉപയോഗിച്ച് പ്രതിരോധ പ്രവർത്തനത്തെ മുന്നോട്ടുകൊണ്ടുപോകാനുമാവണം.

മാർക്സ് പറഞ്ഞതുപോലെ മനുഷ്യനുമായി ബന്ധപ്പെട്ടതൊന്നും തനിക്ക് അന്യമല്ലെന്ന സമീപനം നാം സ്വീകരിക്കണം. കായികവും മാനസികവുമായ യുവത്വത്തിന്റെ വളർച്ചയ്ക്ക് സഹായകമായ എല്ലാ സംവിധാനങ്ങളെയും പ്രോത്സാഹിപ്പിക്കാനും അതിൽ ഇടപെടാനും കഴിയാവുന്ന വിധം സംഘടന ശക്തിപ്രാപിക്കണം. അതിനുള്ള ഭാവനാപൂർവമായ പരിപാടികൾ ആവിഷ്കരിക്കാനാവണം. മനുഷ്യന്റെ കൂട്ടായ്മകളെ ശക്തിപ്പെടുത്താനുതകുന്ന എല്ലാ സംവിധാനങ്ങളെയും ഊർജിതമാക്കുവാൻ യുവജനപ്രസ്ഥാനത്തിന് കഴിയണം.

വാക്കും പ്രവൃത്തിയും ഒന്നായിത്തീരുക എന്നത് ഏറെ പ്രധാനമാണ്. നാം ആഗ്രഹിക്കുന്ന തരത്തിലുള്ള ജീവിതത്തിലേക്ക് കടക്കുവാനുള്ള പരിശീലനം കൂടിയാവണം നമ്മുടെ ഇന്നത്തെ ജീവിതം. പറയുന്നത് പ്രവർത്തിക്കാനും പ്രവർത്തിക്കാൻ കഴിയുന്നത് പറയുകയും ചെയ്യുന്ന തരത്തിലേക്ക് നമ്മുടെ ഇടപെടലുകൾ മാറേണ്ടതുണ്ട്. അങ്ങനെ വരുമ്പോഴേ കൂടുതൽ ജനവിഭാഗങ്ങൾ നാമുമായി ബന്ധപ്പെടുന്നതിന് തയാറാവുകയുള്ളൂ. യുവാക്കൾക്ക് അവരുടെ പ്രശ്നങ്ങൾ തുറന്നുപറയാൻ കഴിയാവുന്നവിധം അംഗീകാരവും ബഹുമാനവും ഇടപെടൽശേഷിയും ഉള്ളവരായി യുവജനരംഗത്തെ സഖാക്കൾക്ക് മാറാൻ കഴിയേണ്ടതുണ്ട്. നാടിനുവേണ്ടി സ്വയം സമർപ്പിക്കാൻ തയാറായവരാണ് യുവജനസംഘടനാ നേതാക്കളെന്ന ധാരണ യുവാക്കളിൽ രൂഢമൂലമാക്കുന്നതിന് കഴിയുന്ന പ്രവർത്തനം സംഘടിപ്പിക്കണം.

നാടിന്റെ എല്ലാവിധ പ്രശ്നങ്ങളിലും സജീവമായി ഓടിനടക്കുന്നവരാവണം യുവജനപ്രവർത്തകർ. ജീവിതത്തിലെ സുപ്രധാനമായ എല്ലാ മുഹൂർത്തങ്ങളിലും ഇടപെടാൻ കഴിയാവുന്നതരത്തിൽ മുന്നോട്ടുപോകാനും സാധിക്കണം. ജനനം മുതൽ മരണം വരെയുള്ള കാര്യങ്ങളിലെല്ലാം നമ്മുടേതായ വ്യക്തിത്വം നിലനിർത്തിക്കൊണ്ട് ഇടപെടാൻ സാധിക്കേണ്ടതുണ്ട്. സമൂഹത്തിന് സ്വയം മാതൃകയാകുന്ന യുവജന പ്രവർത്തകരെ കാലം ആവശ്യപ്പെടുകയാണ്. ഇത്തരം ഉത്തരവാദിത്വം ഏറെ നിർവഹിക്കുന്നതിന് പുരോഗമന യുവജനപ്രസ്ഥാനങ്ങൾക്ക് കഴിഞ്ഞിട്ടുണ്ട്. അവ കൂടുതൽ കരുത്തോടെ നിർവഹിക്കാൻ കഴിഞ്ഞകാല ചരിത്രത്തിലേക്കുള്ള തിരിഞ്ഞുനോട്ടം സഹായിക്കും. ചരിത്രം പഠിക്കുന്നത് ഭൂതകാലത്തെ കേവലമായി അറിയാനല്ല. ഇന്നലെയെ അറിഞ്ഞുകൊണ്ടേ ഇന്ന് സൃഷ്ടിക്കാനാവൂ. ഇന്നിൽ നിന്നുകൊണ്ട് ഭൂതകാലത്തെ നോക്കുമ്പോഴേ ഭാവിയെ രൂപപ്പെടുത്താനുള്ള വഴികൾ നമ്മുടെ മുമ്പിൽ തുറന്നുകിട്ടുകയുമുള്ളൂ. ഭൂതകാലം ഭാരമാവാതെ എന്നാൽ പഠിക്കേണ്ടത് പഠിച്ചുകൊണ്ടും മുന്നോട്ടുപോവുക എന്നതാണ് ഒരു പൊതുപ്രവർത്തകന്റെ സുപ്രധാനമായ കടമ. ആ കടമ നിർവഹിക്കാൻ യുവജനപ്രസ്ഥാനത്തിന്റെ ആദ്യനാളുകളെക്കുറിച്ചുള്ള അന്വേഷണം തീർച്ചയായും സഹായകമായിത്തീരും.

ഡി വൈ എഫ് ഐ

പിന്നിട്ട പാതയിലെ ചില ചിത്രങ്ങൾ

കൂത്തുപറമ്പ് രക്തസാക്ഷി
സ്മാരകസ്തൂപം സി പി ഐ എം അഖി
ലേന്ത്യാ ജനറൽ സെക്രട്ടറി ഹർകിഷൻ
സിങ് സുർജീത് ഉദ്ഘാടനം ചെയ്യുന്നു

സ്നേഹജ്വാല

അനുബന്ധം 1

കെ എസ് വൈ എഫ് ഭാരവാഹികൾ

രൂപീകരണ സമ്മേളനം

സി കെ ചക്രപാണി	-	പ്രസിഡന്റ്
എസ് രാമചന്ദ്രൻപിള്ള	-	സെക്രട്ടറി

ഒന്നാം സംസ്ഥാന സമ്മേളനം

അഡ്വ. ബാലചന്ദ്രൻ	-	പ്രസിഡന്റ്
എസ് രാമചന്ദ്രൻപിള്ള	-	സെക്രട്ടറി

രണ്ടാം സംസ്ഥാന സമ്മേളനം

പിണറായി വിജയൻ	-	പ്രസിഡന്റ്
എസ് രാമചന്ദ്രൻപിള്ള	-	സെക്രട്ടറി

മൂന്നാം സംസ്ഥാന സമ്മേളനം

പാട്യം രാജൻ	-	പ്രസിഡന്റ്
പിരപ്പൻകോട് മുരളി	-	സെക്രട്ടറി

അടിയന്തരാവസ്ഥ പ്രഖ്യാപിക്കപ്പെട്ട അവസരത്തിൽ കോഴിക്കോട് ജില്ലാ കമ്മിറ്റി ഓഫീസിൽ രഹസ്യമായി ചേർന്ന സ്പെഷ്യൽ കൺവെൻഷൻ:

പാട്യം രാജൻ	-	പ്രസിഡന്റ്
ടി പി ദാസൻ	-	സെക്രട്ടറി

നാലാം സംസ്ഥാന സമ്മേളനം

പാട്യം രാജൻ	-	പ്രസിഡന്റ്
ടി പി ദാസൻ	-	സെക്രട്ടറി

അഞ്ചാം സംസ്ഥാന സമ്മേളനം

ടി പി ദാസൻ	-	പ്രസിഡന്റ്
ഇ പി ജയരാജൻ	-	സെക്രട്ടറി

സ്പെഷ്യൽ കൺവെൻഷൻ

ടി പി ദാസൻ	-	പ്രസിഡന്റ്
എം വിജയകുമാർ	-	സെക്രട്ടറി

മെമ്പർഷിപ്പ്

രൂപീകരണ ഘട്ടം	-	35,000
1972	-	48,016
1974	-	65,000
1975	-	95,000
1976	-	1,35,000
1977	-	1,97,000
1979	-	2,75,000
1980	-	5,10,184

ഡി വൈ എഫ് ഐ ഭാരവാഹികൾ

ഒന്നാം സംസ്ഥാന സമ്മേളനം (തൊടുപുഴ)

പ്രസിഡന്റ്	-	എം വി ഗോവിന്ദൻ
സെക്രട്ടറി	-	എം വിജയകുമാർ

രണ്ടാം സംസ്ഥാന സമ്മേളനം (തിരുവനന്തപുരം)

പ്രസിഡന്റ്	-	എം വി ഗോവിന്ദൻ
സെക്രട്ടറി	-	എം വിജയകുമാർ

(എം വിജയകുമാർ അഖിലേന്ത്യാ പ്രസിഡന്റായി തെരഞ്ഞെടുക്കപ്പെട്ടതിനെ തുടർന്ന് എം ദാസൻ (പ്രസിഡന്റ്) എം വി ഗോവിന്ദൻ സെക്രട്ടറിയുമായും തെരഞ്ഞെടുക്കപ്പെട്ടു.

മൂന്നാം സംസ്ഥാന സമ്മേളനം (ആലുവ)

പ്രസിഡന്റ്	-	എസ് ശർമ്മ
സെക്രട്ടറി	-	എം ദാസൻ

നാലാം സംസ്ഥാന സമ്മേളനം (എറണാകുളം)

പ്രസിഡന്റ്	-	സി കെ പി പത്മനാഭൻ
സെക്രട്ടറി	-	എസ് ശർമ്മ

അഞ്ചാം സംസ്ഥാന സമ്മേളനം (പാലക്കാട്)

പ്രസിഡന്റ്	-	എൻ എൻ കൃഷ്ണദാസ്
സെക്രട്ടറി	-	എസ് ശർമ്മ

ആറാം സംസ്ഥാന സമ്മേളനം (മഞ്ചേരി)

പ്രസിഡന്റ്	-	എൻ എൻ കൃഷ്ണദാസ്
സെക്രട്ടറി	-	എം വി ജയരാജൻ

ഏഴാം സംസ്ഥാന സമ്മേളനം (കോട്ടയം)

പ്രസിഡന്റ്	-	സി എൻ മോഹനൻ
സെക്രട്ടറി	-	എം വി ജയരാജൻ

എട്ടാം സംസ്ഥാന സമ്മേളനം (കാഞ്ഞങ്ങാട്)

പ്രസിഡന്റ്	-	പി ആർ വസന്തൻ
സെക്രട്ടറി	-	ടി ശശിധരൻ

ഒൻപതാം സംസ്ഥാന സമ്മേളനം (കൊല്ലം)

പ്രസിഡന്റ്	-	പി ആർ വസന്തൻ (പ്രവർത്തനമേഖല മാറിയതിനെത്തുടർന്ന് പി ശ്രീരാമകൃഷ്ണൻ പിന്നീട് പ്രസിഡന്റായി)
സെക്രട്ടറി	-	എ പ്രദീപ്കുമാർ

പത്താം സംസ്ഥാന സമ്മേളനം (കണ്ണൂർ)

പ്രസിഡന്റ്	-	എം ബി രാജേഷ്
സെക്രട്ടറി	-	ടി വി രാജേഷ്

പതിനൊന്നാം സംസ്ഥാന സമ്മേളനം (തിരുവനന്തപുരം)

പ്രസിഡന്റ്	-	എം ബി രാജേഷ്
സെക്രട്ടറി	-	ടി വി രാജേഷ്

മെമ്പർഷിപ്പ് ഡി വൈ എഫ് ഐ രൂപീകരണശേഷം

1981	–	7,65,476
1982	–	8,57,000
1983	–	9,81,921
1984	–	802550
1985	–	1004000
1986	–	1322775
1987	–	1843600
1988	–	2406980
1989	–	2969205
1990	–	2948178
1991	–	2543151
1992	–	2613476
1993	–	2834789
1994	–	2935808
1995	–	3029526
1996	–	3386036
1997	–	3530535
1998	–	3919386
1999	–	4251365
2000	–	4403081
2001	–	4398624
2002	–	4422873
2003	–	4453228
2004	–	4547812
2005	–	4544662
2006	–	4666336
2007	–	4611313
2008	–	4878649
2009	–	4929066

കേരള സോഷ്യലിസ്റ്റ് യുവജനഫെഡറേഷൻ പരിപാടി

1969 നവംബർ 7, 8, 9 തീയതികളിൽ തൃശൂർ വെച്ച് ചേർന്ന സംസ്ഥാന സമ്മേളനം അംഗീകരിച്ചത്.

സാർവദേശീയ പരിതഃസ്ഥിതി

നാമിന്ന് ജീവിക്കുന്ന കാലഘട്ടം മുതലാളിത്ത വ്യവസ്ഥ ത്വരിത ഗതിയിൽ തകർന്നുകൊണ്ടിരിക്കുന്ന കാലഘട്ടമാണ്; അതോടൊപ്പം സോഷ്യലിസ്റ്റ് വ്യവസ്ഥ സമുദായത്തിന്റെ വളർച്ചയിൽ നിർണായകഘടകമായി മാറിക്കൊണ്ടിരിക്കുന്ന കാലഘട്ടവുമാണ്.

അടുത്തകാലത്ത് വിവിധ മുതലാളിത്ത നാടുകളിൽ പ്രത്യേകിച്ച് വികസിത മുതലാളിത്തനാടുകളിലനുഭവപ്പെട്ടുകൊണ്ടിരിക്കുന്ന ഗുരുതരമായ സാമ്പത്തിക കുഴപ്പങ്ങൾ മുതലാളിത്ത സമ്പദ്വ്യവസ്ഥയുടെ തകർച്ചയുടെ ഉത്തമ ദൃഷ്ടാന്തങ്ങളാണ്. പവന്റെ മൂല്യശോഷണത്തെ തുടർന്ന് ഇരുപത്തിനാലോളം മുതലാളിത്തരാജ്യങ്ങളിലെ നാണയങ്ങൾക്കും മൂല്യശോഷണം സംഭവിച്ചിരിക്കയാണ്. ഫ്രഞ്ച് നാണയമായ ഫ്രാങ്കിന്റെ വില കുറച്ചതും ഫലത്തിൽ അമേരിക്കൻ നാണയമായ ഡോളറിന്റെ മൂല്യശോഷണവും മുതലാളിത്ത സമ്പദ്വ്യവസ്ഥയുടെ അസ്ഥിവാരമടക്കമിളകി തുടങ്ങിയിരിക്കുന്നുവെന്നതിന് തെളിവാണ്. ലോകമുതലാളിത്തത്തിന്റെ മൂന്ന് ശക്തിദുർഗങ്ങളെന്ന് കരുതപ്പെട്ടിരുന്ന ബ്രിട്ടൻ, ഫ്രാൻസ്, അമേരിക്ക എന്നീ നാടുകൾക്ക് നേരിടേണ്ടിവന്ന ഈ നാണയക്കുഴപ്പം മുതലാളിത്ത സാമ്പത്തിക മാർഗത്തിന്റെ പാപ്പരത്തം തെളിയിച്ചു കഴിഞ്ഞിരിക്കുന്നു.

ഈ തകർച്ചയോടൊപ്പം മുതലാളിത്തത്തിന്റെ സൃഷ്ടിയായ തൊഴിലില്ലായ്മയും ദാരിദ്ര്യവും അനുദിനം പ്രസ്തുത രാജ്യങ്ങളിൽ വളർന്നു

വരികയാണ്. ജനങ്ങളുടെ സർഗശക്തിയെ കെട്ടഴിച്ചുവിടാനുതകുന്ന ഉൽപ്പാദന ബന്ധത്തിന്റെ അഭാവം മേൽപ്പറഞ്ഞ സ്ഥിതിവിശേഷത്തിന് കൂടുതൽ ആഴവും വ്യാപ്തിയും സൃഷ്ടിക്കുമെന്ന് പറയേണ്ടതില്ലല്ലോ.

എന്നാൽ ലോക സോഷ്യലിസ്റ്റ് സമ്പദ്വ്യവസ്ഥയാകട്ടെ, അനുദിനം അഭിവൃദ്ധിപ്പെട്ടുവരുന്നു. സോവിയറ്റ് റഷ്യ തുടങ്ങി ക്യൂബവരെയുള്ള സോഷ്യലിസ്റ്റ് നാടുകളിൽ ഈ അഭിവൃദ്ധി കാണാൻ കഴിയുന്നതാണ്. ലോക ജനസംഖ്യയുടെ മൂന്നിലൊരു ഭാഗവും ഭൂവിസ്തൃതിയുടെ നാലിൽ ഒന്നും മാത്രമുൾക്കൊള്ളുന്ന ഈ സോഷ്യലിസ്റ്റ് നാടുകളിലാണ് ലോക ത്തൊട്ടാകെയുള്ള കാർഷികവും വ്യാവസായികവുമായ ഉൽപ്പാദന ത്തിന്റെ നാൽപ്പതുശതമാനം ഇന്ന് നടക്കുന്നത് എന്ന വസ്തുത സോഷ്യ ലിസ്റ്റ് സമ്പദ്വ്യവസ്ഥയുടെ മേന്മയെയാണ് കാണിക്കുന്നത്.

ശാസ്ത്രീയവും സാങ്കേതികവുമായ രംഗങ്ങളിലും സോഷ്യലിസ്റ്റ് നാടുകൾക്ക് അഭൂതപൂർവമായ പുരോഗതി ആർജിക്കാൻ കഴിഞ്ഞിട്ടുണ്ട്.

തൊഴിലില്ലായ്മയും പട്ടിണിയും പൂർണമായി പരിഹരിക്കുന്നതിനും ജീവിതം മെച്ചപ്പെടുത്തുന്നതിനും സോഷ്യലിസ്റ്റ് സമ്പദ്വ്യവസ്ഥയ്ക്കു മാത്രമാണ് കഴിഞ്ഞിട്ടുള്ളത്. മാത്രമല്ല, മുതലാളിത്ത നാടുകളിൽ സ്വാഭാ വികമായുണ്ടാകുന്ന സാമ്പത്തിക കുഴപ്പങ്ങളും മറ്റ് ഉൽപ്പാദനക്കുഴപ്പ ങ്ങളും സോഷ്യലിസ്റ്റ് നാടുകളിൽ ഉണ്ടാകാതിരിക്കുന്നതും സോഷ്യലിസ്റ്റ് സാമ്പത്തിക വികസനമാർഗത്തിന്റെ മെച്ചമാണ് വെളിപ്പെടുത്തുന്നത്.

വികസിതവും അവികസിതവുമായ എല്ലാ മുതലാളിത്ത നാടുകളി ലേയും പ്രസ്തുത വ്യവസ്ഥയുടെ അസ്ഥിവാരം തന്നെ തകർക്കുന്ന തരത്തിലുള്ള പരിവർത്തനോന്മുഖമായ യുവജന-വിദ്യാർഥി പ്രക്ഷോഭ സമരങ്ങൾ ഇന്ന് ആഞ്ഞടിച്ചുയർന്നുകൊണ്ടിരിക്കുന്നു.

വ്യക്തമായൊരു കർമപരിപാടിയും പരിവർത്തനത്തിന്നടിസ്ഥാന മായ ശാസ്ത്രീയവീക്ഷണവും ഈ പ്രക്ഷോഭസമരങ്ങൾക്ക് മാർഗ ദർശനം നൽകിയെന്നവകാശപ്പെട്ടുകൂടെങ്കിലും ഫ്രാൻസ്, ഇറ്റലി, പശ്ചി മജർമനി, അമേരിക്ക, ബൽജിയം തുടങ്ങിയ വികസിത മുതലാളിത്ത നാടുകളിലും ഇന്ത്യ, പാകിസ്ഥാൻ, ബർമ തുടങ്ങിയ അവികസിത മുത ലാളിത്ത രാജ്യങ്ങളിലും പൊട്ടിപ്പുറപ്പെട്ട യുവജന-വിദ്യാർഥി പ്രക്ഷോ ഭങ്ങൾ നിലവിലുള്ള സാമൂഹ്യ-സാമ്പത്തിക രാഷ്ട്രീയഘടനയോടുള്ള പരസ്യമായൊരു വെല്ലുവിളിയാണ്. തൊഴിലില്ലായ്മ, പട്ടിണി തുടങ്ങിയ യുവജനങ്ങളെ അഭിമുഖീകരിക്കുന്ന ഗുരുതരമായ പ്രശ്നങ്ങൾക്ക് പരി ഹാരം കാണാൻ നിലവിലുള്ള ഘടനയ്ക്ക് കഴിയില്ലെന്നും, അതിനെ പൊട്ടിച്ചെറിയണമെന്നുമുള്ള സാമൂഹ്യ രാഷ്ട്രീയ തത്വമാണീ പ്രക്ഷോ ഭണങ്ങളുടെ കാതലായ ഉള്ളടക്കം. തൊഴിലാളി കർഷകവർഗങ്ങളിൽ നിന്ന് വരുന്ന യുവജനങ്ങൾക്ക് മാത്രമല്ല, ഇടത്തരം പെറ്റിബൂർഷ്വാ വിഭാ ഗത്തിൽ പെടുന്ന യുവജനങ്ങൾക്കുപോലും കടുത്ത പ്രായോഗിക ജീവി താനുഭവങ്ങളിലൂടെ മേൽപ്പറഞ്ഞ രാഷ്ട്രീയ സാമൂഹ്യസത്യം കൂടുതൽ കൂടുതൽ ബോധ്യപ്പെട്ടുവരുന്നുവെന്നതാണ് ഈ പ്രക്ഷോഭണങ്ങളുടെ പ്രത്യേകത.

മുതലാളിത്ത നാടുകളിൽ സാർവത്രികമായുയർന്നുവരുന്ന ഈ പ്രതിഭാസം സമകാലിക ലോകത്തിലെ മുഖ്യമായൊരു പ്രത്യേകതയാണ്. അലയടിച്ചുവരുന്ന യുവജന-വിദ്യാർഥി വിഭാഗത്തിന്റെ പ്രക്ഷോഭണസമരങ്ങൾ പ്രായോഗിക ജീവിതാനുഭവങ്ങളുടെ തീച്ചൂളയിൽനിന്നും പടർന്നുപൊങ്ങിവരുന്നതാണ്. ബോധപൂർവമായ ഒരു ശാസ്ത്രീയ രാഷ്ട്രീയവീക്ഷണത്തിന്റെ വെളിച്ചത്തിൽ വളർത്തിക്കൊണ്ടുവന്നതല്ല. ഈ കർമശക്തിയും ചൈതന്യവും സാമൂഹ്യപുരോഗതിക്കും പരിവർത്തനത്തിനുമടിസ്ഥാനമായ ശാസ്ത്രീയവീക്ഷണത്തിന്റെ മൂശയിലൂടെ തിരിച്ചുവിടാൻ കഴിഞ്ഞാൽ മാത്രമെ പുതിയൊരു സാമൂഹ്യവ്യവസ്ഥ കെട്ടിപ്പടുക്കാനാവൂ. ഉൽപ്പാദനവളർച്ചയ്ക്കനുസരിച്ചല്ല ഉൽപ്പാദനബന്ധം സ്ഥാപിക്കുന്നതിന് പര്യാപ്തമായൊരു സാമൂഹ്യവ്യവസ്ഥയെപ്പറ്റിയുള്ള ശാസ്ത്രീയ സോഷ്യലിസ്റ്റ് വീക്ഷണമായിരിക്കണമത്. ഇത്തരമൊരു വ്യവസ്ഥയ്ക്ക് മാത്രമേ സാമൂഹ്യജീവിതത്തെ ബാധിക്കുന്ന പ്രശ്നങ്ങൾക്ക് പരിഹാരം കാണാൻ കഴിയൂ. സാമൂഹ്യപരിവർത്തനത്തെപ്പറ്റിയുള്ള ശാസ്ത്രീയമായൊരു വീക്ഷണത്തിന്റെ അഭാവത്തിൽ യുവജനതയുടെ കർമശക്തിയും ചൈതന്യവും വഴിതെറ്റിക്കപ്പെടുമെന്ന് മാത്രമല്ല ഒരു വിപ്ലവ യുവജനശക്തിയായി അവരെ വളർത്തിയെടുക്കാനും കഴിയാതെ വരും.

ലോകമുതലാളിത്തത്തിന്റെ ഘടകമായ ഇന്ത്യയെ സംബന്ധിച്ചും മേൽപ്പറഞ്ഞ വസ്തുത തികച്ചും ബാധകമാണ്. ഇന്ത്യയിലും വർധിച്ചുവരുന്ന തൊഴിലില്ലായ്മയോടും പട്ടിണിയോടുമൊപ്പം വളർന്നുവരുന്ന യുവജനപ്രക്ഷോഭണസമരങ്ങളെ സാമൂഹ്യപരിവർത്തനത്തിന്നടിസ്ഥാനമായ ശാസ്ത്രീയവീക്ഷണത്തിന്റെ മൂശയിലൂടെ വിപ്ലവശക്തിയായി വളർത്തിയെടുക്കേണ്ട കടമയാണ് സോഷ്യലിസ്റ്റ് യുവജനഫെഡറേഷനുള്ളത്. അതുകൊണ്ടുതന്നെ ശാസ്ത്രീയ സോഷ്യലിസം അതിന്റെ നയവും സോഷ്യലിസം ലക്ഷ്യവുമായി യുവജനഫെഡറേഷൻ പ്രഖ്യാപിക്കുന്നു.

ദേശീയ സ്ഥിതി

അധികാര കൈമാറ്റത്തെ തുടർന്ന് ഇന്ത്യൻ ഭരണവർഗം മുതലാളിത്ത വികസനത്തിന്റെ മാർഗമാണ് പിന്തുടർന്നത്. ലോകമുതലാളിത്തം അതിന്റെ പൊതുകുഴപ്പത്തിന്റെ മൂന്നാംഘട്ടത്തിലകപ്പെട്ടിരിക്കുന്ന സന്ദർഭത്തിൽ ഭരണാധികാരം കൈയിൽ കിട്ടിയ ഇന്ത്യൻ മുതലാളിവർഗം നടപ്പിലാക്കുന്ന മുതലാളിത്ത വികസനമാർഗത്തിന് ഒട്ടേറെ പ്രതിബന്ധങ്ങളെ അഭിമുഖീകരിക്കേണ്ടിവരുന്നു. സാമ്രാജ്യത്വ രാജ്യങ്ങൾ തങ്ങളെ നേരിട്ട കുഴപ്പങ്ങൾക്ക് പരിഹാരം കാണാൻ ഇന്ത്യയെപ്പോലുള്ള അവികസിത മുതലാളിത്ത രാജ്യത്തിലെ ജനങ്ങളുടെ മേൽ വർധിച്ച തോതിൽ ചൂഷണമടിച്ചേൽപ്പിച്ചു. സാമ്രാജ്യത്വവുമായി സന്ധിചെയ്ത ഇന്ത്യയുടെ വൻകിട ബൂർഷ്വാ നേതൃത്വത്തിലുള്ള ഗവൺമെന്റ് മൂലധനസ്വരൂപണത്തിനും ഇതേ മാർഗമാണവലംബിച്ചത്.

കാർഷികമേഖലയിലുള്ള നാടുവാഴിത്തചൂഷണവും നിർബാധം തുടർന്നുവരികയാണ്. അത്തരത്തിൽ 'ത്രിവിധ ചൂഷണത്തിന്റെ' കനത്ത ഭാരമാണ് ഇന്ത്യൻ ജനതയ്ക്കേറ്റെടുക്കേണ്ടി വന്നത്. ഇതേത്തുടർന്ന് ദാരിദ്ര്യവും പട്ടിണിയും ഇവിടെ ഭീമമായ തോതിൽ പെരുകി വരികയും ജനജീവിതം തകർക്കപ്പെടുകയും ചെയ്തു. മുതലാളിത്ത വ്യവസ്ഥയുടെ സന്തതസഹചാരിയായ തൊഴിലില്ലായ്മ ആപൽക്കരമായ വേഗതയിൽ പടർന്നുപൊങ്ങിയിരിക്കുകയാണ്. കാർഷികമേഖലയിൽ നിലനിൽക്കുന്ന ഫ്യൂഡൽ ഉൽപ്പാദനബന്ധത്തിന്റെ അവശിഷ്ടങ്ങൾ ഈ പ്രക്രിയയ്ക്ക് ഗണ്യമായ തോതിൽ ആക്കവും തൂക്കവും കൊടുത്തിട്ടിണ്ട്. നാടുവാഴിത്തത്തിന്റെ അവശിഷ്ടങ്ങൾ നശിപ്പിക്കുന്നതിന് പകരം ഇന്ത്യൻ ബൂർഷ്വാസി അവരുമായി സന്ധി ചെയ്ത് ഭരണാധികാരം പങ്കിട്ടെടുത്തതാണിതിനൊരു കാരണം.

ഒരോ പഞ്ചവത്സരപദ്ധതി കഴിയുന്തോറും തൊഴിലില്ലാത്തവരുടെ സംഖ്യ ഗണ്യമായ തോതിൽ പെരുകിവരികയാണുണ്ടായതെന്ന വസ്തുത പ്രത്യേകം പരിഗണിക്കേണ്ടതുണ്ട്. ഒന്നാം പദ്ധതിയുടെ അവസാനം പൂർണമായും തൊഴിലില്ലാത്തവരുടെ അംഗസംഖ്യ ഔദ്യോഗിക കണക്ക് പ്രകാരം 50 ലക്ഷമായിരുന്നെങ്കിൽ രണ്ടാം പദ്ധതി അവസാനിച്ചപ്പോഴേക്ക് അത് 75 ലക്ഷമായുയർന്നു. മൂന്നാം പദ്ധതിയുടെ അവസാനം അത് 98 ലക്ഷമായി വർധിക്കുകയാണുണ്ടായത്. മൂന്ന് ഏക വർഷ പദ്ധതിക്കാലത്തും എത്രയോ ലക്ഷം തൊഴിലില്ലാത്തവർ പുതുതായി സൃഷ്ടിക്കപ്പെടുകയാണുണ്ടായത്. ഇതിനുപുറമെ ഭാഗികമായി തൊഴിലില്ലാത്തവരുടെ അംഗസംഖ്യ ഔദ്യോഗിക കണക്കുപ്രകാരം കോടിയോളം വരും.

ചുരുക്കത്തിൽ യുവജനങ്ങളുടെ മുഴുവൻ പ്രതീക്ഷകളും സ്വപ്നങ്ങളും തകർത്തുകളയുന്ന ഭീകരമായ തൊഴിലില്ലായ്മയാണവരെ തുറിച്ചു നോക്കുന്നത്. കേരളത്തിന്റെ ചിത്രം കൂടുതൽ ഭയാനകമാണ്. ഭാവിയെപ്പറ്റിയുള്ള കരിഞ്ഞ സ്വപ്നങ്ങളും കൂമ്പടഞ്ഞ പ്രതീക്ഷകളും മാത്രമേ ഇന്നിന്ത്യയിലെ യുവജനങ്ങളുടെ മുമ്പിലുള്ളൂ. കൊട്ടിയടയ്ക്കപ്പെട്ട ഒരു സാമ്പത്തിക-രാഷ്ട്രീയ ചുറ്റുപാടിന്റെ കനത്ത ഭാരമേറ്റ് വീർപ്പുമുട്ടുകയാണവർ. പൊട്ടിത്തെറിക്കാൻ പോവുന്ന ഒരഗ്നിപർവതത്തിന്റെ ശൗര്യവും വീര്യവും ആ യുവഹൃദയങ്ങളിൽ അണകെട്ടി നിൽക്കുന്നുമുണ്ട്. ഏതു ഘട്ടത്തിലും പൊട്ടിത്തെറിക്കാവുന്ന ഈ യുവശക്തിയെ ചൈതന്യപൂർവവും വിപ്ലവപരവും പുരോഗമനാത്മകവുമായ വഴിക്ക് തിരിച്ചുവിടുകയാണ് സോഷ്യലിസ്റ്റ് യുവജന ഫെഡറേഷന്റെ കടമ.

സാമ്രാജ്യത്വനാടുകൾ അവരെ നേരിടുന്ന കുഴപ്പങ്ങൾ അവികസിത നാടുകളിലെ ജനങ്ങളുടെ മേൽ ഭാരമടിച്ചേൽപ്പിച്ച് പരിഹരിക്കാൻ ശ്രമിക്കുകയാണെന്ന് പറഞ്ഞുവല്ലോ. ഈ സ്ഥിതിവിശേഷം ഇന്ത്യൻ ജനതയുടെ ജീവിതഭാരം വർധിപ്പിക്കുകയും കൂടുതൽ ക്ലേശങ്ങളിലേക്ക് അവരെ തള്ളിനീക്കുകയുമാണ് ചെയ്യുന്നത് വ്യാവസായിക കാർഷികരംഗത്ത് ഇന്ത്യൻ ഭരണകൂടമനുവർത്തിച്ചുവരുന്ന പാപ്പരായ നയങ്ങൾ

കൂടുതൽ വിദേശാശ്രിതത്വത്തിലേക്ക് നയിക്കുകയും അങ്ങനെ കൂടുതൽ സാമ്രാജ്യത്വ ചൂഷണത്തിന് നമ്മെ വിധേയമാക്കുകയും ചെയ്തിരിക്കുന്നു. വിദേശകടം ഭീമമായ തോതിൽ പെരുകി വരികയാണ്. 1968 നവംബർ വരെ 5801.8 കോടി രൂപയുടെ കട ഭാരത്തിലാണ്. മുതലും പലിശയും കൊടുത്തു തീർക്കാൻ വീണ്ടും വിദേശകടം വാങ്ങേണ്ട സ്ഥിതി വിശേഷത്തിലേക്ക് ചെന്നെത്തിച്ചിരിക്കുന്നു. പി എൽ 480 കരാറനുസരിച്ച് 1967 ഡിസംബർ 31 വരെ 2083 കോടി രൂപ അമേരിക്കയ്ക്ക് മാത്രമായി കൊടുത്തുതീർക്കേണ്ടതുണ്ട്.

ഇന്ത്യയുടെ രാഷ്ട്രീയരംഗത്തും സാമ്രാജ്യത്വത്തിന്റെ സ്വാധീന ശക്തി വളർന്നുവരികയാണ്. ഉറുപ്പികയുടെ വില കുറയ്ക്കുന്നതിന് അമേരിക്ക ചെലുത്തിയ സമ്മർദം, ക്യൂബ, ഉത്തരകൊറിയ, വിയറ്റ്നാം എന്നീ രാഷ്ട്രങ്ങളോട് കച്ചവടബന്ധം പാടില്ലെന്ന വിലക്ക് തുടങ്ങിയവയെല്ലാം പ്രത്യക്ഷ ഉദാഹരണങ്ങളാണ്. സാമ്രാജ്യത്വ ചൂഷണത്തിന്റേയും നിയോകോളോണിയലിസത്തിന്റേയും ഈ ആപത്തു ഗൗരവതരമാണ്. ഇന്ത്യൻ വൻകിട ബൂർഷ്വാസി സാമ്രാജ്യത്വവുമായി സന്ധി ചെയ്തതാണിതിനു കാരണം.

ഇന്ത്യയുടെ കാർഷികരംഗത്താണെങ്കിൽ ഉൽപ്പാദത്തിനു തടസമായ ഒട്ടേറെ ഘടകങ്ങൾ നിലനിൽക്കുന്നുണ്ട്. ജന്മിത്വം അവസാനിപ്പിക്കുന്നതിനും മിച്ചഭൂമി കൃഷിക്കാർക്ക് വിതരണം നടത്തുന്നതിനും കഴിഞ്ഞിട്ടില്ല. അവികസിത നാടായ ഇന്ത്യയുടെ സാമ്പത്തിക പുരോഗതി കാർഷികാഭിവൃദ്ധിയിൽ നിന്നാണ് രൂപം കൊള്ളേണ്ടത്. എന്നാൽ കാർഷികരംഗത്തെ സർഗശക്തികളെ കെട്ടഴിച്ച് വിടുന്നതിനുപകരം പുതിയ കാർഷിക മുതലാളിമാരുടെ വളർച്ചയ്ക്ക് സഹായകരമായ നിലപാട് സ്വീകരിക്കുകയാണ് കേന്ദ്രഭരണകൂടം ചെയ്തത്. നാടുവാഴിത്തവുമായി ഇന്ത്യൻ ബൂർഷ്വാസി സന്ധി ചെയ്യുകയും ഭരണത്തിലവരെ പങ്കാളികളാക്കുകയും ചെയ്തതാണിതിനു കാരണം.

മേൽപ്പറഞ്ഞ വസ്തുതകൾ വ്യക്തമാക്കുന്നത് സാമ്രാജ്യവിരുദ്ധ ഫ്യൂഡൽ വിരുദ്ധ സമരത്തിന്റെ ജനാധിപത്യ വിപ്ലവകടമകൾ ഇന്ത്യൻ ജനതയുടെ അടിയന്തര കടമയാണെന്നാണ്. മൗലികമായ ഈ കടമകൾ ഇന്ത്യയിലെ യുവജനങ്ങളേയും അഭിമുഖീകരിച്ചിരിക്കയാണ്. സാമ്രാജ്യത്വ ചൂഷണവും ഫ്യൂഡൽ ചൂഷണവുമവസാനിപ്പിക്കാതെ ജനാധിപത്യവിപ്ലവം പൂർത്തീകരിക്കപ്പെടില്ല. എന്നാൽ സാമ്രാജ്യത്വത്തിനും ഫ്യൂഡലിസത്തിനുമെതിരായി നടത്തുന്ന സമരത്തിന്റെ കുന്തമുന ഈ രണ്ട് ശക്തികളുമായി സന്ധിചെയ്ത് അവയ്ക്ക് ഇന്ത്യൻ മണ്ണിൽ സംരക്ഷണം നൽകുന്ന ഇന്ത്യയിലെ കുത്തകക്കാരുടെ ഭരണകൂടത്തിനെതിരായാണ് തിരിച്ചുവിടേണ്ടത്. അതുകൊണ്ടുതന്നെ ഇന്ത്യൻ ജനതയുടെ മോചനത്തിന്റെ സമരം സാമ്രാജ്യവിരുദ്ധവും ഫ്യൂഡൽ വിരുദ്ധവും കുത്തകവിരുദ്ധവുമായ കടമകൾ ഉൾക്കൊള്ളുന്നുണ്ട്. ഈ ജനകീയ ജനാധിപത്യ വിപ്ലവദേശീയ കടമ നിർവഹിക്കുന്നതിൽ സോഷ്യലിസ്റ്റ് യുവജനഫെഡറേഷൻ ഫലപ്രദമായ പങ്കു വഹിക്കേണ്ടതുണ്ട്.

അയൽരാജ്യങ്ങളുമായുള്ള ബന്ധം

ആഭ്യന്തരരംഗത്ത് മാത്രമല്ല, വിദേശനയത്തിന്റെ കാര്യത്തിലും അയൽരാജ്യങ്ങളുമായുള്ള ബന്ധത്തിൽ-ജനാധിപത്യവിരുദ്ധവും അമ്പേ പൊളിഞ്ഞു പാളീസായതുമായ നയമാണ് ഇന്ത്യാഗവൺമെന്റ് തുടരുന്നത്. ഇന്ന് സ്നേഹത്തിൽ കഴിയുന്ന ഒരയൽരാജ്യവും ഇന്ത്യക്കില്ല. പാകിസ്ഥാൻ, ചൈന, ബർമ, സിലോൺ എന്നീ എല്ലാ അയൽനാടുകളുമായി വഷളായ ബന്ധങ്ങളാണുള്ളത്. അയൽരാജ്യങ്ങളുമായുള്ള തർക്കപ്രശ്നങ്ങൾ സമാധാനപരമായ കൂടിയാലോചനകളിലൂടെ പരിഹരിക്കുന്നതിന് കേന്ദ്ര ഭരണാധികാരികൾ ആത്മാർഥതയോടെ നീങ്ങിയിട്ടില്ല. അങ്ങനെ അതിർത്തിത്തർക്കത്തിന് പരിഹാരം കാണാൻ കഴിഞ്ഞിരുന്നെങ്കിൽ പ്രതിരോധാവശ്യത്തിന് ഉപയോഗിക്കുന്ന വമ്പിച്ച ചെലവുകൾ വെട്ടിച്ചുരുക്കുകയും നാടിന്റെ പ്രത്യുൽപ്പന്ന മേഖലകളിലേക്ക് തിരിച്ചുവിടുകയും ചെയ്യാമായിരുന്നു. അയൽരാജ്യങ്ങളുമായി ഇന്നുള്ള വഷളായ ബന്ധം മെച്ചപ്പെടുത്തണമെന്ന് രാജ്യത്തുയർന്നുവന്നിട്ടുള്ള ബഹുജനാഭിപ്രായം ഇന്ത്യാഗവൺമെന്റിനെക്കൊണ്ട് അംഗീകരിപ്പിക്കാൻ ഇന്ത്യൻ യുവജനത ശക്തമായ സമരം നടത്തേണ്ടതുണ്ട്.

ബൂർഷ്വാ ഭരണഘടനയോടുള്ള സമീപനം

ഇന്നത്തെ ഇന്ത്യൻ ഭരണകൂടം ജന്മി-ബൂർഷ്വാവർഗത്തിന്റെ കയ്യിലുള്ള വർഗഭരണത്തിന്റെ ഒരുപകരണം മാത്രമാണെന്നു നാം മനസിലാക്കണം. ഈ ഭരണകൂടത്തെ പരിഷ്കരിച്ച് സാമൂഹ്യപരിവർത്തനം നടപ്പാക്കാൻ കഴിയുമെന്ന മിഥ്യാധാരണയോ അശാസ്ത്രീയബോധമോ നാം വെച്ചുപുലർത്തുന്നുമില്ല. നേരെമറിച്ച് ഈ ഭരണകൂടത്തെ അടിമുടി മാറ്റി ജനകീയ ജനാധിപത്യ വിപ്ലവകടമകൾ പൂർത്തിയാക്കുന്ന ഒരു ഭരണകൂടം ആ സ്ഥാനത്ത് പടുത്തുയർത്തിക്കൊണ്ടുവരുന്ന സാമൂഹ്യപ്രക്രിയയെ സഹായിക്കുകയാണ് യുവജനഫെഡറേഷന്റെ കടമ. ബൂർഷ്വാ നിയമസഭകളും നീതിന്യായ കോടതികളുമൊക്കെ ചൂഷണത്തിന് നിയമപ്രാബല്യം നൽകാനുള്ള സ്ഥാപനങ്ങൾ മാത്രമാണെന്ന പരമമായ സത്യം നാം വിസ്മരിക്കുന്നില്ല. മാത്രമല്ല ബൂർഷ്വാ നിയമസഭകളിലൂടെ അടിസ്ഥാനപരമായ സാമൂഹ്യപരിവർത്തനം സാധ്യവുമല്ല. ബൂർഷ്വാ ജനാധിപത്യം കേവലം നിഴൽ മാത്രമാണ്. യഥാർഥഭരണത്തിന്റെ ചുക്കാൻപിടിക്കുന്നത് ധനികവർഗത്തിന്റെ കാവൽക്കാരായ ഉദ്യോഗസ്ഥ മേധാവിവർഗമാണ്. എന്നിരുന്നാലും ബൂർഷ്വാനിയമസഭകളെ ജനാധിപത്യവിപ്ലവത്തിന്റെ വർഗശക്തികളെ വളർത്തിയെടുക്കുന്നതിനുള്ള മറ്റ് വേദികളോടൊപ്പം വർഗസമരം ശക്തിപ്പെടുത്തുന്നതിനുള്ള ഒരു വേദിയായി നാമംഗീകരിക്കുന്നു.

ബൂർഷ്വാ നീതിന്യായ സ്ഥാപനങ്ങളുടെ തീരുമാനങ്ങൾ നീതിപൂർവകവും നിഷ്പക്ഷവുമാണെന്ന പൊതുധാരണയ്ക്ക് അടുത്തകാലത്ത് ജനങ്ങളുടെ ഇടയിൽ അൽപ്പമെങ്കിലും ഇളക്കം തട്ടിയിരിക്കുന്നുവെന്നത്

സ്വാഗതാർഹമാണ്. തികച്ചും ധനികവർഗത്തിന്റെ താൽപ്പര്യങ്ങളെ അരക്കിട്ടുറപ്പിക്കാൻ പടുത്തുയർത്തിയതും നിഷ്പക്ഷതയുടെ മുഖംമൂടിയണിഞ്ഞതുമായ നീതിന്യായ സ്ഥാപനങ്ങളുടെ തനിനിറം തുറന്നുകാണിക്കാൻ സോഷ്യലിസ്റ്റ് യുവജനഫെഡറേഷൻ മുൻനിന്ന് പ്രവർത്തിക്കേണ്ടതാവശ്യമാണ്.

ഇക്കാര്യങ്ങൾ കൊണ്ടുതന്നെ ചൂഷണത്തിലധിഷ്ഠിതമായ ഇന്ത്യൻ ഭരണഘടനയുടെ അലകും പിടിയും മാറ്റണമെന്ന അടിയന്തര മുദ്രാവാക്യം സോഷ്യലിസ്റ്റ് യുവജനഫെഡറേഷനുയർത്തിപ്പിടിക്കുന്നു.

സാമൂഹ്യാനാചാരങ്ങൾക്കെതിരെ

ഒരു സോഷ്യലിസ്റ്റ് സാമൂഹ്യവ്യവസ്ഥിതി കെട്ടിപ്പടുക്കുന്നതിനുവേണ്ടിയുള്ള സമരത്തിൽ സുപ്രധാനമായൊരു പങ്കാണ്, അന്ധവിശ്വാസങ്ങൾക്കും അനാചാരങ്ങൾക്കുമെതിരായ പോരാട്ടത്തിനുള്ളത്. ഒട്ടനവധി അന്ധവിശ്വാസങ്ങളും അനാചാരങ്ങളും ഇന്ത്യൻ ജനതയിൽ നിർണായകമായ സ്വാധീനം വച്ചുപുലർത്തുന്നുണ്ട്. ചൂഷകവും നിർബാധം നടത്തിവരുന്ന ചൂഷണപ്രക്രിയയ്ക്കുമെതിരായി മർദിതജനവിഭാഗം സംഘടിച്ച് ശബ്ദമുയർത്തുന്നതിനെ തടയുന്നതിനുവേണ്ടിയാണ്, ജാതിയും മതവും നിലനിർത്തിപ്പോരുന്നത്. തങ്ങൾ നടത്തുന്ന ചൂഷണത്തെ ന്യായീകരിക്കുകയെന്നുള്ള ഉദ്ദേശ്യത്തോടുകൂടി, ചൂഷകവർഗം പടുത്തുയർത്തിയിട്ടുള്ള ഒരു മറ മാത്രമായ അന്ധവിശ്വാസങ്ങളേയും അനാചാരങ്ങളേയും എതിർത്തു തോൽപ്പിക്കുകയെന്നത് ഒരു വിപ്ലവ യുവജനപ്രസ്ഥാനത്തിനൊഴിച്ചുകൂടാനാവാത്ത കടമയാണ്. അന്ധവിശ്വാസങ്ങൾക്കടിമപ്പെട്ടുകൊണ്ട് ഇന്നത്തെ ദുഷിച്ചുനാറിയ സാമൂഹ്യവ്യവസ്ഥിതിയുടെ പരിണതഫലങ്ങളായ വിലക്കയറ്റവും തൊഴിലില്ലായ്മയും ദാരിദ്ര്യവും മൂലം ജീവിതം തന്നെ ദുസ്സഹമായിത്തീർന്നിട്ടുള്ള സാധാരണ ജനത ഈ ദുഃസ്ഥിതിയിൽനിന്നും രക്ഷനേടുന്നതിന് മറ്റൊരു മാർഗവും കാണാതെ നിസ്സഹായരായി നോക്കിനിൽക്കുകയാണ്. അവരെ എളുപ്പത്തിൽ വശീകരിക്കുവാനും തെറ്റിദ്ധരിപ്പിക്കുവാനും നമ്മുടെ സമുദായത്തിൽ വേരൂന്നിയിട്ടുള്ള അന്ധവിശ്വാസങ്ങൾക്ക് കഴിയുന്നുണ്ട്. ഇങ്ങനെ അവശതയനുഭവിക്കുന്ന ജനതയെ ശരിയായി കർമപഥത്തിലേക്കുകൊണ്ടുവരികയെന്ന ഭാരിച്ച ഉത്തരവാദിത്വമാണ് നമ്മൾക്കുള്ളത്. അവരുടെ കഷ്ടപ്പാടും ദുരിതവുമെല്ലാം ഇന്നു നിലവിലിരിക്കുന്ന ചൂഷണവ്യവസ്ഥിതിയുടെ ഫലങ്ങളാണ് എന്ന് നാമവരെ ബോധ്യപ്പെടുത്തണം. ഇതിൽനിന്നും കരകയറുവാനുള്ള ഏക മാർഗം ചൂഷകവർഗത്തിനെതിരായുള്ള സന്ധിയില്ലാത്ത സമരം മാത്രമാണെന്ന യാഥാർഥ്യം അവരെ പഠിപ്പിക്കണം. ഇന്നു നാം കാണുന്ന ജാതിയും മതവും ദൈവവുമെല്ലാം പാവപ്പെട്ടവന്റെ സമരത്തിന്റെ തീക്ഷ്ണത കുറയ്ക്കുന്നതിനും യഥാർഥ കാരണങ്ങളിൽനിന്നും ജനങ്ങളുടെ ശ്രദ്ധയെ തിരിച്ചുവിടുന്നതിനും വേണ്ടി ചൂഷകവർഗം സൃഷ്ടിച്ചിട്ടുള്ളതാണെന്ന് ജനങ്ങളെ ബോധ്യപ്പെടുത്തു

കയും അവരെ വർഗസമരത്തിന്റെ പാതയിലേക്ക് കൊണ്ടുവരുകയും ചെയ്യുകയെന്നതാണ് നമ്മുടെ കടമ.

വർഗീയ ശിഥിലീകരണപ്രവണതകൾ

മതം, ഭാഷ, പ്രദേശം തുടങ്ങിയ ഘടകങ്ങളെ ആസ്പദമാക്കിക്കൊണ്ടുള്ള ഒട്ടേറെ പിന്തിരിപ്പൻ സംഘടനകൾ ഇന്നിവിടെ നിലവിലുണ്ട്. വർഗശക്തികളുടെ വളർച്ചയെ തടയുന്നതിന് വേണ്ടി ജന്മി മുതലാളി സ്ഥാപിതതാൽപ്പര്യക്കാർ കെട്ടിപ്പടുത്തുയർത്തിയ സംഘടനകളാണിത്. സാമ്പത്തികതാൽപ്പര്യങ്ങളെ അടിസ്ഥാനമാക്കിയുള്ള വർഗസമരത്തിന്റെ വളർച്ചകണ്ട് പരിഭ്രാന്തിപൂണ്ട പിന്തിരിപ്പൻ വിഭാഗമാണീ കുറുക്കുവഴി കണ്ടുപിടിച്ചത്. ജനങ്ങളെ തമ്മിലടിപ്പിച്ചുകൊണ്ട് ചൂഷണവ്യവസ്ഥ തുടർന്നുപോകുന്നതിനുള്ള കുറുക്കുവഴിയാണിത്. ഇക്കൂട്ടത്തിൽ പല സംഘടനകളും തനി ഫാസിസ്റ്റ് സംഘടനകളുമാണ്. ആർ എസ് എസ്, ജമായത്ത് ഇസ്ലാം, ജനസംഘം പോലുള്ള വർഗീയസംഘടനകളും, ശിവസേന, ലച്ചിത്സേന തുടങ്ങിയ പ്രാദേശിക സംഘടനകളും ഇക്കൂട്ടത്തിൽ എടുത്തുപറയേണ്ടതുണ്ട്. ഇത്തരം സംഘടനകൾ പുരോഗമന ശക്തികളുടെ മുമ്പിൽ വമ്പിച്ച പ്രതിബന്ധം സൃഷ്ടിക്കുന്നുണ്ടെന്ന യാഥാർഥ്യം നാം വിസ്മരിച്ചുകൂടാ. അതുകൊണ്ട് ഇത്തരം ഫാസിസ്റ്റ് സംഘടനകൾക്കും അവർക്ക് ജീവൻ നൽകിയ ചിന്താഗതിക്കുമെതിരായി വിട്ടുവീഴ്ചയില്ലാതെ പോരാടേണ്ട കടമ നമ്മുടേതാണ്. യുവജനഫെഡറേഷനുയർത്തിപ്പിടിക്കുന്ന ശാസ്ത്രീയ സോഷ്യലിസത്തിന്റെ ആശയപ്രചരണം ഈ കടമ നിർവഹിക്കുന്നതിൽ മുഖ്യമായൊരു ഘടകമാണെന്ന് നാം ഗൗരവപൂർവം കണക്കിലെടുക്കുകയും വേണം.

വിദ്യാഭ്യാസ-കലാസാംസ്കാരിക പരിഷ്കരണം

നമ്മുടെ വിദ്യാഭ്യാസരംഗം സമ്പൂർണമായും പരിഷ്കരണവിധേയമാക്കേണ്ടതാണ്. പഴഞ്ചൻ വിദ്യാഭ്യാസസമ്പ്രദായവും അശാസ്ത്രീയ ബോധവും ഈ രംഗത്ത് തികച്ചും അരാജകസ്ഥിതി വിശേഷമുളവാക്കിയിരിക്കയാണ്. ചൂഷണത്തിലധിഷ്ഠിതമായ വ്യവസ്ഥയെ നിലനിർത്തിക്കൊണ്ടുപോകേണ്ടതരത്തിലാണതിന്റെ ഘടന. വിദ്യാർഥികളുടെ പ്രതിഭയെ തട്ടിയുണർത്താനും സാമൂഹ്യപുരോഗതിക്കുവേണ്ടി ആ കഴിവിനെ ഉപയോഗപ്പെടുത്താനുമുതകുന്നതരത്തിലുള്ളതല്ല ഇന്നത്തെ വിദ്യാഭ്യാസസമ്പ്രദായം. പണത്തിന്റെ മേധാവിത്വവും സ്വകാര്യസ്വത്തുടമസ്ഥാവകാശത്തിന്റെ പരിപാവനത്വവുമാണ് വിദ്യാഭ്യാസരംഗത്ത് കൊടികുത്തിവാഴുന്നത്. അധ്വാനത്തിന് വിലകൽപ്പിക്കുന്ന മനോഭാവത്തിനിവിടെ സ്ഥാനമില്ല. ഈ സ്ഥിതിയിൽനിന്നും നമ്മുടെ വിദ്യാഭ്യാസരംഗത്തെ സമ്പൂർണമായും പരിഷ്കരിക്കേണ്ടതുണ്ട്. കാലഹരണപ്പെട്ട ആശയഗതികളെ ഈ രംഗത്തുനിന്നും പറിച്ചെറിയേണ്ടതുണ്ട്. അതുകൊണ്ട് ശാസ്ത്രീയാടിസ്ഥാനത്തിൽ ആസൂത്രിതമായതും അധ്വാനത്തിന് വില

കൽപ്പിക്കുന്നതും യുക്തിബോധത്തിലധിഷ്ഠിതവുമായ ഒരു വിദ്യാഭ്യാസ സമ്പ്രദായത്തിനുവേണ്ടിയുള്ള മുദ്രാവാക്യം യുവജന ഫെഡറേഷനുയർത്തിപ്പിടിക്കുന്നു.

കലാസാംസ്കാരിക രംഗം

നമ്മുടെ കലാ-സാംസ്കാരികരംഗവും മൗലികമായ പരിവർത്തനത്തിന് വിധേയമാകേണ്ടതാണ്. യുക്തിബോധത്തിലും ശാസ്ത്രീയബോധത്തിലുമധിഷ്ഠിതമായ ജനകീയ സാഹിത്യസൃഷ്ടികൾ വളർത്തിയെടുക്കുന്നതിൽ യുവജനഫെഡറേഷൻ മുൻകൈയെടുക്കേണ്ടതുണ്ട്. നമ്മുടെ കലാ-സാംസ്കാരിക രംഗത്ത് ഒരുകാലത്ത് നെടുനായകത്വം വഹിച്ചിരുന്ന കലാകാരന്മാരും സാഹിത്യകാരന്മാരും പിന്തിരിപ്പൻ കൂടാരത്തിൽ അഭയംപ്രാപിച്ചത് നാം കാണുന്നുണ്ട്. അത്തരം ആളുകളെ പുരോഗമന ജനാധിപത്യപ്രസ്ഥാനത്തിൽ തന്നെ ഉറപ്പിച്ചുനിർത്തുന്നതിൽ അതാതവസരങ്ങളിൽ വന്ന പിശകുകളും പോരായ്മകളുമാണ് അതിനൊരു കാരണം. കലാ-സാംസ്കാരിക രംഗത്ത് നവോന്മേഷം പകർന്നുകൊടുക്കുന്നതിന് പര്യാപ്തമായ ഒരു പുത്തൻ തലമുറയ്ക്ക് രൂപംകൊടുക്കാൻ നമ്മുടെ പ്രസ്ഥാനത്തിന് സാധിക്കണം.

പ്രതിവിപ്ലവ വലയം

യുവജന വിദ്യാർഥി വിഭാഗത്തിന്റെ സർഗശക്തിയും ചൈതന്യവും പിന്തിരിപ്പൻ ശക്തികൾ അവരുടെ വർഗതാൽപ്പര്യത്തിനനുയോജ്യമായ തരത്തിൽ വഴിതെറ്റിച്ച് തിരിച്ചുവിട്ടതിന്റെ തിക്താനുഭവങ്ങൾ നമ്മുടെ മുമ്പിലുണ്ട്. ഹിറ്റ്ലറുടെയും മുസോളിനിയുടേയും നാസി ഫാസിസ്റ്റ് പ്രസ്ഥാനങ്ങളുടെ പ്രവർത്തനങ്ങളിലും, ഇന്തോനേഷ്യൻ ഫാസിസ്റ്റുകളുടെ അടുത്തകാലത്തെ അഴിഞ്ഞാട്ടത്തിലും വഴിതെറ്റിക്കപ്പെട്ട യുവചൈതന്യം നമുക്ക് കാണാം. ഇന്ത്യയിലെ തന്നെ പല ഫാസിസ്റ്റ് സംഘടനകളിലും നമുക്ക് യുവചൈതന്യം ദർശിക്കാൻ കഴിയും. എന്തിനധികം തെലുങ്കാനയിലെ പിന്തിരിപ്പൻ പ്രക്ഷോഭണത്തിന്റെ മുൻപന്തിയിലും ആ യുവജനതയെ കാണാം. വ്യക്തമായ കാഴ്ചപ്പാട് നൽകി ശാസ്ത്രീയവീക്ഷണത്തിന്റെ അടിസ്ഥാനത്തിൽ നയിച്ചില്ലെങ്കിൽ ഇത്തരം തെറ്റായ മാർഗങ്ങളിലേക്ക് എടുത്തു ചാടാവുന്ന സാഹസിക മനോഭാവത്തിന്റെ ഉടമകളാണ് യുവജനങ്ങളെന്ന് നാം ഗൗരവപൂർവം കണക്കിലെടുക്കണം.

ഇടതുപക്ഷ വലതുപക്ഷ പാളിച്ചകൾ

പെറ്റി ബൂർഷ്വാധാരണയിൽനിന്നും ഉടലെടുത്ത ഇടതുപക്ഷ അവസരവാദത്തിലേക്കും സാഹസിക പ്രവർത്തനങ്ങളിലേക്കും എളുപ്പത്തിൽ യുവജനങ്ങൾ നയിക്കപ്പെടാറുണ്ട്. വിപ്ലവ വായാടിത്തത്തിന്റെ സുന്ദരമായ മായാവലയത്തിലെളുപ്പത്തിൽ അവരകപ്പെട്ടുപോകാറുണ്ട്. പ്രത്യേ

കിച്ചും ശാസ്ത്രീയസോഷ്യലിസത്തിന്റെ അടിസ്ഥാന പ്രമാണങ്ങളെ ചോദ്യം ചെയ്തുകൊണ്ട് പെറ്റി ബൂർഷ്വാ ചിന്തകനായ മാർക്യൂസിന്റെ തത്വശാസ്ത്രത്തിൽനിന്നും ആവേശം ഉൾക്കൊള്ളുന്ന ദിബ്രെയുടേയും മറ്റും തത്വചിന്തകൾ പ്രചരിക്കുകയും, യുവാക്കളെ ആകർഷിക്കുകയും ചെയ്യുന്ന ഒരു സന്ദർഭമാണിതെന്ന് നാം കണക്കിലെടുക്കണം.

ഇതുകൂടാതെ ചില സോഷ്യലിസ്റ്റ് നാടുകളിലെ യുവജനങ്ങളിലും വിദ്യാർഥികളിലും പ്രത്യേകിച്ചും പ്രകടമായി കണ്ട വളരെ ആപൽക്കരമായൊരു പ്രവണതയെ സംബന്ധിച്ച് ഗൗരവപൂർവം പരിഗണിക്കേണ്ടതുണ്ട്. അത്തരം രാജ്യങ്ങളിൽ കൊടികുത്തി വാഴുന്ന റിവിഷനിസ്റ്റ് ചിന്താഗതിയുടെ സൃഷ്ടിയെന്ന നിലയ്ക്കാണ് ഈ പ്രവണത വളർന്നുവന്നത്. അടുത്തകാലത്ത് ചെക്കോസ്ലേവാക്യയിൽ നടന്ന ചില സംഭവങ്ങളതിനുദാഹരണമാണ്. പ്രതിവിപ്ലവ ശക്തികളുടെ കയ്യിലെ കരുക്കളായ ധഃപതിക്കുന്ന സ്ഥിതിവിശേഷത്തിലേക്കുപോലും അവിടത്തെ ഒരു വിഭാഗം യുവജനത ചെന്നെത്തിയത് ആപത്തിന്റെ ഗൗരവ സ്വഭാവം വിളിച്ചുപറയുന്നുണ്ട്. അതുകൊണ്ട് യുവജനതയെ പിന്തിരിപ്പൻ ശക്തികളുടെ കയ്യിലേക്ക് വലിച്ചെറിഞ്ഞുകൊടുക്കുന്നതിന് മാത്രം സഹായിക്കുന്ന റിവിഷനിസ്റ്റ് ചിന്താഗതിയെ എതിർത്ത് തോൽപ്പിച്ചുകൊണ്ട് ശാസ്ത്രീയ സോഷ്യലിസത്തിന്റെ അന്തഃസത്ത പ്രചരിപ്പിക്കുന്ന ആശയസമരം നടത്തുന്നതിന് വമ്പിച്ച പ്രാധാന്യമുണ്ട്. അതോടൊപ്പം ഇടത് സെക്ടേറിയൻ ചിന്താഗതിക്കെതിരെയുള്ള ആശയസമരത്തിന്റെ ആവശ്യകതയും വളരെ പ്രധാനമാണ്. കാരണം ഇത് രണ്ടും വളരെയേറെ ആപൽക്കരമായ പ്രവണതകളാണ്.

സാമ്രാജ്യത്വവിരുദ്ധസമരം

ലോകസാമ്രാജ്യത്വത്തിന്റെ കടുത്ത ആക്രമണങ്ങളാണ് ഏഷ്യയിലും ആഫ്രിക്കയിലും ലാറ്റിനമേരിക്കയിലുമുള്ള നിരവധി രാജ്യങ്ങളിലിന്ന് നടക്കുന്നത്. അതോടൊപ്പം ധീരോദാത്തമായ സ്വാതന്ത്ര്യപോരാട്ടവും ചെറുത്തുനിൽപ്പുമാണീ രാജ്യങ്ങളിൽ നമുക്ക് കാണാൻ കഴിയുന്നത്. കൊളേണിയൽ വ്യവസ്ഥ ഊർധശ്വാസം വലിച്ചുകൊണ്ട് മാത്രമാണിന്ന് ജീവിക്കുന്നത്. എന്നാൽ ഒരു വസ്തുതയിവിടെ പ്രത്യേകം മനസിലാക്കേണ്ടതുണ്ട്. ലോക സോഷ്യലിസ്റ്റ് ക്യാമ്പിലുള്ള അനൈക്യം സാമ്രാജ്യത്വത്തിനെതിരായ ലോകജനതയുടെ യോജിച്ച സമരത്തിന് പ്രതിബന്ധം സൃഷ്ടിക്കുന്നുണ്ട്. അതുകൊണ്ട് സോഷ്യലിസ്റ്റ് ചേരിയിലെ ഐക്യവും, എല്ലാ പുരോഗമനപ്രസ്ഥാനങ്ങളുമായുള്ള വിപ്ലവകരമായ മുന്നണിയും, സാമ്രാജ്യത്വത്തിന്റെയും മുതലാളിത്ത്വത്തിന്റെയും അന്ത്യം അടുപ്പിക്കുന്നതിന് അനുപേക്ഷണീയമാണ്. വിയറ്റ്നാമിലെ സ്വാതന്ത്ര്യപോരാളികളുടെ ഐതിഹാസികമായ പോരാട്ടം ഇവിടെ എടുത്തുപറയേണ്ടതുണ്ട്. വിയറ്റ്നാമിലെ യുവജനതയുടെ അജയ്യമായ വിപ്ലവവീര്യം നമ്മിലാവേശവും ആത്മവിശ്വാസവും പകർന്നുതരികയാണ്. സ്വാതന്ത്ര്യ

ത്തിനും സമാധാനത്തിനും സോഷ്യലിസത്തിനും വേണ്ടി ലോകത്തെമ്പാടുമുള്ള ജനങ്ങൾ നടത്തുന്ന ഐതിഹാസികസമരങ്ങളുടെ മുമ്പിൽ സോഷ്യലിസ്റ്റ് യുവജനഫെഡറേഷൻ അതിന്റെ പരിപൂർണ പിന്തുണ പ്രഖ്യാപിക്കുന്നു. അവർ കാണിച്ചുതന്ന വഴിത്താരയിലൂടെ മുന്നേറുമെന്ന് യുവജനഫെഡറേഷൻ പ്രതിജ്ഞ ചെയ്യുന്നു. ആ സ്വാതന്ത്ര്യപ്പോരാളികളുടെ സമരത്തിന് പിന്തുണ നൽകുന്ന മഹത്തായ കടമ നിർവഹിക്കുന്നതോടൊപ്പം ലോകസാമ്രാജ്യത്വത്തിനെതിരെ ധീരമായി സമരം ചെയ്യാൻ സോഷ്യലിസ്റ്റ് യുവജനഫെഡറേഷൻ യുവജനതയെ ആഹ്വാനം ചെയ്യുന്നു.

വർഗസംഘടനയല്ല

സോഷ്യലിസ്റ്റ് യുവജനഫെഡറേഷൻ മറ്റ് വർഗസംഘടനകളെപ്പോലുള്ള ഒരു സംഘടനയല്ല. വിവിധ വർഗങ്ങളിൽ നിന്നുവരുന്ന യുവാക്കളുടെ പുരോഗമനസംഘടനയാണ് ഇത്. ഇതിനർഥം ഏത് വർഗതാൽപ്പര്യത്തിനും യുവജനഫെഡറേഷനിൽ സ്ഥാനമുണ്ടെന്നല്ല. നേരെ മറിച്ച് വ്യത്യസ്ത വർഗധാരണകളുമായി കടന്നുവരുന്ന യുവജനങ്ങളെ ശാസ്ത്രീയബോധത്തിന്റെ അടിസ്ഥാനത്തിൽ സോഷ്യലിസ്റ്റ് ചിന്താഗതിക്കാരായി വളർത്തിയെടുക്കാനുള്ള യുവാക്കളുടെ വിപ്ലവസംഘടനയാണിത്. അധ്വാനിക്കുന്ന ജനവിഭാഗങ്ങൾ നടത്തുന്ന അവകാശസമരങ്ങളിൽ പങ്കെടുക്കാൻ പ്രതിജ്ഞാബദ്ധമായ സംഘടനയുമാണ്. യുവാക്കളുടെ കർമശക്തിയും കഴിവുകളും ചൈതന്യവും സമാഹരിച്ചെടുത്ത് സാമൂഹ്യപരിവർത്തനത്തിന് ഉപയോഗിക്കുകയാണ് സോഷ്യലിസ്റ്റ് യുവജനഫെഡറേഷന്റെ ലക്ഷ്യം.

അങ്ങനെ വമ്പിച്ച കടമകൾ നിറഞ്ഞ ഈ കാലഘട്ടം നമ്മെ മാടിവിളിക്കുകയാണ്. നിരാശയുടേയും അഹംഭാവത്തിന്റേയും നിഷ്ക്രിയതയുടേയും പുറംതോട് പൊട്ടിച്ചെറിയാനുള്ള കാലം വൈകിയിരിക്കയാണ്. ഭാരിച്ച ഉത്തരവാദിത്വങ്ങളാണ് ചരിത്രം നമ്മുടെ ചുമലുകളിലർപ്പിച്ചിരിക്കുന്നത്. ഈ ഉത്തരവാദിത്വം നിറവേറ്റാനുള്ള ആവേശവും ധൈര്യവും ലോകമെമ്പാടും യുവജനത നടത്തുന്ന സമരങ്ങൾ നമുക്ക് പകർന്നു തരട്ടെ. ഇന്ത്യയിലും ഈ കാലഘട്ടത്തിന്റെ കടമകൾ നിറവേറ്റാനുള്ള ത്യാഗോജ്ജ്വലമായ സമരങ്ങളിലേക്ക് ഞങ്ങൾ യുവതലമുറയെ ആഹ്വാനം ചെയ്യുന്നു.

അനുബന്ധം 3

ലക്ഷ്യപ്രഖ്യാപന രേഖ

കേരള സോഷ്യലിസ്റ്റ് യുവജന ഫെഡറേഷൻ പ്രസിദ്ധീകരണം

കേരളത്തിലെ പുരോഗമന യുവജന പ്രസ്ഥാനമായ കേരള സോഷ്യലിസ്റ്റ് യുവജന ഫെഡറേഷന്റെ കാഴ്ചപ്പാടും ലക്ഷ്യവും യുവജനസമൂഹത്തെ ഇന്ന് ബാധിച്ചിരിക്കുന്ന നീറുന്ന പ്രശ്നങ്ങൾക്ക് പരിഹാരം കാണുന്നതിന് സഹായകമായിരിക്കണം. സമൂഹത്തിലെ എന്തും ചെയ്യാൻ പോന്ന ചൈതന്യവത്തായ ഒരു വിഭാഗമാണ് യുവജനങ്ങൾ. അവർക്ക് ജീവിക്കുവാനുള്ള അവകാശം തന്നെ പല രൂപത്തിലും ചോദ്യം ചെയ്യപ്പെട്ടിരിക്കുന്നു എന്നതാണ് നമ്മുടെ നാടിനെ സംബന്ധിച്ചിടത്തോളം ഈ വിഭാഗത്തിന്റെ ഒരു സവിശേഷത. അധ്വാനിച്ച് ജീവിക്കാൻ താൽപ്പര്യപ്പെടുന്നവർക്ക് അതിനവസരം നിഷേധിച്ചിരിക്കുന്നു. സ്വാതന്ത്ര്യത്തിന്റെ മൂന്ന് ദശാബ്ദം പിന്നിട്ട ഇക്കാലത്ത് നമ്മുടെ നാട്ടിലെ യുവജനങ്ങൾ കുടുംബത്തിനും നാടിനും തങ്ങൾക്ക് തന്നെയും ഒരു ഭാരമാണെന്ന ബോധമുള്ളതായിത്തീർന്നിരിക്കുന്നു. അത്തരം ഭീഷണമായ ഒരു സ്ഥിതിവിശേഷമാണിവിടെയുള്ളത്. ഇന്ത്യയുടെ സ്വാതന്ത്ര്യസമരത്തിൽ സജീവ പങ്കാളികളായി സുധീരം പോരാടിയ ചരിത്രം ഇവിടുത്തെ യുവജനങ്ങൾക്കുണ്ട്. ഭഗത്സിങ്ങിനെയും ചന്ദ്രശേഖർ ആസാദിനേയും പോലുള്ള ധീരരക്തസാക്ഷികൾ സ്വാതന്ത്ര്യസമരത്തിനാവേശം പകർന്നവരാണ്. മീററ്റ്, ലാഹോർ ഗൂഢാലോചനക്കേസുകളും അവയുടെ വിസ്താരവും സ്വാതന്ത്ര്യസമരത്തെ ആവേശോജ്ജ്വലമായ ഒരു പുതിയ മാനത്തിലേക്ക് ഉയർത്തുകയുണ്ടായി. ഇന്ത്യക്ക് സ്വാതന്ത്ര്യം നേടാനും സംരക്ഷിക്കാനും ശാസ്ത്രീയ സോഷ്യലിസം തന്നെ ലക്ഷ്യമായംഗീകരിക്കണമെന്ന് കൽത്തുറുങ്കുകളിൽക്കിടന്ന്കൊണ്ട് സാഹസികരായ വിപ്ലവകാരികൾ പ്രഖ്യാപിച്ചു. ഈ പ്രത്യേകതകളെല്ലാം നാടിന്റെ മോചന

സമരത്തിൽ പൂർവോപരി ആവേശത്തോടെ ഇറങ്ങുന്നതിന് യുവതലമുറയെ പ്രേരിപ്പിച്ചു. എന്നാൽ, അന്നത്തെ യുവജനങ്ങളുടെ ആശയാഭിലാഷങ്ങളും സ്വപ്നങ്ങളും സ്വാതന്ത്ര്യാനന്തര ഇന്ത്യൻ ഭരണവർഗം തകർത്തുകളഞ്ഞു.

ഇന്ത്യയിലെ യുവജനങ്ങളുടെ ജീവിതം ഈ നിലയിലെത്തിച്ചത് ഇവിടെ നിലനിൽക്കുന്ന സാമൂഹ്യ വ്യവസ്ഥിതിയാണ്. യുവജനങ്ങളുടെ ഈ ദൈന്യതയും ദുഃസ്ഥിതിയും എങ്ങനെ വന്നു ഭവിച്ചു എന്ന് അവരെക്കൊണ്ട് ചിന്തിപ്പിക്കാതിരിക്കുന്നതിനുള്ള കൊണ്ടുപിടിച്ച ശ്രമം ഭരണകൂടത്തിന്റെ ഭാഗത്തു നിന്ന് നടത്തിക്കൊണ്ടേ ഇരിക്കുന്നു. നിരാശാവാദികൾ, വിധി വിശ്വാസികൾ, പലായനവാദികൾ, മോഹഭംഗക്കാർ, എടുത്തുചാട്ടക്കാർ എന്നിവരെല്ലാം ഈ മണ്ണിൽ പൊട്ടിമുളയ്ക്കുന്നു; ഇവരെ പിന്തിരിപ്പൻ താൽപ്പര്യങ്ങളെയും ആശയങ്ങളെയും സംരക്ഷിക്കുന്നതിന് വേണ്ടി ഉപയോഗിക്കുന്നു, ഉപയോഗിക്കാൻ ശ്രമിക്കുന്നു. ഇത്തരമൊരു പരിതഃസ്ഥിതിയിൽ പുരോഗമനപരവും ശാസ്ത്രീയവുമായ കാഴ്ചപ്പാടിലൂടെ നമ്മുടെ നാട്ടിലെ യുവജനങ്ങളെ നയിക്കുന്നതിന് പ്രതിജ്ഞാബദ്ധമായ കേരള സോഷ്യലിസ്റ്റ് യുവജന ഫെഡറേഷൻ അതിന്റെ ലക്ഷ്യം പ്രഖ്യാപിക്കുന്നതിന് നമ്മുടെ നാട്ടിലെ പൊതുസ്ഥിതി വസ്തുനിഷ്ഠമായി പരിശോധിക്കേണ്ടതുണ്ട്.

1. ഈ കാലഘട്ടത്തിന്റെ യുവജന ശക്തിയുടെ പ്രത്യേകതകൾ

മുതലാളിത്തം നാശഗർത്തത്തിലേക്ക് നീങ്ങിക്കൊണ്ടിരിക്കുന്ന ഈ കാലഘട്ടത്തിൽ ലോകത്തെമ്പാടും മാറ്റത്തിനും മോചനത്തിനും വേണ്ടി ഉയർന്നുവരുന്ന ഉജ്വലപോരാട്ടങ്ങളിൽ യുവജനങ്ങൾ ഗണനീയമായ പങ്ക് വഹിക്കുന്ന ചിത്രമാണ് എങ്ങും കാണുന്നത്. ഈ ശക്തിയെ അവഗണിക്കുന്നതിന് വളരുന്ന ശക്തിക്കും തളരുന്ന ശക്തിക്കും കഴിയുകയില്ല എന്ന സത്യം ചരിത്രം ഉദ്ഘോഷിക്കുന്നു. ഓരോ രാജ്യത്തിന്റെയും സവിശേഷ പ്രശ്നങ്ങളിൽ യുവജനങ്ങൾക്കുള്ള താൽപ്പര്യവും അവർ വഹിക്കുന്ന പങ്കും നിസീമമാണ്. സാമ്രാജ്യത്വരാജ്യങ്ങളിൽ ആ വ്യവസ്ഥക്കെതിരായും കോളനികളിൽ കൊളോണിയലിസത്തിനെതിരായും അവികസിത രാജ്യങ്ങളിൽ പുത്തൻ കൊളോണിയലിസത്തിനെതിരായും നടക്കുന്ന പ്രസ്ഥാനങ്ങളിലും മോചനസമരങ്ങളിലും യുവജനങ്ങൾ സജീവ പങ്കാളികളാകുന്ന കാഴ്ചയാണ് നമുക്കെങ്ങും കാണാൻ കഴിയുന്നത്. സോഷ്യലിസ്റ്റ് നാടുകളിലെ യുവജനങ്ങളാകട്ടെ കാലഹരണപ്പെട്ട മുതലാളിത്തത്തിന്റെ കുത്തിത്തിരിപ്പുകൾക്കെതിരായിട്ടും സോഷ്യലിസ്റ്റ് നിർമാണ പ്രവർത്തനങ്ങളിലും തങ്ങളുടെ ശക്തി വിനിയോഗിക്കുന്നു.

2. പ്രതിവിപ്ലവ ശ്രമങ്ങളെ ജാഗ്രതയോടെ വീക്ഷിക്കുക

സമൂഹത്തിലെ വളരുന്ന ശക്തികൾക്കനുകൂലമായി യുവജനങ്ങൾ അണിനിരക്കുന്നതിന്റെ ഫലമായി മുതലാളിത്തത്തിനേൽക്കുന്ന കനത്ത പ്രഹരത്തെപ്പറ്റി മനസിലാക്കിയ മുതലാളിത്ത ശക്തികൾ യുവതലമുറയെ അവർക്കനുകൂലമായി മാറ്റുന്നതിന് ശ്രമിക്കുന്നു. ഈ ശ്രമങ്ങൾ പലതും താൽക്കാലികമാണെങ്കിലും വിജയത്തിലെത്തിയതിന്റെ ഉദാഹരണങ്ങൾ സാർവദേശീയരംഗത്ത് നമുക്ക് കാണാൻ കഴിഞ്ഞിട്ടുണ്ട്. നിക്ഷിപ്തതാൽപ്പര്യക്കാർ അത്തരം താൽക്കാലിക വിജയങ്ങളുടെ അടിസ്ഥാനത്തിൽ യുവജനങ്ങളെ അവർക്കനുകൂലമാക്കുന്നതിന് വിവിധ മാർഗങ്ങൾ സ്വീകരിക്കുന്നു. ബൂർഷ്വാ ജനാധിപത്യ വ്യവസ്ഥിതിക്കുള്ളിൽ തന്നെയുള്ള ഫാസിസ്റ്റ് വിപത്ത് തലപൊക്കുന്ന അവസരത്തിൽ യുവതലമുറയെ ഫാസിസത്തിനനുകൂലമാക്കുന്നതിനുള്ള ശ്രമങ്ങൾ നടക്കാറുണ്ട്. ജർമനിയിലെ യുവജനങ്ങളെ ബ്രൗൺ ഷർട്സ് എന്ന പേരിൽ സംഘടിപ്പിച്ച് ഹിറ്റ്ലറുടെ നാസി ഭരണത്തിന്റെ താങ്ങായി നിർത്തി. മുസോളിനിയുടെ ഫാസിസ്റ്റ് ഭരണത്തിന്റെ നെടുംതൂണായി വർത്തിച്ചത് ബ്ലാക് ഷർട്സ് എന്ന പേരിൽ അറിയപ്പെട്ടിരുന്ന യുവജനസംഘടനയാണ്. ഇന്തോനേഷ്യയിലെ പ്രതിവിപ്ലവത്തിൽ അവിടുത്തെ യുവജനങ്ങൾ മുഖ്യപങ്കാളികളായിരുന്നു. എന്തിനേറെ, ജനങ്ങളിൽനിന്നൊറ്റപ്പെട്ട ഭരണാധികാരികൾ നമ്മുടെ നാട്ടിൽ ഏകവ്യക്തി, ഏകകക്ഷി അമിതാധികാരഭരണം നടത്തുന്നതിനുപോലും ഒരു വിഭാഗം യുവജനങ്ങളെ ഉപയോഗിച്ചിരുന്നു. സോഷ്യലിസ്റ്റ് സാമൂഹ്യവ്യവസ്ഥ പടുത്തുയർത്തിക്കൊണ്ടിരിക്കുന്ന രാജ്യങ്ങളിൽ പ്രതിവിപ്ലവം സംഘടിപ്പിക്കുന്നതിന് സാമ്രാജ്യത്വം യുവജനങ്ങളെ കരുവാക്കുന്നതിൽ ഇന്നും ദത്തശ്രദ്ധരാണ്. സാമൂഹ്യപരിവർത്തനത്തിന് ധീരോദാത്തവും ഉജ്വലവുമായ പങ്കുവഹിക്കേണ്ട യുവജനങ്ങളെയാണ് ഈ രീതിയിൽ പ്രതിവിപ്ലവ പക്ഷത്തേക്ക് നയിക്കുന്നത്. വിവിധ ആശയങ്ങൾക്ക് യുവജനങ്ങൾക്കിടയിൽ വളരെവേഗം കടന്നുചെല്ലാൻ കഴിയുന്നു എന്നത് ഈ വിഭാഗത്തിന്റെ ഒരു സവിശേഷതയാണ്. വിപ്ലവപരവും പ്രതിവിപ്ലവപരവുമായ ആശയങ്ങൾക്ക് ഇവരെ ആകർഷിക്കാൻ കഴിയും. വിപ്ലവപരമായ ആശയങ്ങളോട് യുവജനങ്ങൾക്കുള്ള കടന്ന ആഭിമുഖ്യം പ്രതിവിപ്ലവശക്തികൾ മനസിലാക്കുകയും അവരുടെ ആശയങ്ങളെ വിപ്ലവപരമായ മുഖാവരണം കൊടുത്ത് യുവജനങ്ങൾക്കിടയിൽ സൂത്രത്തിൽ പ്രചരിപ്പിക്കുകയും ചെയ്യുന്നു. കാലഹരണപ്പെട്ട ആശയങ്ങളും ചിന്താഗതികളും പുത്തൻ വ്യാഖ്യാനത്തോടും പ്രവർത്തനരീതികളോടും കൂടി യുവാക്കൾക്കിടയിൽ കടത്തിവിടുന്നതും ഇതിന്റെ ഭാഗം തന്നെ. തകർന്നുകൊണ്ടിരിക്കുന്ന സാമൂഹ്യവ്യവസ്ഥയുടെ ദുരന്തഫലങ്ങൾ അനുഭവിച്ചുകൊണ്ടിരിക്കുന്ന യുവതലമുറ എല്ലാറ്റിനേയും എതിർക്കുന്നു. ഈ

എതിർപ്പിനെ ചൂഷണം ചെയ്തുകൊണ്ട് നാശോന്മുഖമായ മുതലാളിത്ത വ്യവസ്ഥയെ താങ്ങിനിർത്തുന്നതിന് ഉപയുക്തമായ രീതിയിൽ സംഘടിത വിപ്ലവപ്രസ്ഥാനത്തിനെതിരായി ബോധപൂർവം ഉപയോഗിക്കുന്നു. യുവജനങ്ങളുടെ കർമശക്തിയെ തെറ്റായ മാർഗങ്ങളിൽക്കൂടി നയിക്കുന്നതിനുള്ള സമർഥമായ നീക്കങ്ങളെ ഗൗരവത്തോടെ നേരിടുന്നതിന് അനുഭവങ്ങൾ സാധനപാഠങ്ങളാക്കി കൊണ്ടുള്ള ജാഗ്രതയും വ്യക്തമായ ലക്ഷ്യബോധവും യുവജനങ്ങൾക്കുണ്ടാവണം.

3. മുതലാളിത്ത വ്യവസ്ഥയിലെയും സോഷ്യലിസ്റ്റ് വ്യവസ്ഥയിലെയും യുവജനങ്ങളുടെ സ്ഥിതി

നമ്മുടെ നാട്ടിലെ യുവജനങ്ങൾ അഭിമുഖീകരിക്കുന്ന ഏറ്റവും ഭീകരമായൊരു സ്ഥിതിവിശേഷമാണ് തൊഴിലില്ലായ്മ. ഇത്തരം തൊഴിലില്ലായ്മയും തജ്ജന്യമായ ജീവിത പ്രയാസങ്ങളും ലോകത്തിലെ മുതലാളിത്ത രാജ്യങ്ങളിലെല്ലാം നിലനിൽക്കുന്നുണ്ട്. കുറഞ്ഞ വിലയ്ക്ക് അധ്വാനശക്തി വാങ്ങി ചൂഷണം നിലനിർത്തുകയെന്നത് ഈ വ്യവസ്ഥയുടെ സ്വഭാവമാണ്. സാമ്രാജ്യത്വശക്തികൾക്ക് നേതൃത്വം നൽകുന്ന അമേരിക്കയിൽപ്പോലും തൊഴിലില്ലായ്മ പെരുകിക്കൊണ്ടിരിക്കുന്നു. തൊഴിലില്ലായ്മ വേതനംനൽകി തൊഴിലില്ലാത്തവരെ അടക്കിനിർത്തുന്നതിനുപോലും അവർക്ക് കഴിയുന്നില്ല. നിലവിലുള്ള വ്യവസായ സ്ഥാപനങ്ങൾ അടച്ചുപൂട്ടുകയും മറ്റും ചെയ്യുന്നതിലൂടെ തൊഴിലവസരങ്ങൾ വീണ്ടും ഇല്ലാതാകുന്നു. പട്ടിണിയും മറ്റ് ജീവിതപ്രയാസങ്ങളും കൂടിക്കൂടി വരുന്നു. ഇതിന്റെ പ്രതിഫലനം സാംസ്കാരികരംഗത്തും വ്യക്തമായിക്കാണാം. അമേരിക്കയിലെ ഇന്നത്തെ സാംസ്കാരിക അരാജകത്വം ഈ സമ്പദ്‌വ്യവസ്ഥയുടെ വ്യക്തമായ പ്രതിഫലനമാണ്. ജീവിതത്തോടുള്ള ആഭിമുഖ്യം കുറയ്ക്കുന്നതിനുള്ള ആശയപ്രചാരണം അവിടെ ശക്തമായി നടക്കുന്നു. ബ്രിട്ടൻ, പശ്ചിമജർമനി, ഫ്രാൻസ്, ജപ്പാൻ, ഇറ്റലി തുടങ്ങിയ മുതലാളിത്ത രാജ്യങ്ങൾ അമേരിക്കയെക്കാൾ ഭീകരമായൊരു സ്ഥിതിയിലാണ് എത്തിനിൽക്കുന്നത്. ഇതിന് പരിഹാരം കാണുന്നതിനായി മുതലാളിത്ത മാർഗത്തിൽക്കൂടി നടത്തുന്ന എല്ലാ ശ്രമങ്ങളും കൂടുതൽ കൂടുതൽ കുഴപ്പങ്ങളുണ്ടാക്കുന്നു. ഈ കുഴപ്പങ്ങളിൽപ്പെട്ട് ജീവിക്കാൻ പ്രയാസപ്പെടുന്ന യുവജനങ്ങൾ അതാത് നാടുകളിൽ അലസരും അസംതൃപ്തരും അശുഭാപ്തി വിശ്വാസികളുമായിത്തീരുന്നു.

എന്നാൽ തൊഴിലില്ലായ്മയും മറ്റ് ദുരനുഭവങ്ങളും പാടെ നിർമാർജനം ചെയ്ത സോഷ്യലിസ്റ്റ് നിർമാണപ്രവർത്തനങ്ങൾ നടക്കുന്ന രാജ്യങ്ങളിലുള്ള യുവജനങ്ങളുടെ സ്ഥിതി തികച്ചും വ്യത്യസ്തമാണ്. അവിടെ ജീവിതം അതിന്റെ എല്ലാ അർഥത്തിലും പുഷ്പിക്കുന്നു. പട്ടിണിയും പരിവട്ടവും തൊഴിലില്ലായ്മയും മോഹഭംഗവും വ്യർഥതാബോധവും

ഒന്നും ആ ജീവിതരീതിയിൽ വരുന്നില്ല. ഈ അടുത്തകാലത്തുമാത്രം അമേരിക്കൻ സാമ്രാജ്യത്വത്തിന് കനത്ത ആഘാതമേൽപ്പിച്ചുകൊണ്ട് സ്വാതന്ത്ര്യം നേടിയ വിയറ്റ്നാമും ലാവോസും കംബോഡിയയും ഭദ്രമായ ഒരടിത്തറയിൽ നല്ലൊരു ജീവിതസമ്പ്രദായം പടുത്തുയർത്താനുള്ള ശ്രമത്തിലാണ്. നാമിന്നഭിമുഖീരിക്കുന്ന പ്രശ്നങ്ങൾ പരിഹരിക്കണമെങ്കിൽ നമ്മുടെ നാടും ഒരു സോഷ്യലിസ്റ്റ് നാടായിത്തീരണം എന്ന് ഈ വസ്തുതകളെല്ലാം വ്യക്തമാക്കുന്നു. കാലഹരണപ്പെട്ട വ്യവസ്ഥകളെ നശിപ്പിച്ചിട്ടേ ഒരു സോഷ്യലിസ്റ്റ്വ്യവസ്ഥ പടുത്തുയർത്താൻ കഴിയൂ. സോഷ്യലിസം എന്ന ആശയം ഇന്ന് സാർവജനീനമായി അംഗീകരിക്കപ്പെട്ടപ്പോൾ ശത്രുക്കൾ പോലും സോഷ്യലിസത്തിന് വേണ്ടി നിലകൊള്ളുന്നുവെന്ന് അഭിനയിക്കുന്ന കാലമാണിത്. അതിനാൽ സോഷ്യലിസം കൊണ്ടർഥമാക്കുന്നതെന്താണെന്നും ആ വ്യവസ്ഥ ഇവിടെ വരുത്തുവാൻ അതിന്റെ മുന്നുപാധികളായി ചെയ്തുതീർക്കേണ്ടതെന്തെന്നും ശാസ്ത്രീയമായി മനസിലാക്കേണ്ടതുണ്ട്. സോഷ്യലിസമെന്ന പദപ്രയോഗം അത്തരമൊരു ജീവിതാനുഭവമുണ്ടാക്കുകയില്ല. സോഷ്യലിസ്റ്റ് വ്യവസ്ഥയിലേക്ക് ഒരു രാജ്യത്തെ മാറ്റണമെങ്കിൽ അതിനാവശ്യമായ ഭൗതിക സാഹചര്യങ്ങളുണ്ടായിരിക്കണം.

4. ജനാധിപത്യ വിപ്ലവ കടമകൾ പൂർത്തീകരിക്കുക

സോഷ്യലിസ്റ്റ് സാമൂഹ്യവ്യവസ്ഥയ്ക്ക് വേണ്ടി നീങ്ങുന്ന നമ്മൾ ആ ലക്ഷ്യപ്രാപ്തിക്കുവേണ്ടി ആദ്യമായും ജനാധിപത്യ വിപ്ലവകടമകൾ പൂർത്തികരിച്ചേ പറ്റൂ. അതുകൊണ്ട് ജനാധിപത്യ വിപ്ലവത്തിന്റെ കടമകളെന്തെന്ന് യുവതലമുറ മനസിലാക്കണം. ജനാധിപത്യവിപ്ലവം പൂർത്തീകരിക്കുന്നതിന് ഏത് നേതൃത്വം സ്വീകരിക്കണമെന്നും ഏത് വിധത്തിൽ മുന്നേറണമെന്നും വ്യക്തമായ കാഴ്ചപ്പാട് നമുക്കുണ്ടായിരിക്കണം. കാർഷികരംഗത്ത് സമൂലമായ മാറ്റത്തിന് വേണ്ടി ആ രംഗത്തെ ജന്മിത്ത നാടുവാഴിത്ത അവശിഷ്ടങ്ങളെ തൂത്തുമാറ്റേണ്ടത് നമ്മുടെ അടിയന്തര കടമയാണ്. സമൂഹത്തിലെ ഭൂരിപക്ഷത്തെ എണ്ണിയാലൊടുങ്ങാത്ത ദുരിതങ്ങളിലാഴ്ത്തി കൈവിരലിലെണ്ണാവുന്ന കുത്തകകൾ തടിച്ചുകൊഴുത്തുകൊണ്ടിരിക്കുന്ന ഒരു രാജ്യമാണ് നമ്മളുടേത്. ഈ കുത്തകകളുടെ താൽപ്പര്യം സംരക്ഷിക്കലാണ് ഇവിടെ ഇപ്പോൾ നടക്കുന്നത്. കുത്തകാധിപത്യം തകർക്കുക എന്നത് നമ്മുടെ മുഖ്യകടമകളിൽ ഒന്നാണ്. കുത്തകാധിപത്യത്തിന് കോട്ടം തട്ടാതിരിക്കുന്നതിന് സാമ്രാജ്യത്വപ്രീണനം നടക്കുന്നു. നമ്മുടെ സ്വാതന്ത്ര്യംപോലും അപകടത്തിലാക്കുന്ന സാമ്രാജ്യത്വത്തോട് വിട്ടുവീഴ്ചയില്ലാത്ത സമരം നടത്തേണ്ടത് നമ്മുടെ മറ്റൊരു കടമയാണ്. അങ്ങനെ എ) ഫ്യൂഡൽ വിരുദ്ധവും ബി) കുത്തക വിരുദ്ധവും സി) സാമ്രാജ്യത്വവിരുദ്ധവും ആയ പാതയിലൂടെ മുന്നേറി

ജനാധിപത്യവിപ്ലവത്തിന്റെ കടമകൾ പൂർത്തീകരിക്കേണ്ടത് നമ്മുടെ ലക്ഷ്യമാണ്. ഈ ലക്ഷ്യം നേടിയെടുക്കുന്നതിന് കേരളത്തിലെ യുവജനങ്ങളെ മുഴുവൻ നമ്മുടെ കൊടിക്കീഴിൽ അണിനിരത്തുവാൻ കഴിയണം. കേരളത്തിലെ യുവതലമുറയുടെ മൊത്തത്തിലുള്ള ലക്ഷ്യമായി ഇതിനെ അംഗീകരിപ്പിക്കണം.

യുവജനങ്ങൾ വർഗമല്ല, വർഗങ്ങൾ നിലനിൽക്കുന്ന നമ്മുടേതുപോലുള്ള സമൂഹത്തിലെ ശ്രദ്ധേയമായ ഒരുവിഭാഗം മാത്രമാണ്. ഈ വിഭാഗത്തെ വിലയിരുത്തുന്നതിൽ തെറ്റുപറ്റരുത്. യുവജനവിഭാഗം ജന്മനാ വിവിധ വർഗങ്ങളോട് ബന്ധമുള്ളതാണ്. ഇന്നത്തെ സാമൂഹ്യവ്യവസ്ഥയുടെ ദൂഷിതവലയങ്ങളിൽ കഴിയുന്ന അവർ ഇതിൽനിന്നും രക്ഷപ്പെടാൻ ആഗ്രഹിക്കുന്നവരാണ്. പക്ഷെ ആഗ്രഹം കൊണ്ടുമാത്രം രക്ഷപ്പെടാനാവില്ല. നിലനിൽക്കുന്ന വ്യവസ്ഥ തകർത്താലേ അത് സാധിക്കൂ. അങ്ങനെ തകർക്കണമെങ്കിൽ അതിന് നേതൃത്വം നൽകുന്ന തൊഴിലാളിവർഗ ശക്തി ഉണ്ടായിരിക്കണം. അക്കാര്യത്തിൽ തൊഴിലാളിവർഗ ശക്തിയുടെ നേതൃത്വത്തിൽ അതിന്റെ സഖ്യശക്തികൾ നടത്തുന്ന ശ്രമങ്ങളിൽ അവരോടൊപ്പം യുവജനങ്ങളും തങ്ങളുടെ കടമ നിർവഹിക്കണം. അതിനായി ജനാധിപത്യ വിപ്ലവത്തിന്റെ സ്വഭാവത്തെക്കുറിച്ച് വ്യക്തമായ കാഴ്ചപ്പാടും ശക്തമായ നിലപാടും ഉള്ള ഒരു യുവജനസംഘടനയാണ് നമ്മുടെ നാടിനാവശ്യം. സംഘടനകൾക്കതീതമായും യഥാർഥ വസ്തുതകളെ കാണാതെയും വ്യാമോഹങ്ങൾക്ക് അടിമപ്പെട്ടും നീങ്ങാതെ യുവതലമുറയെ ശരിയായ ലക്ഷ്യത്തിലേക്ക് നയിക്കാൻ ഈ സംഘടന പ്രതിജ്ഞാബദ്ധമാണ്. ഈ രീതിയിൽ തൊഴിലാളിവർഗ ബോധത്താൽ നയിക്കപ്പെടുന്ന ഒരു സംഘടനയായി നമ്മുടെ പ്രസ്ഥാനം കേരളത്തിൽ പ്രവർത്തിക്കണം.

5. ഇന്നത്തെ ഇന്ത്യ

കേരളത്തിന്റെയും കേരളമുൾപ്പെടുന്ന ഇന്ത്യയുടെയും ഇന്നത്തെ സ്ഥിതി മനസിലാക്കിയാലേ ജനാധിപത്യ വിപ്ലവത്തിന്റെ കടമകൾ പൂർത്തിയാക്കേണ്ടതിന്റെ ഗൗരവം ബോധ്യമാകൂ. സ്വാതന്ത്ര്യം ലഭിച്ച കാലത്ത് നാമമാത്രമായ വ്യവസായങ്ങളേ ഇന്ത്യയിൽ ഉണ്ടായിരുന്നുള്ളൂ.

ഇവിടുത്തെ ബൂർഷ്വാസി അധികാരക്കൈമാറ്റത്തോടെ സ്വയം വളരുന്നതിന് വെമ്പൽപൂണ്ടു. എന്നാൽ അതിനായി പ്രാങ് മുതലാളിത്ത വ്യവസ്ഥിതിയെ തകർക്കാൻ അവർ തയാറായില്ല. അതുപോലെ സാമ്രാജ്യത്വം വിട്ട് സ്വന്തം കാലിൽനിന്ന് മുന്നോട്ടുപോകാനും അവർ തയാറില്ല. മുതലാളിത്ത മാർഗത്തിൽക്കൂടി മുതലാളിത്തത്തിന്റെ നാശകാലത്ത് ഇന്ത്യയെ വികസിപ്പിക്കാനാണ് അധികാരിവർഗം തുനിഞ്ഞത്. അധികാരം കിട്ടിയ ബൂർഷ്വാസി വൻകിട ബൂർഷ്വാസിയായി. സാമ്രാജ്യത്വവു

മായി ബന്ധപ്പെടുമ്പോൾ തന്നെ സ്വന്തം വളർച്ചയ്ക്കുവേണ്ടി സോഷ്യലിസ്റ്റ് നാടുകളുടെ സഹായം സാമ്രാജ്യത്വത്തോട് വിലപേശുന്നതിനായി ഉപയോഗിച്ചു. ഇങ്ങനെ ചാഞ്ചാട്ടത്തോടെ വർത്തിച്ച് കുത്തകതാൽപ്പര്യം സംരക്ഷിച്ചതോടെ ഇന്ത്യൻജനത നിത്യദുരിതത്തിലായി. തൊഴിലെടുത്ത് ജീവിക്കുന്നവർക്ക് തങ്ങളുടെ അധ്വാനശക്തി മതിയായ വിലയ്ക്ക് വിറ്റ് ജീവിക്കുവാൻ കഴിയാതെയായി. ഉള്ള തൊഴിൽ തന്നെ എപ്പോഴാണ് നഷ്ടപ്പെടുന്നത് എന്നറിയാൻ കഴിയുന്നില്ല. തൊഴിലില്ലായ്മ പെരുകുന്നു. കുത്തകകൾ തടിച്ചു കൊഴുക്കുന്നു. സാമ്രാജ്യത്വരാജ്യങ്ങൾ കൂടുതൽ ലാഭം ചോർത്തിക്കൊണ്ടുപോകുന്നു. കൃഷിക്കാർ പാപ്പരായിക്കൊണ്ടിരിക്കുന്നു. ഇതാണ് ഇന്നത്തെ സ്ഥിതി.

ഇന്ത്യക്ക് സ്വാതന്ത്ര്യം കിട്ടിയിട്ടും ഭൂരിപക്ഷത്തിനും ജീവിക്കാനുള്ള സ്വാതന്ത്ര്യം യഥാർഥത്തിലില്ല. സ്വാതന്ത്ര്യം കിട്ടിയകാലത്ത് 33 ലക്ഷം തൊഴിലില്ലാത്തവരായിരുന്നു. പഞ്ചവത്സരപദ്ധതികളും പദ്ധതിയില്ലാവർഷങ്ങളും കടന്നുപോയപ്പോൾ ഇന്ന് തൊഴിലില്ലാത്തവരുടെ എണ്ണം 600 ലക്ഷത്തിലധികമായിരിക്കുന്നു. കേരളത്തിൽ മാത്രം 25 ലക്ഷത്തിൽപ്പരം പേർ ഇന്നും തൊഴിലില്ലാതെ അലയുന്നു. തൊഴിലില്ലാത്തവരിൽ അഭ്യസ്തവിദ്യരും അനഭ്യസ്തവിദ്യരും ഉൾപ്പെടും. അഭ്യസ്തവിദ്യരിൽ സാങ്കേതികപരിജ്ഞാനം സിദ്ധിച്ചവരും അല്ലാത്തവരുമുണ്ട്. അതോടൊപ്പം ഉണ്ടെന്ന് പറയുന്ന തൊഴിലിനെക്കുറിച്ചും പഠിക്കേണ്ടതാണ്. ആ പഠനം തൊഴിലില്ലായ്മയുടെ ആഴം എത്രമാത്രമാണെന്ന് ബോധ്യപ്പെടുത്തും. ഭാഗികമായിമാത്രം തൊഴിൽ ചെയ്യുന്നവരെയും അർഹിക്കുന്ന തൊഴിൽ ലഭിക്കാത്തതിനാൽ കിട്ടുന്ന തൊഴിൽ ചെയ്ത് ജീവിതം തള്ളിനീക്കുന്നവരെയും അതിൽപെടുന്ന തൊഴിലില്ലായ്മയുടെ രൂക്ഷത കുറയ്ക്കാൻ ശ്രമിക്കുന്നുണ്ട്.

പൂർണമായി തൊഴിലില്ലാത്ത അവസ്ഥ (Unemployment) ഭാഗികമായി തൊഴിലില്ലായ്മ യഥാർഥത്തിൽ അഭ്യസിച്ചിട്ടുള്ള തൊഴിലിന് പകരം എങ്ങിനെയും ജീവിതത്തെ നിലനിർത്തണമെന്ന ഉദ്ദേശ്യത്തോടെ കിട്ടുന്ന തൊഴിലെടുക്കുന്ന അവസ്ഥ (misemployment) എന്നിങ്ങനെ വിവിധ രൂപത്തിൽ തൊഴിലില്ലായ്മ അനുഭവപ്പെടുന്നു. ഇവരെ മൊത്തത്തിൽ തൊഴിലില്ലാത്തവരായി കണക്കാക്കിയാൽ ഇന്ത്യയിൽ തൊഴിലെടുക്കാൻ കഴിയുന്നവരുടെ മൂന്നിലൊന്നിൽ കൂടുതൽ പേർ ഇതിൽപ്പെടും. ഉള്ള തൊഴിൽ തന്നെ സ്ഥിരമായി ലഭിക്കുമെന്നുറപ്പില്ല. അനവസരത്തിലുള്ള യന്ത്രവൽക്കരണം ഈ രംഗം ശ്മശാനതുല്യമാക്കി മാറ്റുന്നു. കുത്തകതാൽപ്പര്യത്തെ സംരക്ഷിക്കുന്നതിന്റെ ഫലമായി പരമ്പരാഗത വ്യവസായങ്ങൾ തകരുന്നു. ലക്ഷങ്ങൾ പണിയെടുത്തുകൊണ്ടിരുന്ന നമ്മുടെ പരമ്പരാഗത വ്യവസായങ്ങളായ കയർ, കശുവണ്ടി, കൈത്തറി തുടങ്ങിയവയെല്ലാം തൊഴിലില്ലായ്മ പെരുകുന്ന വിധത്തിൽ തകർന്നു

കൊണ്ടിരിക്കുകയാണ്. കാർഷികരംഗവും ഇതിന് അപവാദമല്ല.

തൊഴിലന്വേഷകരുടെ ബാഹുല്യവും യന്ത്രവൽക്കരണവും മറ്റും കാർഷികരംഗത്തും തൊഴിലില്ലായ്മ സൃഷ്ടിക്കുന്നു. അധ്വാനശക്തിയെ പൂർണമായ അളവിൽ ഉപയോഗിക്കുക എന്ന ലക്ഷ്യത്തോടെയല്ല വ്യാവസായികരംഗത്തെ പുത്തൻ നീക്കങ്ങൾ. ചുരുങ്ങിയ വിലയ്ക്ക് ലഭ്യമാവണമെങ്കിൽ അധ്വാനശക്തി കെട്ടിക്കിടക്കണമെന്നതാണ് അവരുടെ വർഗ താൽപ്പര്യം.

6 തൊഴില്ലായ്മയെ നേരിടുന്നരീതി

ബൂർഷ്വാവർഗതാൽപ്പര്യത്തിന്റെ സന്തതിയായ തൊഴിലില്ലായ്മ ബൂർഷ്വാ വർഗത്തിന്റെ തന്നെ അടിതകർക്കാതെ നോക്കേണ്ടത് അവരുടെ ആവശ്യമാണ്. കുത്തകവർഗാധിപത്യത്തിനെതിരെയുള്ള ഭീഷണയിൽനിന്നും രക്ഷപ്പെടുന്നതിന് ചില പൊടിക്കൈകളും പ്രചരണങ്ങളും ഈ രംഗത്ത് ഭരണവർഗം പ്രയോഗിക്കാറുണ്ട്. വീട്ടുക്കൊരു തൊഴിലും ഗ്രാമത്തിനൊരു ഫാക്ടറിയും ക്രാഷ് പ്രോഗ്രാമുമെല്ലാം ഇത്തരത്തിലുള്ളവയാണ്. ഇന്ന് ഭരണത്തിലുള്ളവർ പത്തുവർഷത്തിനകം തൊഴിലില്ലായ്മ നിർമ്മാർജനം ചെയ്യുമെന്ന് വാഗ്ദാനം ചെയ്യുന്നു. മുതലാളിത്ത പാതയിൽക്കൂടി ചലിക്കുന്ന ഇവർക്ക് പൊള്ളയായ വാഗ്ദാനം നൽകാൻ കഴിയുമെന്നതിൽ കവിഞ്ഞ് ഇവർ ആത്മാർഥമായി വിചാരിച്ചാൽപോലും ഈ വ്യവസ്ഥയിൽ ഇതിന് പരിഹാരം കാണാൻ കഴിയുകയില്ല. തൊഴിലില്ലായ്മയുടെ ഭീഷണിയിൽനിന്ന് രക്ഷപ്പെടുന്നതിനും, തൊഴിലെടുക്കുന്നവന്റെ ജീവിത പ്രയാസങ്ങൾ ലഘൂകരിക്കുന്നതിനുള്ള ശ്രമങ്ങളെ തകർക്കുന്നതിനും വേണ്ടി പുത്തൻ പ്രചാരണ രീതികളും ഈ രംഗത്ത് കടന്നുവന്നിട്ടുണ്ട്. തൊഴിലുള്ളവനാണ് തൊഴിലില്ലാത്തവന്റെ ശത്രു എന്നതാണ് ആ പ്രചാരണത്തിന്റെ കാതൽ. അധ്വാനശക്തി, കുറഞ്ഞ വിലയ്ക്കാണെങ്കിൽ പോലും വിറ്റു ജീവിക്കാൻ അവസരം ലഭിച്ച ഒരു വിഭാഗവും അതിനുപോലും അവസരം കിട്ടാത്ത മറ്റൊരു വിഭാഗവും മുതലാളിത്തത്തിന്റെ ചൂഷണത്തിന് വിധേയരാണ്. ജീവിക്കുന്നതിനുവേണ്ടി അധ്വാനശക്തി വിൽക്കാൻ ഇരുകൂട്ടരും തയാറാണെങ്കിലും ഒരു കൂട്ടർക്ക് അവസരം ലഭിച്ചപ്പോൾ മറുകൂട്ടർക്ക് അവസരം ലഭിച്ചില്ലെന്നതാണ് ഇവർക്ക് തമ്മിലുള്ള വ്യത്യാസം. ഒരേ വർഗതാൽപ്പര്യത്തിൽ നിൽക്കേണ്ട ഇവരെ തമ്മിൽ ഏറ്റുമുട്ടിച്ച് മുതലാളിത്ത താൽപ്പര്യം സംരക്ഷിച്ച് മുന്നോട്ടുപോകാനാണ് ഭരണവർഗം ശ്രമിക്കുന്നത്. ഈ കുത്സിതശ്രമം പൊളിക്കേണ്ടത് അടിസ്ഥാനപരമായ മാറ്റമുണ്ടായാലേ തൊഴിലില്ലായ്മ പരിഹരിക്കാനാവൂ എന്ന ശാസ്ത്രീയ വീക്ഷണമുള്ളവരുടെ കടമയാണ്. അത്തരം മാറ്റമുണ്ടായ സോഷ്യലിസ്റ്റ് നാടുകളിൽ ഈ വിപത്ത് ഇല്ല. അവയിൽ പലതും (ഉദാ- ചൈന) ഇന്ത്യക്ക് സ്വാതന്ത്ര്യം

കിട്ടിയതിനുശേഷം മോചിതമായവയാണ് എന്ന കാര്യം പ്രത്യേകം ശ്രദ്ധേയമായതാണ്.

7. വ്യാവസായിക പുനഃസംവിധാനം

നമ്മുടെ നാട്ടിൽ സുലഭമായി ലഭിക്കുന്ന അസംസ്കൃത പദാർഥങ്ങൾ ഉപയോഗിച്ചുള്ള വ്യവസായങ്ങളും അതിനാവശ്യമായ ആഭ്യന്തര കമ്പോളം വികസിപ്പിക്കലും നടത്തിയാൽ തൊഴിൽ സാധ്യത വർധിപ്പിക്കുന്നതിന് കഴിയും. ഊർജശക്തി വേണ്ടുവോളം ലഭ്യമാണുതാനും. ഇരുമ്പയിര്, അലുമിനിയം, അയിര് ചുണ്ണാമ്പുകല്ല്, ഇൽമനൈറ്റ്, മോണോസൈറ്റ്, റബ്ബർ, സുഗന്ധദ്രവ്യങ്ങൾ, തോൽ തുടങ്ങിയവയും മറ്റ് കാർഷിക വിഭവങ്ങളും ഇതിനായി ഉപയോഗിക്കാം. വിദേശാശ്രയത്വത്തിൽനിന്നും വിമുക്തമായ ഒരു പുനഃസംവിധാനം വ്യാവസായിക രംഗത്തുണ്ടാകണം. അടിസ്ഥാന ഘനവ്യവസായങ്ങൾ പ്രയോജനകരമായ രീതിയിൽ ആരംഭിക്കണം. ഇതിനെല്ലാം കടകവിരുദ്ധമായ സമീപനത്തോടെ കുത്തകമുതലാളിത്ത താൽപ്പര്യം സംരക്ഷിക്കുന്നതിനുള്ള ശ്രമങ്ങളാണ് ഇവിടെ നടക്കുന്നത്.

8. കാർഷികരംഗത്തെ ചൂഷണം അവസാനിപ്പിക്കുക

വ്യാവസായിക രംഗത്ത് അഭിവൃദ്ധി കൈവരിക്കണമെങ്കിൽ കാർഷികരംഗത്ത് പുരോഗതിയുണ്ടാകണം. കാലം കഴിഞ്ഞ ജന്മിത്വ നാടുവാഴിത്ത വ്യവസ്ഥിതിയുടെ അവശിഷ്ടങ്ങളെ ഇതുവരെ തൂത്തുമാറ്റിയിട്ടില്ല. അതിനുപകരം ഇതുമായി സഖ്യത്തിലിരുന്നുകൊണ്ട് മുതലാളിത്തം കെട്ടിപ്പടുക്കാനാണ് ഭരണവർഗം ശ്രമിക്കുന്നത്. ജന്മി-നാടുവാഴി താൽപ്പര്യങ്ങളെ ഉന്മൂലനം ചെയ്യുക എന്നത് ഇന്ത്യൻ കുത്തകകളുടെ താൽപ്പര്യമല്ലാതായിട്ടുണ്ട്. കൃഷിക്കാരനെ സ്വതന്ത്രനാക്കി, കൃഷിഭൂമിക്കുടമയാക്കി അവന്റെ സർഗശക്തി കെട്ടഴിച്ചുവിടുന്നതിലൂടെ മാത്രമേ കാർഷിക പുരോഗതി കൈവരിക്കാനാവൂ എന്ന സത്യത്തിനു നേരെ ഭരണവർഗം കണ്ണടയ്ക്കുകയാണ്. എന്നാൽ വിവിധതരം ചൂഷണങ്ങൾക്ക് വിധേയനായ കർഷകൻ ഇന്ന് തകർച്ചയിലേക്ക് നീങ്ങിക്കൊണ്ടിരിക്കുകയാണ്. അതിനാൽ കാർഷികരംഗത്തെ ജന്മിത്തത്തിന്റെയും, നാടുവാഴിത്തത്തിന്റെയും, മുതലാളിത്തത്തിന്റെയും ആക്രമണത്തെ ചെറുത്ത് കൃഷിക്കാരെ മോചിപ്പിക്കേണ്ടത് കാലഘട്ടത്തിന്റെ ആവശ്യമാണ്.

9. സാമ്രാജ്യത്വത്തിനെതിരെ

മുതലാളിത്ത പാതയിൽക്കൂടി ചരിക്കുന്ന ഇന്ത്യ സാമ്രാജ്യത്വരാജ്യങ്ങളെ ആശ്രയിച്ച് കുത്തക താൽപ്പര്യം സംരക്ഷിക്കുന്നു. സ്വന്തം

കാലിൽനിന്നുള്ള വളർച്ചയ്ക്ക് പകരം വിദേശാശ്രയത്തോടെ നീങ്ങുന്ന ഇന്ത്യയെയാണ് നാം കാണുന്നത്. സ്വാതന്ത്ര്യത്തിനുമുമ്പ് ഒരു സാമ്രാജ്യത്വത്തിന്റെ (ബ്രിട്ടൻ) അധീശാധികാരമായിരുന്നു എങ്കിൽ ഇപ്പോൾ സാമ്രാജ്യത്വ രാജ്യങ്ങളായ അമേരിക്ക, പശ്ചിമജർമനി, ജപ്പാൻ, ഇറ്റലി, ഫ്രാൻസ്, ബ്രിട്ടൻ എന്നിവയ്ക്കെല്ലാം ഇന്ത്യയിൽ മൂലധനമുണ്ട്. അമേരിക്കയ്ക്ക് മറ്റേതൊരു ലോകരാഷ്ട്രത്തിൽനിന്നും ലഭിക്കുന്നതിനേക്കാൾ കൂടുതൽ ലാഭം ഇന്ത്യയിൽനിന്നാണ് ലഭിക്കുന്നത്. സ്വാതന്ത്ര്യം ലഭിക്കുമ്പോളുണ്ടായിരുന്ന വിദേശമൂലധനത്തിന്റെ നാലിരട്ടിയിലധികം ഇന്നുണ്ട്. വിദേശകടം കുന്നുകൂടിക്കൊണ്ടിരിക്കുന്നു. ബഹുരാഷ്ട്ര കോർപ്പറേഷനുകളുടെ പ്രവർത്തനം ഇന്ത്യക്കുള്ളിൽ ശക്തമായി വരുന്നു. ആഭ്യന്തരരംഗത്ത് അട്ടിമറി സംഘടിപ്പിക്കുന്ന സി ഐ എയുടെ പാലമായി വർത്തിക്കുന്നതും ബഹുരാഷ്ട്രകോർപ്പറേഷനുകളാണ്. സ്വകാര്യ പൊതുമേഖലാ സംരംഭങ്ങളെല്ലാം സാമ്രാജ്യത്വ താൽപ്പര്യം സംരക്ഷിക്കുന്ന വിധത്തിൽ സംവിധാനം ചെയ്തിരിക്കുന്നു. കാർഷികരംഗവും ഇതിൽനിന്ന് വിമുക്തമല്ല. സാമ്രാജ്യത്വരാജ്യങ്ങളാകട്ടെ, അവർ ചെന്നുപെട്ടിട്ടുള്ള കുഴപ്പങ്ങളിൽനിന്ന് കരകയറാൻ കഴിയാതെ കുഴങ്ങുകയാണ്. അവികസിത രാജ്യങ്ങളുടെ ചെലവിൽ അവർ രക്ഷപ്പെടാൻ ശ്രമിക്കുന്നു. ഇന്ത്യയും ഇത്തരം കുഴപ്പങ്ങളുടെ ഭാരം പേറുന്നു. നമ്മുടെ സമ്പത്ത് വിദേശങ്ങളിലേക്ക് ഒഴുകുന്നു. ഈ ഒഴുക്ക് തടയാതെ പുരോഗതി കൈവരിക്കാനാവില്ല. ഇത് രാഷ്ട്രീയ സ്വാതന്ത്ര്യത്തെവരെ അപകടകരമായി ബാധിക്കും. അതിനാൽ സാമ്രാജ്യത്വ താൽപ്പര്യത്തിനെതിരെ ഇന്നാട്ടിലെ മുഴുവൻ ജനങ്ങളേയും രംഗത്തിറക്കേണ്ടതുണ്ട്. ലോകത്തെമ്പാടും നടക്കുന്ന സാമ്രാജ്യത്വ വിരുദ്ധ പ്രസ്ഥാനങ്ങളോട് അനുഭാവം പ്രകടിപ്പിച്ച് അവയ്ക്ക് നമ്മളാൽ ആകാവുന്ന സഹായം ചെയ്തുകൊടുക്കണം. സാമ്രാജ്യത്വത്തിനെതിരെ നടക്കുന്ന എല്ലാ സമരങ്ങളിലും ഭാഗഭാക്കായി സാമ്രാജ്യവിരുദ്ധ കടമ നിറവേറ്റാൻ നമുക്ക് കഴിയണം.

10. ബൂർഷ്വാ ജനാധിപത്യവും നമ്മളും

ജനാധിപത്യ വിപ്ലവത്തിന്റെ കടമകൾ പൂർത്തീകരിക്കുന്നതിലൂടെ ജന്മിത്വ നാടുവാഴിത്ത താൽപ്പര്യവും കുത്തകാധിപത്യവും, സാമ്രാജ്യത്ത താൽപ്പര്യവും തകർക്കാൻ കഴിയും. ബൂർഷ്വാ ഭൂപ്രഭു വർഗ താൽപ്പര്യത്തിനെതിരായ മുഴുവൻ ശക്തികളെയും യോജിപ്പിച്ചിട്ടുള്ള മുന്നേറ്റത്തിൽ യുവജനങ്ങൾക്ക് നല്ലൊരു പങ്ക് നിർവഹിക്കാനുണ്ടെന്ന് നേരത്തെ ചൂണ്ടിക്കാണിച്ചിട്ടുണ്ട്. എന്നാൽ ഭരണാധികാരിവർഗങ്ങൾ അവരുടെ താൽപ്പര്യ സംരക്ഷണത്തിന് ഏത് ഹീന മാർഗങ്ങളും സ്വീകരിക്കും എന്ന കാര്യം മറന്നുകൂടാ. ബൂർഷ്വാ ജനാധിപത്യത്തിൽ അനുവദിച്ചിട്ടുള്ള പരിമിതമായ സ്വാതന്ത്ര്യത്തെയും അവകാശത്തെയും കുറിച്ച്

അവർ കൊട്ടിഘോഷിക്കുന്ന അവസരത്തിൽ തന്നെ അതെല്ലാം തകർക്കാനും ഫാസിസ്റ്റായി മാറ്റാനും അവർ മടിക്കില്ല. പാർലമെന്ററി ജനാധിപത്യത്തിന്റെ ഗുണഗണങ്ങൾ പാടിപ്പുകഴ്ത്തി നടന്ന നമ്മുടേതടക്കമുള്ള ഏഷ്യൻ രാജ്യങ്ങളിൽ അതിനെ തകിടം മറിച്ചത് കണ്ടവരാണ് നാം. ഇന്ത്യയിലും സിലോണിലും ആ വ്യവസ്ഥ തന്നെ വീണ്ടും നിലനിർത്തുന്നതിന് അധികാരി വർഗങ്ങൾക്ക് സമ്മതിക്കേണ്ടി വന്നു എന്നത് ഒരു പ്രത്യേകതയാണ്. ഇന്ത്യയിൽ ബൂർഷ്വാ ജനാധിപത്യത്തിൽ ഫാസിസ്റ്റ് വിത്ത് പൊട്ടിമുളച്ചതും വളരാൻ ശ്രമിച്ചതും നാം കണ്ടതാണ്. മനുഷ്യാവകാശങ്ങളെ നിഷേധിച്ചുകൊണ്ട് ഏകകക്ഷി, ഏകവ്യക്തി അമിതാധികാരം സ്ഥാപിച്ച് വൻകിട ബൂർഷ്വാസിയെ രക്ഷിക്കാൻ ശ്രമിച്ച ഭരണാധികാരി വർഗങ്ങളുടെ താൽപ്പര്യമാണ് ജനങ്ങൾക്കെതിരെ പരസ്യമായി യുദ്ധം പ്രഖ്യാപിച്ചുകൊണ്ടുള്ള ആഭ്യന്തരാടിയന്തരാവസ്ഥ. ആ ഒരു സ്ഥിതിയിൽ നഷ്ടപ്പെട്ട മനുഷ്യാവകാശങ്ങൾ നേടിയെടുക്കുന്നതിന് ഏതു മാർഗവും നാം സ്വീകരിക്കേണ്ടതുണ്ട്. ജനാധിപത്യ വിപ്ലവത്തിന്റെ കടമകൾ നിർവഹിക്കുന്നതിന് ബൂർഷ്വാ ജനാധിപത്യത്തിലെ പരിമിതമായ അവകാശങ്ങൾ സംരക്ഷിച്ചുകൊണ്ട് മുന്നേറുക എന്നത് നമ്മുടെ ചുമതലയാണ്.

ഇന്നിന്ത്യയിൽ വന്ന ഭരണമാറ്റത്തിന് നമ്മുടെ പ്രസ്ഥാനവും കനത്ത സംഭാവന നൽകിയിട്ടുണ്ട്. എന്നാൽ ഭരണകൂടത്തിന്റെ വർഗതാൽപ്പര്യത്തിന് മാറ്റമൊന്നുമുണ്ടായിട്ടില്ല. ജനാധിപത്യവിപ്ലവത്തിന്റെ കടമ പൂർത്തീകരിച്ച് സോഷ്യലിസ്റ്റ് സമുദായം എന്ന ലക്ഷ്യത്തിലേക്ക് നാടിനെ നീക്കുന്നതിന് ഇന്നത്തെ ഭരണാധികാരിവർഗം സഹായിക്കുമെന്ന വ്യാമോഹം നമുക്കില്ല. അതുകൊണ്ടുതന്നെ തൊഴിലാളി വർഗത്തിന്റെ നേതൃത്വത്തിലുള്ള ഒരു ഭരണകൂടം വന്നാലേ ഇന്ത്യയുടെ പ്രശ്നങ്ങൾ ആത്യന്തികമായി പരിഹരിക്കപ്പെടുകയുള്ളൂ.

11. തൊഴിലവകാശം

ബൂർഷ്വാ ജനാധിപത്യത്തിൽ ജീവിക്കാനുള്ള സ്വാതന്ത്ര്യമുണ്ടെന്നാണല്ലോ പരക്കെ പ്രചരിപ്പിക്കാറുള്ളത്. എന്നാൽ തൊഴിലില്ലായ്മയും തജ്ജന്യമായ സാമൂഹ്യപ്രശ്നങ്ങളും മറ്റു രീതിയിലുള്ള ചൂഷണ സമ്പ്രദായങ്ങളും ജീവിക്കാനുള്ള സ്വാതന്ത്ര്യത്തെ ഇല്ലാതാക്കുന്നു എന്നു മനസിലാക്കാൻ വലിയ പാണ്ഡിത്യമൊന്നും ആവശ്യമില്ല. അതിനാൽ തൊഴിലെടുക്കാനുള്ള സ്വാതന്ത്ര്യത്തിന് പകരം എല്ലാവർക്കും തൊഴിൽ കൊടുക്കുവാനുള്ള ഉത്തരവാദിത്വം അധികാരികൾ ഏൽക്കണം. തൊഴിലവകാശം ഭരണഘടനയിൽ മൗലികാവകാശമായി ഉൾപ്പെടുത്തണം. തൊഴിൽ ലഭിക്കുന്നതുവരെ ജീവിക്കുന്നതിനാവശ്യമായ സംവിധാനമേർപ്പെടുത്താനുള്ള ഉത്തരവാദിത്വം സർക്കാർ ഏറ്റെടുക്കണം.

12. സാംസ്കാരിക വിദ്യാഭ്യാസരംഗം

ഇന്നത്തെ സാമൂഹ്യവ്യവസ്ഥയ്ക്ക് കോട്ടംതട്ടാതിരിക്കുന്നതിനും അതിനെ നിലനിർത്തുന്നതിനും വേണ്ടി സാംസ്കാരിക രംഗവും സാമൂഹ്യബന്ധങ്ങളും സമർഥമായി ഉപയോഗിക്കുന്നതിൽ ഭരണവർഗം ഒട്ടും പിന്നോട്ടല്ല. മർദനോപകരണമായ ഭരണകൂടത്തെ ഇതിനുവേണ്ടി ഉപയോഗിക്കുമ്പോൾത്തന്നെ അതൊന്നും പ്രത്യക്ഷത്തിൽ മനസിലാകാതിരിക്കുന്നതിനുവേണ്ടി കലാ-സാംസ്കാരികാന്തരീക്ഷവും സാമൂഹ്യബന്ധങ്ങളും പ്രത്യേകരീതിയിൽ നിലനിർത്തിയിരിക്കുകയാണ്. ഈ രംഗങ്ങളിലും നശിച്ചുകൊണ്ടിരിക്കുന്ന സാമൂഹ്യവ്യവസ്ഥയുടെ താൽപ്പര്യങ്ങളാണ് ആധിപത്യം വഹിക്കുന്നത്. മതങ്ങളും ജാതികളും ഉയർത്തിവിട്ടിട്ടുള്ള വിശ്വാസങ്ങളും അനാചാരങ്ങളും മുതലാളിത്തത്തിന്റെ ദുഷിച്ച ആശയഗതികളും സാമ്രാജ്യത്വ താൽപ്പര്യവും എല്ലാം ഇവിടെ പരിരക്ഷിക്കാനുള്ള സംവിധാനത്തിന്റെ ഭാഗമായാണ് വിദ്യാഭ്യാസ-കലാസാംസ്കാരിക മേഖലകളെ ഭരണകൂടം പ്രയോജപ്പെടുത്തി വരുന്നത്. സെക്കന്ററി വിദ്യാഭ്യാസം സൗജന്യവും സാർവത്രികവുമാക്കണം. ഉപരിവിദ്യാഭ്യാസം നാടിന്റെ പുരോഗതിക്ക് ആധാരമായ വിധത്തിൽ പുനഃസംവിധാനം ചെയ്യണം. നമ്മുടെ ബുദ്ധിജീവികളെ കയറ്റി അയയ്ക്കുന്നതിന് പകരം ഇന്നാട്ടിന്റെ പുരോഗതിയെ ലാക്കാക്കി അവരുടെ സേവനം ഇവിടെ ഉപയോഗപ്പെടുത്തണം. നാടിന്റെ വളർച്ചയെ ലക്ഷ്യമാക്കിയുള്ള വിദ്യാഭ്യാസ സംവിധാനം ഏർപ്പെടുത്തണം. നാം ഇതിനെല്ലാം വേണ്ടി നിലകൊള്ളുന്നു.

13. നിരക്ഷരതാ നിർമാർജനം

നമ്മുടെ വിദ്യാഭ്യാസ സമ്പ്രദായം പോലും കുത്തക മുതലാളിത്തത്തിന് വളരാനുള്ള സൗകര്യത്തോടെയാണ് സംവിധാനം ചെയ്തിരിക്കുന്നത്. ഭൂരിപക്ഷത്തിനും ഗുണം ചെയ്യുന്ന മാറ്റങ്ങളൊന്നും ഈ രംഗത്ത് കാണുന്നില്ല. വിദ്യാഭ്യാസവും ജീവിതവുമായി ബന്ധമില്ല. സാർവത്രിക വിദ്യാഭ്യാസം നൽകുന്നതിന് നമ്മുടെ നാട്ടിന് കഴിഞ്ഞിട്ടില്ല. നിരക്ഷരതയുടെ കാര്യത്തിൽ ഒന്നാം സ്ഥാനമാണ് ഇന്ത്യക്കുള്ളത്. ജനങ്ങളിൽ 72 ശതമാനം പേരും നിരക്ഷരരായി നിൽക്കുന്നു. കേരളത്തിൽ അത് 40 ശതമാനം ആണ്. ഇന്ത്യ സ്വതന്ത്രമായതിനുശേഷം സ്വാതന്ത്ര്യം ലഭിച്ച 82 കോടി ജനങ്ങൾ അധിവസിക്കുന്ന ചൈന നിരക്ഷരതാ നിർമാർജ്ജം ചെയ്തിരിക്കുന്നു. ഈ അടുത്തകാലത്ത് മാത്രം സ്വാതന്ത്ര്യം ലഭിച്ച വിയത്നാം ഈ വെല്ലുവിളിയെ നേരിട്ടിരിക്കുന്നു. ജനങ്ങൾ ബോധമുള്ളവരായാൽ ഭരണവർഗത്തിനതൊരാപത്താണെന്നതിനാലാണ് അക്ഷരാഭ്യാസത്തിന്റെ കാര്യത്തിൽപ്പോലും ഇത്ര നിന്ദ്യമായ ഒരു സമീപനം അധികാരികൾ കൈക്കൊണ്ടത്. ഭരണവർഗത്തിന്റെ ഈ നയത്തെ തുറ

ന്നുകാണിക്കുന്നതിനോടൊപ്പം നിരക്ഷരതാ നിർമാർജനത്തിനായി മാതൃകാപരമായ പ്രവർത്തനങ്ങൾ സംഘടിപ്പിക്കാൻ യുവജനങ്ങളായ നാം പ്രതിജ്ഞാബദ്ധരാണ്. ഇതിനുപുറമേ ജനങ്ങളുടെ ബോധനിലവാരം ഉയർത്തുന്നതിന് വായനശാലകളും ഗ്രന്ഥശാലകളും ജനങ്ങൾക്ക് പ്രയോജനപ്രദമായ രീതിയിൽ സംഘടിപ്പിക്കാൻ നാം തയാറാവണം. അത്തരം സാംസ്കാരിക സ്ഥാപനങ്ങളുടെ നിലനിൽപ്പിനാവശ്യമായ പ്രവർത്തനങ്ങൾ സംഘടിപ്പിക്കേണ്ടതും നമ്മുടെ കടമതന്നെ.

14. വിദ്യാഭ്യാസരംഗത്തെ സാമ്രാജ്യത്വതാൽപ്പര്യം

മുതലാളിത്ത-പ്രാങ് മുതലാളിത്ത താൽപ്പര്യങ്ങൾക്കും സാമ്രാജ്യത്വതാൽപ്പര്യത്തിനും സംരക്ഷണം നൽകുന്ന വിധത്തിലാണ് ഇന്നത്തെ വിദ്യാഭ്യാസ സമ്പ്രദായം. ഈ രംഗത്ത് സാമ്രാജ്യത്വം നേരിട്ടുതന്നെ ഇടപെടുന്നുണ്ട്. സി ഐ എയുടെ പ്രവർത്തനവും നമ്മുടെ വിദ്യാഭ്യാസരംഗത്ത് കാണാം. വിവിധ ഫൗണ്ടേഷനുകൾ സാമ്രാജ്യത്വ താൽപ്പര്യവും സംരക്ഷിക്കുന്നു. പി എൽ 480 അനുസരിച്ചുള്ള അമേരിക്കൻ പണം ഇതേ ആവശ്യത്തിന് ഇവിടെ ഉപയോഗിക്കുന്നു. പുരോഗമനപരമായ ആശയങ്ങളെ അവഹേളിക്കുന്നതിനും വസ്തുതകൾക്ക് വിരുദ്ധമായി ചിന്തിപ്പിക്കുന്നതിനും സാമ്രാജ്യത്വതാൽപ്പര്യങ്ങളെ പട്ടിൽ പൊതിഞ്ഞ് അവതരിപ്പിക്കുന്നതിനുമെല്ലാം വിദ്യാഭ്യാസരംഗമാണ് സാമ്രാജ്യത്വം തെരഞ്ഞെടുത്തിരിക്കുന്നത്. അതിനാൽ നമ്മുടെ വിദ്യാഭ്യാസമണ്ഡലത്തിലുള്ള സാമ്രാജ്യത്വ നുഴഞ്ഞുകയറ്റത്തെ സർവ ശക്തിയുമുപയോഗിച്ച് നേരിടണം.

15. കലാ സാംസ്കാരിക രംഗത്തെ സൃഷ്ടിപരമായ പ്രവർത്തനങ്ങൾ

പാശ്ചാത്യ മുതലാളിത്തനാടുകളിലെ സാംസ്കാരിക വൈകൃതങ്ങൾ നമ്മുടെ നാട്ടിൽ കടത്തിവിട്ട് സാമൂഹ്യജീവിതത്തിനെതിരെ ഭീഷണികളുയർത്തുന്ന ബോധപൂർവമായ ശ്രമങ്ങൾ നമ്മുടെ കലാ-സാംസ്കാരിക രംഗത്ത് നടക്കുന്നുണ്ട്. ലൈംഗിക അരാജകത്വത്തിലേക്കും ലഹരിയിൽ മുഴുകിയ ജീവിത അധഃപതനത്തിലേക്കും മനുഷ്യനെ കൊണ്ടുചെന്നെത്തിക്കും എന്ന നിലയിൽ ഇത് ചിലപ്പോൾ പ്രത്യക്ഷപ്പെടുന്നു. ജീവിതത്തോട് ആഭിമുഖ്യ ഉണ്ടാകരുതെന്നും മരണമാണ് സത്യമെന്നും വാദിക്കുന്നു. കാലഹരണപ്പെട്ട വ്യവസ്ഥയെ കുഴിച്ചുമൂടുവാനുള്ള കർമശക്തിയെ ചൈതന്യമറ്റതാക്കി തീർക്കുക എന്നതാണ് ഇതിന്റെ ഗൂഢോദ്ദേശ്യം. ബൂർഷ്വാ- ഭൂപ്രഭുവർഗ ഭരണത്തിലുള്ള അസ്വാതന്ത്ര്യത്തെയും മനുഷ്യത്വരാഹിത്യത്തെയും പറ്റി യുവജനങ്ങൾ ബോധവാന്മാരാകുന്നതിനെ തടഞ്ഞ് അവരുടെ വർഗ ഭരണത്തിനെതിരെ

വരുന്ന വെല്ലുവിളികളെ തകർത്തുകൊണ്ടു സമൂഹത്തെ അടക്കി ഭരിക്കുക എന്ന താൽപ്പര്യം ഇതിന്റെ പിന്നിലുണ്ട്. ഈ വ്യവസ്ഥയ്ക്കെതിരെ നിലനിൽക്കുന്നവരുടെ ശക്തിയും ആത്മവിശ്വാസവും ചോർത്തിക്കളയുക എന്നതും ഈ മദ്യ-രതി-മരണ സാഹിത്യത്തിന്റെ ലക്ഷ്യമാണ്.

അതിനാൽ വളരാനും വികസിക്കാനും വെമ്പൽകൊള്ളുന്നൊരു യുവജനപ്രസ്ഥാനം എന്ന നിലയിൽ ഇത്തരം പ്രവണതകളോടും ആശയങ്ങളോടും സന്ധിയില്ലാത്ത സമരം ചെയ്യുക എന്നത് നമ്മുടെ കടമയാണ്. ആശയപ്രചാരണം കൊണ്ടുമാത്രം ഇതിനെ അതിജീവിക്കാൻ കഴിയുകയില്ല. വ്യക്തികൾക്ക് സമൂഹത്തോടും തന്നോടു തന്നെയും ബന്ധമില്ലെന്നും; മിഥ്യയായ ജീവിതം വെടിഞ്ഞു സത്യമായ മരണത്തെ ഉപവസിക്കാൻ പ്രേരണ നൽകുന്ന ശക്തവും സമർഥവുമായ കലാരൂപങ്ങൾ സാഹിത്യത്തിലും അല്ലാതെയും നാം കാണുന്നു. ഇവരുടെ ആവിഷ്കരണ നിപുണത ആരെയും ആകർഷിക്കാൻ പോന്നതും അതിനാൽ യുവജനങ്ങളെ വഴിപിഴപ്പിക്കാൻ പ്രാപ്തവുമാണ്. ഈ ദൂഷിത വലയത്തിൽ നിന്ന് യുവജനങ്ങളെ മോചിപ്പിക്കാൻ അതിന്റെ ദൂഷ്യവശങ്ങൾ എടുത്ത് പറയുന്നതിനോടൊപ്പം ഈ രംഗത്ത് സോദ്ദേശ്യ കലാസൃഷ്ടികൾ നടത്തുന്നതിന് കരുത്തുള്ള സർഗധനന്മാർക്ക് അർഹമായ പ്രോത്സാഹനം നൽകി അവരെ ഉയർത്തിക്കൊണ്ടുവരേണ്ടതും നമ്മുടെ കടമയാണ്. വളരുന്ന വ്യവസ്ഥയിൽ വിശ്വാസം അർപ്പിച്ചുകൊണ്ട് തകരുന്ന വ്യവസ്ഥയെ കഴിയുന്നത്ര വേഗം നാമാവശേഷമാക്കുവാൻ സഹായകമായിരിക്കണം. അത്തരം സൃഷ്ടികൾ രതിവൈകൃതങ്ങളുടെയും ലഹരിപദാർഥങ്ങളുടെയും ആനന്ദത്തിലും മോഹഭംഗമെന്ന ആശയത്തിലും മൃത്യുപാസനയിലും നീന്തിത്തുടിക്കുന്നതിന് പകരം ഉദാത്തമായ ഒരു മനുഷ്യസംസ്കാരത്തിന് വേണ്ടി നിൽക്കുന്നതും ജീവിതാഭിമുഖ്യമുള്ള ഒരു വീക്ഷണത്തോടും കൂടിയ കലാസൃഷ്ടികൾക്ക് ജന്മംനൽകുന്ന സർഗധനന്മാരെ സമൂഹത്തിൽ വിലമതിച്ചവരായി ഉയർത്തിക്കൊണ്ടുവരുന്നതിന് നാം ശ്രമിക്കണം. തൊഴിലെടുക്കുന്നതിൽ അന്തസും തൊഴിലെടുക്കുന്നവരോട് ബഹുമാനവും ഈ കലാകാരന്മാരിൽ ഉളവാകാൻ ഉതകുന്ന അന്തരീക്ഷം നാം ഉയർത്തണം.

16. കായികരംഗം

കലാ-സാംസ്കാരിക രംഗത്തെ പ്രവർത്തനംപോലെ തന്നെ ശ്രദ്ധ കേന്ദ്രീകരിക്കേണ്ടതാണ് കായികരംഗം. ഊർജസ്വലരായ യുവതലമുറയെ വാർത്തെടുക്കുന്നതിന് കായികരംഗത്തെ നാം ശ്രദ്ധിക്കേണ്ടിയിരിക്കുന്നു. മറ്റു രാജ്യങ്ങളുമായി താരതമ്യപ്പെടുത്തുമ്പോൾ ഇന്ത്യയുടെ കായികപരമായ കഴിവ് പരിതാപകരമാണ്. കായികരംഗത്ത് കഴിവുള്ള

വരെ വളർത്തിക്കൊണ്ടുവരാൻ ഭരണാധികാരികൾക്ക് താൽപ്പര്യമില്ല. അർഹിക്കുന്നവർക്ക് അംഗീകാരം വാങ്ങിക്കൊടുക്കുന്നതിന് നാം ശ്രദ്ധിക്കേണ്ടിയിരിക്കുന്നു. കായികരംഗത്തെ ആരോഗ്യപരമായ മത്സരങ്ങൾ സൃഷ്ടിച്ചുകൊണ്ട് പ്രോത്സാഹനമർഹിക്കുന്നവരെ മുന്നോട്ടു കൊണ്ടുവരികയെന്ന കാഴ്ചപ്പാടോടെ നാം ഈ രംഗത്ത് നീങ്ങണം. അത് നമ്മുടെ കടമയായിരിക്കണം.

17. അന്ധവിശ്വാസങ്ങൾക്കും അനാചാരങ്ങൾക്കും എതിരെ

ഇന്ത്യൻ ജനതയെ ജാതിയുടെയും മതത്തിന്റെയും പ്രാദേശികതയുടെയും പേരിൽ തമ്മിൽ ഭിന്നിപ്പിക്കുന്നതിനെ നാം തുറന്നുകാണിച്ച് യുവജനഐക്യം വളർത്തണം. കേരളത്തിലെ ഈ ചുമതലയാണ് നമുക്ക് നിർവഹിക്കാനുള്ളത്. മതമേധാവികൾക്കും അവർ പരത്തിവിടുന്ന അന്ധവിശ്വാസങ്ങൾക്കുമെതിരായി നാം ശക്തമായി പോരാടേണ്ടിയിരിക്കുന്നു. നശിക്കേണ്ട സാമൂഹ്യവ്യവസ്ഥയുടെ അവശിഷ്ടങ്ങളെ തൂത്തെറിയുന്നതിനാവശ്യമാണ്. അന്ധവിശ്വാസങ്ങൾ മനുഷ്യപുരോഗതിയുടെ മുന്നിൽ വിലങ്ങടിച്ചു നിൽക്കുന്നു. അതിനാൽ അത്തരം വിശ്വാസങ്ങളുടെ പൊള്ളത്തരം തുറന്നുകാണിക്കണം. അന്ധവിശ്വാസങ്ങളോടൊപ്പം അനാചാരങ്ങളേയും നേരിടാൻ നമുക്ക് കഴിയണം. അന്ധവിശ്വാസങ്ങൾക്കും അനാചാരങ്ങൾക്കും അടിമപ്പെട്ടവരെല്ലാം നമ്മുടെ ശത്രുക്കളാണെന്ന നിഗമനത്തോടെ നീങ്ങുന്നത് കൂടുതൽ അപകടം ക്ഷണിച്ചുവരുത്തും. അന്ധവിശ്വാസങ്ങളിലും അനാചാരങ്ങളിലും പെട്ടവർക്കും അല്ലാത്തവർക്കും ഒരേ വിധത്തിലുള്ള ജീവിതപ്രയാസങ്ങൾ നേരിടാനുണ്ടാകും. അത്തരം സന്ദർഭങ്ങളിൽ അവരുമായി ഒത്തൊരുമിച്ച് ജീവിത ബുദ്ധിമുട്ടുകളെ നേരിടുന്നതിന് ശ്രമിച്ചുകൊണ്ട് ആശയരംഗത്ത് സന്ധിയില്ലാത്ത സമരം നടത്തി അവരെയും തെറ്റായ വിശ്വാസങ്ങളിൽ നിന്നും ആചാരങ്ങളിൽനിന്നും രക്ഷിച്ചെടുക്കണം. ശാസ്ത്രീയബോധം ജനങ്ങളിൽ ജനിപ്പിക്കുന്നതിൽ നാം ജാഗരൂകരായിരിക്കണം. ശാസ്ത്രത്തിന്റെ നിരന്തര പ്രചാരകരായി അനാചാരങ്ങളെയും അവിശ്വാസങ്ങളെയും എതിർക്കാൻ കഴിയണം. അന്ധവിശ്വാസത്തിലും അനാചാരത്തിലും സമൂഹം ആണ്ടു കിടക്കേണ്ടത് സ്ഥാപിത താൽപ്പര്യക്കാരുടെ ആവശ്യമാണ്. അത് മനസിലാക്കി നാം പ്രവർത്തനം സംഘടിപ്പിക്കണം.

18. ജാതിവ്യവസ്ഥ

മതവിശ്വാസങ്ങളും സ്ഥാപനങ്ങളും ലോകത്ത് മുഴുവനുണ്ടെങ്കിലും ജാതിമേധാവിത്വം ഇന്ത്യയിൽ മാത്രമേ കാണുന്നുള്ളൂ. മതവിശ്വാസങ്ങളും മതസ്ഥാപനങ്ങളും അവയ്ക്ക് ജന്മംനൽകിയ സാമൂഹ്യ-സാമ്പത്തിക സാഹചര്യം നിലനിൽക്കുന്ന കാലത്തോളം നിലനിൽക്കും. അതി

നാൽ അത് തകർക്കേണ്ടത് പുരോഗതിക്കാവശ്യമാണ്. മതവിശ്വാസങ്ങളും മതസ്ഥാപനങ്ങളും ബൂർഷ്വാ വ്യവസ്ഥയ്ക്കെതിരായിരുന്നില്ല. എന്നാൽ ജാതി അതല്ല. ജാതിവ്യവസ്ഥ ഇന്നും ഇവിടെ നിലനിൽക്കുന്നു. ഇവിടെ ജാതിവിശ്വാസവും മതവിശ്വാസവും കൂടി പിണഞ്ഞിരിക്കുന്നു. ജാതി സമ്പ്രദായത്തിനെതിരെ ശക്തമായ നീക്കം നമ്മിൽനിന്നുണ്ടാകണം. ജാതിസമ്പ്രദായങ്ങളുടെ അവശിഷ്ടങ്ങൾക്കെതിരായും ജനിച്ച ജാതി ഏതെന്ന് നോക്കാതെയും രാജ്യത്തിലുള്ള എല്ലാ പൗരന്മാരുടെയും പൂർണസമത്വത്തിനുവേണ്ടിയും നവീകരണ പ്രക്രിയകളിൽ നടക്കുന്ന അസമമായ വളർച്ചയ്ക്കെതിരായി നാം പ്രവർത്തിക്കണം. ഇതിനായി എല്ലാ ജാതികളിലും പെട്ടവരെ ഒരേപോലെ അണിനിരത്താൻ നമുക്ക് കഴിയണം.

19. തെറ്റായ ആശയഗതികൾക്കെതിരെ

പ്രത്യയശാസ്ത്രരംഗത്തെ തെറ്റായ പ്രവണതകൾക്കും ആശയഗതികൾക്കും എതിരായി നിൽക്കുന്നതിന് നമുക്ക് ചുമതലയുണ്ട്. ഒരു സംഘടനയും കൂടാതെ യാതൊരു നേതൃത്വവും സ്വീകരിക്കാതെ ഏതാനും യുവസാഹസികന്മാർ ആത്മാർഥമായി വിചാരിച്ചൊരുമ്പെട്ടാൽ ഇന്നത്തെ വ്യവസ്ഥയെ അപ്പാടെ മാറ്റാം എന്നു വാദിക്കുന്നവരുണ്ട്. ചിലരാവട്ടെ, മറ്റു രാജ്യങ്ങളിലെ അനുഭവം അതേപടി ഇവിടെ പകർത്തിയാൽ മാറ്റമുണ്ടാക്കാമെന്ന് കരുതി സാഹസകൃത്യങ്ങളിൽ വ്യാപൃതരാകുന്നു. ഇതെല്ലാം നിലനിൽക്കുന്ന വ്യവസ്ഥയെ വെല്ലുവിളിക്കുന്ന ശക്തികളെ തളർത്താനെ സഹായിക്കൂ. അതിനാൽ ഈ കാഴ്ചപ്പാടുകളോട് വിട്ടുവീഴ്ചയില്ലാതെ എതിർക്കേണ്ടിയിരിക്കുന്നു. വിപ്ലവം ഒരു ഇറക്കുമതിച്ചരക്കല്ല. ഈ നാടിന്റെ വസ്തുനിഷ്ഠസാഹചര്യത്തിനനുസരിച്ച് ഇവിടുത്തെ ജനങ്ങൾതന്നെ ജനാധിപത്യവിപ്ലവത്തിന്റെ കടമകൾ പൂർത്തീകരിക്കണം. ഇതാണ് നമ്മുടെ കാഴ്ചപ്പാട്. സാമ്രാജ്യത്വത്തിനും മുതലാളിത്തത്തിനും എതിരായി നടക്കുന്ന എല്ലാ സമരങ്ങളിലും നമുക്ക് താൽപ്പര്യമുണ്ട്. ഇന്നു നടക്കുന്ന എല്ലാ സമരങ്ങളിലും നമുക്ക് താൽപ്പര്യമുണ്ട്. ഇന്ന് നടക്കുന്ന സാമ്രാജ്യത്വ മുതലാളിത്ത വിരുദ്ധ സമരങ്ങളിൽ ശാസ്ത്രീയ സോഷ്യലിസത്തിന്റെ സാർവദേശീയ വീക്ഷണത്തോടെ സോഷ്യലിസ്റ്റ് നാടുകൾ അവനവന്റെ പങ്കുവഹിക്കണം. അടുത്ത കാലത്ത് അംഗോളയുടെ ആഭ്യന്തരരംഗത്ത് സാമ്രാജ്യത്തിന്റെ ഇടപെടലിനെതിരെ ക്യൂബയുടെ സഹായം സോഷ്യലിസ്റ്റ് നാടുകൾക്ക് ഈ കാലഘട്ടത്തിൽ ഈ രംഗത്ത് നിർവഹിക്കാനുള്ള ചുമതല വ്യക്തമാക്കുന്നു.

പാശ്ചാത്യനാടുകളിൽ കൊട്ടിഘോഷിക്കപ്പെട്ടിരുന്നതും വിദ്യാഭ്യാസമുള്ള യുവജനങ്ങളിൽ പ്രചാരം ഉണ്ടായിരുന്നതുമായ ഒരു പ്രസ്ഥാ

നമാണ് പുത്തൻ ഇടതുപക്ഷപ്രസ്ഥാനം. (new left movement) ഇതിന്റെ ആയുസ്സ് അറ്റതായിട്ടാണ് കാണുന്നത്. ആശയരംഗത്ത് വലിയ അപകടം ഇതുവരുത്തിവയ്ക്കും. അതിന്റെ സ്വാധീനം അപ്പാടെ പോയിട്ടില്ലതാനും. ഈ പ്രസ്ഥാനം യുവജനങ്ങളിൽ അവസാനം നിസ്സഹായതാബോധമുണ്ടാക്കി തകർക്കേണ്ടതിനെ തകർക്കാനുള്ള ശക്തി ചോർത്തിക്കളയുന്നു. ഈ പ്രസ്ഥാനത്തിൽ വരുന്നവർ ഏറിയകൂറും സാമ്രാജ്യത്വത്തിനെതിരായും ദേശീയ വിമോചന പ്രസ്ഥാനങ്ങൾക്കനുകൂലമായും ചൂഷണവ്യവസ്ഥയ്ക്കെതിരായും നീങ്ങുന്ന യുവജനങ്ങളാണ്. മുതലാളിത്ത വ്യവസ്ഥയോടുള്ള അഭ്യസ്തവിദ്യരുടെ പ്രതിഷേധം ഇവരുടെ പ്രവർത്തനങ്ങളിൽ കാണാം. വർഗവ്യത്യാസം നിലനിൽക്കുന്ന നമ്മുടേതുപോലുള്ള സാമൂഹ്യവ്യവസ്ഥിതിയിൽ നിലനിൽക്കുന്ന വർഗാധിപത്യം തകർക്കുന്നതിന് തൊഴിലാളിവർഗത്തിന്റെ നേതൃത്വം അനിവാര്യമാണെന്ന ശാസ്ത്രീയതത്വത്തെ ഇവർ നിരാകരിക്കുന്നു. ഒരുപിടി ബുദ്ധിജീവികളായ യുവാക്കൾ ആത്മാർഥത നിറഞ്ഞ ഇച്ഛാശക്തിയോടെ ഇറങ്ങിത്തിരിച്ചാൽ വർഗാധിപത്യം തകർക്കുവാൻ കഴിയും എന്നാണിവർ കരുതുന്നത്. ഇതിലേർപ്പെടുന്നവർ പ്രകടിപ്പിക്കുന്ന ത്യാഗമനോഭാവം കൊണ്ടും മാറ്റത്തിന് വേണ്ടിയുള്ള അവരുടെ ആഗ്രഹംകൊണ്ടും യുവജനങ്ങൾക്ക് ഇത്തരം പ്രവർത്തനങ്ങൾ ആകർഷകമായി തോന്നാം. വ്യവസ്ഥിതിമാറ്റുന്നതിനുള്ള ജനങ്ങളുടെ പങ്ക് കുറച്ചുകണ്ടുകൊണ്ട് വർഗബന്ധങ്ങളിലെ പ്രത്യേകത ശ്രദ്ധിക്കാതെ ഇങ്ങനെ പ്രവർത്തിക്കുന്നത് തകരേണ്ട വ്യവസ്ഥയെ കുറെ നാളത്തേക്കുകൂടി താങ്ങി നിറുത്താനേ സഹായിക്കൂ. അതിനാൽ ഈ ആശയത്തേയും പ്രവർത്തനരീതിയേയും നമ്മൾ നിരാകരിക്കുന്നു.

ജനാധിപത്യ വിപ്ലവം കൈവരിക്കണമെങ്കിൽ ആശയരംഗത്തെ തികച്ചും വ്യക്തമായ ധാരണ നമുക്കുണ്ടാകണം. വർഗവ്യത്യാസം നിലനിൽക്കുന്ന വ്യവസ്ഥയിൽ വർഗസഹകരണത്തിന്റേതായ തിരുത്തി എഴുതൽവാദത്തിന് ഇടം കൊടുത്തുകൂടാ. ആ രീതിയിൽ യുവജന പ്രസ്ഥാനത്തെ നയിച്ചാൽ ആ പ്രസ്ഥാനം ഭരണാധികാരി വർഗത്തിന്റെ ഒരു അനുബന്ധമായി തീരും. അവർക്കടിമപ്പെട്ടിരിക്കും. ഇതിന്റെ പ്രത്യക്ഷോദാഹരണമാണ് കോൺഗ്രസ് ഭരണത്തിലെ പുരോഗമനവാദികളുമായി ഐക്യത്തിനുപോയവർ അടിയന്തരാവസ്ഥക്കാലത്ത് ഇരുപതിനപരിപാടികളുടെ പ്രചാരകരായി മാറിയത്. അടിയന്തരാവസ്ഥയിലെ ഭീകരതകൾക്കെതിരായി യാതൊന്നും ചെയ്യാനാവാതെ ശത്രുവർഗത്തിന് വീടുപണിചെയ്യുക എന്ന ഗതികേടിലാണ് റിവിഷനിസം വർഗസഹകരണവാദികളെക്കൊണ്ട് എത്തിച്ചത് അതിനാൽ തൊഴിലാളിവർഗ ചിന്താഗതിയിൽ അന്യവർഗ ചിന്താഗതി കടത്തിവിടാൻ ശ്രമിക്കുന്നവരോടും ആശയത്തോടും നമുക്കൊരിക്കലും യോജിക്കാനാവില്ല.

സാംസ്കാരികരംഗത്ത് പ്രവർത്തനം നീക്കുന്നത് കരുതലോടെ ആയിരിക്കണം. പാരമ്പര്യത്തിൽ ഊറ്റംകൊണ്ട് എന്തിനെയും ന്യായീകരിക്കാൻ വെമ്പൽകാണിക്കുന്ന അപകടകരമായ ഒരു പ്രവണത ഉൾക്കൊള്ളുന്ന ഒരു പാരമ്പര്യമാണ് നമുക്കുള്ളതെന്നും മനുഷ്യസമൂഹത്തിന്റെ ഇന്നുവരെയുള്ള വളർച്ച നൂറ്റാണ്ടിന് മുൻപുതന്നെ നാം കൈവരിച്ചിരുന്നുവെന്നും വാദിച്ചുകൊണ്ടിരിക്കുന്നു. പാരമ്പര്യാർജിതമായതെല്ലാം കൊള്ളരുതായ്മ എന്നാണെന്ന് നാം ഒരിക്കലും പറയില്ല. ഏതു കാലവും അതിന്റെ സ്വഭാവം കാണിക്കും. വളർച്ചയെന്നാൽ അർഥമാക്കുന്നത് കെട്ടിക്കിടപ്പെന്നതല്ല. ഇത് സാംസ്കാരികരംഗത്തിനും എല്ലാത്തിനും ബാധകമാണ്. ജാതി-മത-സമുദായ-ഗോത്രവംശാദികൾ ഉൾക്കൊള്ളുന്ന പ്രാങ് മുതലാളിത്ത സംസ്കാരമാണ് നമ്മെ പാടികേൾപ്പിക്കുന്ന ആർഷഭാരത സംസ്കാരവും മറ്റും. നമ്മുടെ ജീവിതത്തിൽ മാറ്റം ഉണ്ടാകണമെങ്കിൽ ഈ സംസ്കാരത്തെക്കുറിച്ച് വ്യക്തമായ ബോധം നമുക്കുണ്ടാകണം. ഈ സംസ്കാരത്തിന്റെ ദൂഷ്യവശങ്ങളെ കലവറ കൂടാതെ എതിർക്കാൻ നമുക്ക് കഴിയണം. തകർക്കേണ്ടതിനേയും നശിപ്പിക്കേണ്ടതിനെയും എല്ലാം തകർക്കുകയും നശിപ്പിക്കുകയും വേണം. ഇതുപയോഗിച്ച് നിലവിലുള്ള എല്ലാത്തിനേയും അട്ടിമറിക്കുക എന്ന അത്യന്താധുനികരെന്ന പേരിൽ അറിയപ്പെടുന്നവരുടെ അഭിപ്രായത്തെ നമുക്കംഗീകരിക്കാൻ സാധ്യമല്ല. ആധുനികതയുടെ പേരിൽ എല്ലാ സംസ്കാരത്തേയും ഇവർ തള്ളിപ്പറയുന്നു. കൂട്ടത്തിൽ വളർന്നുവരുന്ന തൊഴിലാളിവർഗ സംസ്കാരത്തേയും. എല്ലാം മോശമാണെന്ന നിഗമനത്തിലെത്തിച്ച് എന്നാൽ ഇന്നുള്ളതുതന്നെ നിലനിൽക്കട്ടെ എന്ന ചിന്താഗതിയിലേക്ക് എത്തിക്കുന്നു. അതുപോലെ വ്യക്തിക്ക് സാമൂഹ്യ ബന്ധങ്ങളിലെന്ന വീക്ഷണമാണ് ഇവർ കൈക്കൊള്ളുന്നത്. ഇത് മുതലാളിത്തത്തിനുവേണ്ടിയുള്ള വാദമല്ലാതെ മറ്റൊന്നുമല്ല. പ്രാങ് മുതലാളിത്തത്തിനും സംസ്കാരത്തിനും എതിരാണീ പോക്ക്, പക്ഷേ സംഘടിത പ്രസ്ഥാനത്തിനെതിരായ ഈ ആശയഗതിയെ നാം ഗൗരവത്തോടെ എതിരിടണം.

20. മറ്റു ബഹുജനപ്രസ്ഥാനവുമായുള്ള ബന്ധം

യുവജനങ്ങൾ ഇന്നനുഭവിക്കുന്ന ബുദ്ധിമുട്ടുകൾ മാറണമെങ്കിൽ മേൽ പ്രസ്താവിച്ച വിധത്തിൽ നീങ്ങാൻ കഴിയണം. എന്നാൽ സമൂഹത്തിൽ ഒറ്റപ്പെട്ടുനിൽക്കുന്ന ഒരു വിഭാഗമായി യുവജനങ്ങളെ കാണരുത്. സമൂഹത്തിലെ മറ്റുള്ളവരുമായുള്ള ബന്ധം മനസിലാക്കണം. തൊഴിലാളികൾ നടത്തുന്ന അവകാശസമരങ്ങൾ ശ്രദ്ധിക്കണം. തൊഴിലാളികളിൽ യുവജനങ്ങൾ ഉണ്ടെന്നുള്ളതുകൊണ്ട് മാത്രമല്ല ഇങ്ങനെ ശ്രദ്ധിക്കേണ്ടത്. തൊഴിലാളികളുടെ അവകാശസമരങ്ങൾ ജയിക്കേണ്ടത്

യുവതലമുറയുടെ ഇന്നത്തെ സ്ഥിതിക്ക് ഒരു മാറ്റമുണ്ടാകുന്നതിന് സഹായകമായിരിക്കും. അതുപോലെ കൃഷിക്കാർ നടത്തുന്ന അവകാശസമരങ്ങളുടെ വിജയവും യുവജനങ്ങൾക്ക് മുന്നേറാൻ സഹായിക്കും. സർക്കാർ ജീവനക്കാരുൾപ്പെടെയുള്ളവർ നടത്തുന്ന പോരാട്ടങ്ങളിൽ ഈ തലമുറയ്ക്ക് താൽപ്പര്യമുണ്ട്. വിദ്യാർഥികൾ യുവജനസമൂഹത്തിലെ ശ്രദ്ധേയമായ വിഭാഗമാണ്. വിദ്യാർഥികൾ എന്ന നിലയിൽത്തന്നെ അവരുടെ അവകാശസമരങ്ങൾ നടത്തുന്നതിനും സാമൂഹ്യമാറ്റങ്ങളിൽ അവരുടെ പങ്ക് നിർവഹിക്കുന്നതിനും അവരുടേതായ ഒരു പുരോഗമന പ്രസ്ഥാനം അനിവാര്യമാണ്. അതിനാൽ കരുത്തുറ്റ ഒരു പുരോഗമന വിദ്യാർഥി പ്രസ്ഥാനം കെട്ടിപ്പടുക്കുന്നതിന് നമ്മളാലാകുന്ന കഴിവ് മുഴുവൻ പ്രയോഗിക്കണം. ആ പ്രസ്ഥാനത്തിന് സഹായകമായി നാം നിൽക്കണം. അങ്ങനെ ബഹുജന പ്രസ്ഥാനങ്ങളുമായുള്ള ഐക്യം ഊട്ടി വളർത്തി നമ്മുടെ ലക്ഷ്യസാക്ഷാൽക്കാരത്തിനായി പ്രവർത്തിക്കണം.

21. മറ്റ് രംഗങ്ങൾ

നമ്മുടെ പ്രസ്ഥാനം പ്രാദേശിക ദേശീയ ആവശ്യങ്ങൾ ഉന്നയിക്കുന്നതിനും പരിഹാരം കാണുന്നതിനും വിമുഖത കാണിക്കരുത്. അതാതിടത്തെ ആവശ്യങ്ങൾക്കനുസരിച്ച് ഉയരാൻ നമുക്ക് കഴിയണം. കേരള കേന്ദ്രഗവൺമെന്റുകളുടെ കാലാകാലങ്ങളിലുള്ള നീക്കങ്ങൾ ജനങ്ങൾക്കെതിരായി വരുമ്പോൾ നമ്മുടെ സംഘടിതശക്തികൊണ്ട് അതിനെ ചെറുക്കാൻ കഴിയണം. അതുപോലെ തന്നെ ജീവകാരുണ്യപരമായ പ്രവർത്തനങ്ങളിൽ നാം പങ്കെടുക്കണം.

22. മറ്റ് യുവജന പ്രസ്ഥാനം

മറ്റ് യുവജന പ്രസ്ഥാനങ്ങളുടെ പ്രവർത്തനരീതികളേയും ലക്ഷ്യത്തേയും നാം മനസിലാക്കിയിരിക്കണം. ഭരണാധികാരി വർഗം ബോധപൂർവം ഈ രംഗത്ത് പ്രവർത്തിക്കുന്നു. റൗഡികളെസംഘടിപ്പിച്ച് അരാജകത്വം സൃഷ്ടിക്കുന്നതിനും വ്യാമോഹം പരത്തുന്നതിനും അത്തരം സംഘടനകൾ ശ്രമിക്കുന്നു. അടിയന്തരാവസ്ഥക്കാലത്തും അതിന് മുമ്പും പിമ്പുമുള്ള യൂത്ത് കോൺഗ്രസിന്റെ പ്രവർത്തനവും വർഗീയ യുവജന സംഘടനകളും ഇത്തരത്തിൽ പ്രവർത്തിക്കുന്നവരാണ്. വിപ്ലവ യുവജന പ്രസ്ഥാനത്തെ റിവിഷനിസ്റ്റ് വീക്ഷണത്തിലാക്കാനുള്ള ശ്രമങ്ങളും ചില സംഘടനകൾ നടത്തുന്നുണ്ട്.

ഇന്ന് ലഭിച്ചിട്ടുള്ള പരമിതമായ ജനാധിപത്യാവകാശങ്ങൾ, ജനാധിപത്യ വിപ്ലവത്തിന്റെ കടമ പൂർത്തീകരിക്കുന്നതിന് സഹായകമായ രീതിയിൽ നാം വിനിയോഗിക്കണം. അതിനായി കേരളത്തിലെ യുവജനങ്ങളെ മുഴുവൻ ഉൾക്കൊള്ളുന്ന ഒരു പ്രസ്ഥാനമായി കേരളാ സോഷ്യ

ലിസ്റ്റ് യുവജനഫെഡറേഷൻ ഉയരണം. പരിമിതമായ ജനാധിപത്യാവകാശങ്ങൾ പോലും നിഷേധിക്കുന്ന അവസ്ഥ നാം അനുഭവിച്ചു. അത്തരം സന്ദർഭങ്ങളിൽ നഷ്ടപ്പെട്ട അവകാശങ്ങൾ പുനഃസ്ഥാപിച്ച് വിപുലമായ ബഹുജനഐക്യം വളർത്തിക്കൊണ്ട് തൊഴിലാളിവർഗബോധത്താൽ നയിക്കുന്ന യുവജനങ്ങളുടെ ഒരു യോജിച്ച പ്രസ്ഥാനം എന്നായിരിക്കണം നമ്മുടെ കാഴ്ചപ്പാട്. നമ്മുടെ ഉദ്ദേശ്യലക്ഷ്യങ്ങളും അതിന് വേണ്ടിയുള്ള പ്രവർത്തനങ്ങളും താഴെ പറയും പ്രകാരം സംവിധാനം ചെയ്യേണ്ടതാണ്.

ഉദ്ദേശ്യ ലക്ഷ്യങ്ങൾ

1. ജനാധിപത്യ വിപ്ലവത്തിന്റെ കടമകൾ പൂർത്തീകരിക്കുവാൻ കേരളത്തിലെ യുവജനങ്ങളെ സംഘടിപ്പിക്കുക.
2. സാമ്രാജ്യത്വത്തിന്റെയും, മറ്റു പിന്തിരിപ്പൻ ശക്തികളുടെയും ഗൂഢാലോചനയിൽനിന്നും കടന്നാക്രമണങ്ങളിൽനിന്നും ജനതയെ സംരക്ഷിക്കുന്നതിനുള്ള പ്രവർത്തനത്തിൽ മുഴുകുക.
3. നമ്മുടെ രാജ്യത്തിന്റെ സാമ്പത്തിക, രാഷ്ട്രീയ, സാമൂഹ്യ-സാംസ്കാരിക മണ്ഡലങ്ങളിൽ സാമ്രാജ്യത്വശക്തികൾ നടത്തുന്ന കടന്നാക്രമണങ്ങളെ എതിർത്ത് പരാജയപ്പെടുത്താനുള്ള ജനകീയ സമരങ്ങൾക്ക് നേതൃത്വം നൽകുവാൻ കഴിവുള്ളവരാക്കി ജനതയെ വളർത്തുക.
4. ഫ്യൂഡൽ മുതലാളിത്ത കെട്ടുബന്ധങ്ങളിൽ നിന്ന് ജനതയെ മോചിപ്പിച്ചെടുക്കുന്നതിനുവേണ്ടിയുള്ള പ്രക്ഷോഭ -സമരപ്രവർത്തനങ്ങളിൽ പങ്കെടുക്കുന്നവരായി ജനങ്ങളെ വളർത്തുക.
5. തൊഴിലാളി വർഗത്തിന്റെയും മറ്റധ്വാനിക്കുന്ന വർഗങ്ങളുടെയും അവകാശസമരത്തിൽ പങ്കുചേരുന്നതിനുള്ള സന്നദ്ധതയും, തൊഴിലാളിവർഗബോധവും ജനങ്ങളിൽ വളർത്തിയെടുക്കുക.
6. അധ്വാനിക്കുന്ന ജനവിഭാഗങ്ങളുടെയും ജനാധിപത്യശക്തികളുടെയും മേൽ ഒരു പൊലീസ് രാജ് അടിച്ചേൽപ്പിക്കുന്നതിനുള്ള ഭരണകൂടത്തിന്റെ വർഗതാൽപ്പര്യങ്ങളെ തുറന്നുകാട്ടുകയും പരാജയപ്പെടുത്തുകയും ചെയ്യുക. അതിനുവേണ്ടി യോജിക്കാവുന്ന മുഴുവൻ ശക്തികളെയും യോജിപ്പിക്കുക.
7. ഇന്ത്യയിലും ലോകത്തെമ്പാടുമുള്ള യുവജനങ്ങളുമായി സൗഹാർദം പുലർത്തുകയും, ചൂഷണത്തിനും അടിച്ചമർത്തലുകൾക്കും എതിരായ പൊതുവായ സമരമുന്നണി കെട്ടിപ്പടുക്കുകയും ചെയ്യുക.
8. യുവജനങ്ങളുടെ സാമൂഹ്യ-സാംസ്കാരിക നിലവാരം വികസിപ്പിച്ച് ശാസ്ത്രീയസോഷ്യലിസ്റ്റ് വീക്ഷണമുള്ളവരായി ഉയർത്തുക.
9. അന്ധവിശ്വാസങ്ങളുടേയും അനാചാരങ്ങളുടേയും വർഗീയതയുടേയും പിടിയിൽനിന്ന് ജനതയെ മോചിപ്പിച്ചെടുക്കുകയും ജനങ്ങ

ളുടെയിടയിൽ ശാസ്ത്രീയബോധം വളർത്തിയെടുക്കുകയും ചെയ്യുക.

10. യുവജനങ്ങളെ സർവതോന്മുഖമായ അഭിവൃദ്ധിക്കും ജനതയുടെ ആകെയുള്ള ഐശ്വര്യത്തിനും ക്ഷേമത്തിനുംവേണ്ടി പ്രവർത്തിക്കുക.

പ്രവർത്തനങ്ങൾ

1. മാർക്സിസം-ലെനിനിസത്തിന്റെ അടിസ്ഥാനതത്വങ്ങളും സമകാലിക രാഷ്ട്രീയ പ്രശ്നങ്ങളും പഠിക്കുന്നതിനും ചർച്ച ചെയ്യുന്നതിനുമുള്ള ക്ലാസുകളും ചർച്ചകളും സംഘടിപ്പിക്കുക.
2. സാമ്രാജ്യ വിരുദ്ധ പ്രക്ഷോഭങ്ങളും പ്രചരണങ്ങളും സംഘടിപ്പിക്കുക.
3. അന്ധവിശ്വാസങ്ങളും അനാചാരങ്ങളും, ജാതിമത ഉച്ചനീചത്വങ്ങൾക്കും എതിരായി പ്രചരണ പ്രവർത്തനങ്ങളും പ്രക്ഷോഭങ്ങളും സംഘടിപ്പിക്കുക.
4. ജനാധിപത്യ സോഷ്യലിസ്റ്റ് ശക്തികളുടെ വളർച്ചയ്ക്കുതകുന്ന പ്രചരണ പ്രക്ഷോഭങ്ങളിൽ പങ്കാളികളാകുക.
5. യുവജനങ്ങളെ ബാധിക്കുന്ന വിവിധങ്ങളായ പ്രശ്നങ്ങളെ ശാസ്ത്രീയമായി സമീപിക്കുകയും പരിഹാരം കണ്ടെത്തുന്നതിനുള്ള പ്രവർത്തനങ്ങൾക്ക് നേതൃത്വം നൽകുകയും ചെയ്യുക.
6. തൊഴിലില്ലായ്മക്ക് പരിഹാരം കണ്ടെത്തുന്നതിനുള്ള ക്രിയാത്മക പരിപാടികൾ മുന്നിൽവെച്ചു കൊണ്ടുള്ള പ്രക്ഷോഭസമരങ്ങൾ സംഘടിപ്പിക്കുക.
7. തൊഴിലവകാശം മൗലികാവകാശമാക്കി തൊഴിൽ നൽകുന്നതിനുള്ള ചുമതല ഗവൺമെന്റിൽ നിക്ഷിപ്തമാകുന്നതരത്തിൽ ഭരണഘടനയിൽ ഭേദഗതി വരുത്തുന്നതിനുള്ള പ്രക്ഷോഭങ്ങൾ സംഘടിപ്പിക്കുക.
8. പതിനെട്ട് വയസായ മുഴുവൻ ആളുകൾക്കും വോട്ടവകാശം നേടിയെടുക്കുന്നതിനുള്ള പ്രക്ഷോഭണം ഉയർത്തുക.
9. നിരക്ഷരതാ നിർമാർജനത്തിനുവേണ്ടി, വിദ്യാഭ്യാസം സാർവത്രികവും സൗജന്യവുമാക്കുന്നതിനുള്ള പ്രവർത്തനങ്ങൾ സംഘടിപ്പിക്കുക.
10. യുവജനങ്ങളുടെ കായികവും മാനസികവുമായ വളർച്ചയ്ക്കുവേണ്ടി സ്പോർട്സ് ക്ലബുകൾ, ജിംഖാനകൾ, കലാ-സാംസ്കാരിക സംഘടനകൾ എന്നിവ സംഘടിപ്പിച്ച് ഈ രംഗത്ത് ആരോഗ്യകരമായ മത്സരങ്ങൾ നടത്തുക.
11. തൊഴിലാളി വർഗവും മറ്റധ്വാനിക്കുന്ന ജനവിഭാഗങ്ങളും നടത്തുന്ന

അവകാശസമരങ്ങളിൽ പങ്കെടുക്കുകയും, യുവജനങ്ങളിൽ തൊഴിലാളി വർഗബോധം വളർത്തുകയും ചെയ്യുക.

12. മുകളിൽ പ്രസ്താവിച്ച ലക്ഷ്യങ്ങൾ നേടുന്നതിനുള്ള ലഘുലേഖകളും പ്രസിദ്ധീകരണങ്ങളും സംഘടിപ്പിക്കുക.
13. പ്രകൃതിക്ഷോഭങ്ങളും മഹാമാരികളും കൊണ്ടുള്ള കെടുതികളിൽ നിന്നും ജനങ്ങളെ സംരക്ഷിക്കുന്നതിനുള്ള ക്ഷേമ പ്രവർത്തനങ്ങൾ സംഘടിപ്പിക്കുക.

അനുബന്ധം 4

കേരളാ സോഷ്യലിസ്റ്റ് യുവജന ഫെഡറേഷൻ

ഭരണഘടന

1. സംഘടനയുടെ പേര്

സംഘടനയുടെ പേര് കേരള സോഷ്യലിസ്റ്റ് യുവജന ഫെഡറേഷൻ എന്നായിരിക്കും.

2. പ്രവർത്തനപരിധി

കേരളവും മാഹിയും ഉൾപ്പെടുന്നതായിരിക്കും സംഘടനയുടെ പ്രവർത്തന പരിധി.

3. കൊടി

3: 2 അളവിൽ നീളവും വീതിയുമുള്ള ഒരു ചുവപ്പ് പതാകയിൽ നാടയോടടുത്ത് മുകൾ ഭാഗത്തായി ഒരു വെള്ള നക്ഷത്രമുള്ളതായിരിക്കും നമ്മുടെ പതാക.

4. ഉദ്ദേശ്യ ലക്ഷ്യങ്ങൾ

എ) സാമ്രാജ്യത്വത്തിനും ജന്മി-നാടുവാഴിത്തത്തിനും/ കുത്തക മുതലാളിത്തത്തിനും, എതിരായ ജനാധിപത്യ വിപ്ലവത്തിന്റെ കടമകൾ പൂർത്തീകരിച്ച് സോഷ്യലിസ്റ്റ് ലക്ഷ്യങ്ങൾ നേടിയെടുക്കുന്നതിനും.

ബി) യുവജനങ്ങളുടെ സാമൂഹ്യ-സാംസ്കാരിക വിദ്യാഭ്യാസ നിലവാരം ഉയർത്തുന്നതിനും,

സി) പുരോഗമന ജനാധിപത്യ ശക്തികളുടെ വളർച്ചയ്ക്കുതകുന്ന പ്രക്ഷോഭ സമരപരിപാടികളിൽ യുവജനങ്ങളെ അണിനിരത്തുന്നതിനും-

5. യോഗ്യതകളും അവകാശങ്ങളും

യോഗ്യതകൾ:

എ) 16 വയസിനും 35 വയസിനും ഇടയ്ക്ക് പ്രായമുള്ളവരും/ സംഘടനയും ഭരണഘടനയും ലഘു പ്രഖ്യാപനവും അംഗീകരിക്കുകയും നടപ്പിലാക്കാൻ തയാറാവുകയും ചെയ്യുന്ന ഏതൊരാൾക്കും അംഗമാകാവുന്നതാണ്.

ബി) പ്രതിവർഷ അംഗത്വഫീസായി എല്ലാ മെമ്പർമാരും അമ്പതു പൈസ വീതം നൽകിയിരിക്കണം.

സി) ഉപരിഘടകത്തിന്റെ തീരുമാനങ്ങളും നിർദേശങ്ങളും നടപ്പിലാക്കാൻ ഏതൊരംഗവും ബാധ്യസ്ഥനാണ്.

6. അവകാശങ്ങൾ

എ) ഭരണഘടനയ്ക്ക് വിധേയമായി നടക്കുന്ന ഏതൊരു തിരഞ്ഞെടുപ്പിലും വോട്ടുചെയ്യുന്നതിനും, തിരഞ്ഞെടുക്കപ്പെടുന്നതിനും എല്ലാ അംഗങ്ങൾക്കും അവകാശമുണ്ടായിരിക്കും.

ബി) താനുൾപ്പെടുന്ന ഘടകത്തിലൊ ഉപരിഘടകത്തിലൊ, തന്റെ അഭിപ്രായം രേഖപ്പെടുത്തുന്നതിന് അവകാശമുണ്ടായിരിക്കും.

സി) തനിക്കെതിരായ എല്ലാ തീരുമാനങ്ങൾക്കുമെതിരായി അപ്പീൽ ബോധിപ്പിക്കുന്നതിനുള്ള അവകാശം എല്ലാ അംഗങ്ങൾക്കും ഉണ്ടായിരിക്കും.

7. കമ്മിറ്റികൾ

എ) യൂണിറ്റുകൾ
ബി) വില്ലേജ്/പഞ്ചായത്ത്/ടൗൺ/തൊഴിൽ സ്ഥാപനക്കമ്മിറ്റികൾ.
സി) ബ്ലോക്ക്/താലൂക്ക് കമ്മിറ്റി
ഡി) ജില്ലാകമ്മിറ്റി
ഇ) സംസ്ഥാന എക്സിക്യൂട്ടീവ്
എഫ്) സംസ്ഥാനകമ്മിറ്റി
ജി) സംസ്ഥാനസമ്മേളനം

8 യൂണിറ്റുകൾ

1. വാർഡ്-തൊഴിൽ സ്ഥാപനങ്ങൾ അടിസ്ഥാനമാക്കിയുള്ള യൂണിറ്റുകളായിരിക്കും അടിസ്ഥാനഘടകം.
2. യൂണിറ്റുകളുടെ പരമാവധി അംഗസംഖ്യ 50 ഉം ഏറ്റവും ചുരുങ്ങിയത് 10 ഉം ആയിരിക്കും.
3. യൂണിറ്റുകൾക്ക് ഒരു പ്രസിഡന്റ്, ഒരു വൈസ് പ്രസിഡന്റ്, ഒരു സെക്രട്ടറി എന്നിവർ ഉണ്ടായിരിക്കുന്നതാണ്.

9. വില്ലേജ് കമ്മിറ്റി

1) രണ്ടോ അതിൽ കൂടുതലോ യൂണിറ്റുകളെ വില്ലേജിനോ തൊഴിൽ സ്ഥാപനത്തിനോ വില്ലേജ്/പഞ്ചായത്ത്/ ടൗൺ തൊഴിൽ സ്ഥാപനകമ്മിറ്റി രൂപീകരിക്കാവുന്നതാണ്.
2) യൂണിറ്റുകളുടെ പ്രവർത്തനങ്ങൾ പരിശോധിക്കാനും, പ്രവർത്തനം പ്ലാനിടുന്നതിനുമുള്ള അധികാരം വില്ലേജ് കമ്മിറ്റിക്കായിരിക്കും.
3) വില്ലേജ് കമ്മിറ്റികൾക്ക് ഒരു പ്രസിഡന്റ്, ഒരു വൈസ് പ്രസിഡന്റ്, ഒരു സെക്രട്ടറി, ഒരു ജോയിന്റ് സെക്രട്ടറി എന്നിവരുണ്ടായിരിക്കേണ്ടതാണ്.
4) വില്ലേജ് കമ്മിറ്റിയുടെ പരമാവധി അംഗസംഖ്യ 1120. ഏറ്റവും കുറഞ്ഞ അംഗസംഖ്യ 7 ആയിരിക്കും. വില്ലേജ് കോൺഫറൻസിൽ നിന്നായിരിക്കും വില്ലേജ് കമ്മിറ്റികൾ സംഘടിപ്പിക്കപ്പെടുന്നത്.

10. താലൂക്ക്/ബ്ലോക്ക് കമ്മിറ്റികൾ

1. അഞ്ചിൽ കൂടുതൽ വില്ലേജ്/ടൗൺ/തൊഴിൽ സ്ഥാപനക്കമ്മിറ്റികൾക്കൊരു താലൂക്ക്/ബ്ലോക്ക് കമ്മിറ്റികൾ സംഘടിപ്പിക്കാവുന്നതാണ്. താലൂക്ക് കോൺഫറൻസിൽവെച്ച് താലൂക്ക് ബ്ലോക്ക് കമ്മിറ്റികൾ സംഘടിപ്പിക്കാം.
2. താലൂക്ക്/ബ്ലോക്ക് കമ്മിറ്റികൾ അവയ്ക്ക് താഴെയുള്ള വില്ലേജ്/ടൗൺ/പഞ്ചായത്ത്/ടൗൺ സ്ഥാപനങ്ങളുടെ പ്രവർത്തനങ്ങൾ പരിശോധിക്കുന്നതിനും പ്ലാനിടുന്നതിനും അധികാരം ഉണ്ടായിരിക്കും.
3. താലൂക്ക്/ബ്ലോക്ക് കമ്മിറ്റികൾക്ക് ഒരു പ്രസിഡന്റ് രണ്ട് വൈസ് പ്രസിഡന്റുമാർ, ഒരു സെക്രട്ടറി രണ്ടു ജോയിന്റ് സെക്രട്ടറിമാരും ഉണ്ടായിരിക്കും.
4. താലൂക്ക്/ബ്ലോക്ക് കമ്മിറ്റികളുടെ പരമാവധി അംഗസംഖ്യ പതിനഞ്ചായിരിക്കും.
5. ടൗൺ/പഞ്ചായത്ത്/വില്ലേജ് കമ്മിറ്റികളിൽ പെടാത്ത യൂണിറ്റുകൾ താലൂക്ക്/ബ്ലോക്ക് കമ്മിറ്റിയുടെ നേരിട്ടുള്ള നിയന്ത്രണത്തിൽ പ്രവർത്തിക്കേണ്ടതാണ്.

11. ജില്ലാകമ്മിറ്റികൾ

1. ജില്ലാടിസ്ഥാനത്തിൽ താലൂക്ക്/ബ്ലോക്ക് കമ്മിറ്റിയുടെയും മറ്റു കീഴ്കമ്മിറ്റികളുടെയും പ്രവർത്തനങ്ങൾ പരിശോധിക്കുന്നതിനും പ്ലാനിടുന്നതിനും ജില്ലാകമ്മിറ്റികൾക്ക് അധികാരം ഉണ്ടായിരിക്കുന്നതാണ്.
2. ജില്ലാകമ്മിറ്റിക്ക് ഒരു പ്രസിഡന്റും രണ്ടു വൈസ് പ്രസിഡന്റുമാരും ഒരു സെക്രട്ടറിയും രണ്ട് ജോയിന്റ് സെക്രട്ടറിമാരും ഉണ്ടായിരിക്കുന്നതാണ്.

3. ജില്ലാകമ്മിറ്റിക്ക് ഏഴിൽ കവിയാത്ത അംഗങ്ങളുള്ള ഒരു എക്സിക്യൂട്ടീവ് ഉണ്ടായിരിക്കാവുന്നതാണ്.
4. ജില്ലാകമ്മിറ്റിയെ ജില്ലാ കോൺഫറൻസ് തെരഞ്ഞെടുക്കേണ്ടതാണ്. പരമാവധി അംഗസംഖ്യ 21 ആയിരിക്കണം.

12. സംസ്ഥാനകമ്മിറ്റി

1. സംസ്ഥാന കമ്മിറ്റിയായിരിക്കും ഒരു സംസ്ഥാന കോൺഫറൻസ് കഴിഞ്ഞാൽ അടുത്ത സംസ്ഥാന കോൺഫറൻസ് വരെയുള്ള പ്രവർത്തനങ്ങളെ സംബന്ധിച്ച് പരമാധികാര ഘടകം.
2. സംസ്ഥാനകമ്മിറ്റിയുടെ പരമാവധി അംഗസംഖ്യ 25 ആയിരിക്കും.
3. സംസ്ഥാനകമ്മിറ്റിക്ക് ഒരു പ്രസിഡന്റും ഒരു ജനറൽ സെക്രട്ടറിയും മൂന്ന് ജോയിന്റ് സെക്രട്ടറിമാരും ഉണ്ടായിരിക്കുന്നതാണ്.
4. ഏഴിൽ കവിയാതെ അംഗങ്ങൾ ഒരു എക്സിക്യൂട്ടീവ് സംസ്ഥാന കമ്മിറ്റിക്ക് ഉണ്ടായിരിക്കുന്നതാണ്. ഒരു സംസ്ഥാനകമ്മിറ്റി യോഗത്തിന് ശേഷം അടുത്ത യോഗം വരെയുള്ള സംസ്ഥാന പ്രശ്നങ്ങൾ സംസ്ഥാനകമ്മിറ്റിയുടെ തീരുമാനത്തിന്റെ വെളിച്ചത്തിൽ എക്സിക്യൂട്ടീവിന് കൈകാര്യം ചെയ്യാവുന്നതാണ്.
5. സംസ്ഥാനകമ്മിറ്റിക്ക് സംസ്ഥാനം ഒട്ടാകെയുള്ള കമ്മിറ്റികളുടെ പ്രവർത്തനങ്ങളെ പരിശോധിക്കുന്നതിനും പ്രവർത്തനങ്ങൾ ചിട്ടപ്പെടുത്തുന്നതിനും അവകാശം ഉണ്ടായിരിക്കുന്നതാണ്.
6. അംഗീകരിച്ചിട്ടുള്ള ഭരണഘടനയുടെയും ഉദ്ദേശ്യലക്ഷ്യങ്ങളുടെയും അടിസ്ഥാനത്തിൽ പ്രചരണപ്രക്ഷോഭ സമരങ്ങൾ പ്ലാനിടുന്നതിനും നടപ്പിലാക്കുന്നതിനും അവകാശം ഉണ്ടായിരിക്കുന്നതാണ്.
7. ഗുണകരമായ ക്രമക്കേടുകൾ ബോധ്യപ്പെട്ടാൽ സംസ്ഥാനകമ്മിറ്റിക്ക്, താൽപ്പര്യമുള്ള ഏത് ഘടകത്തെയും പിരിച്ചുവിടുന്നതിനും പുനഃസംഘടിപ്പിക്കുന്നതിനും അവകാശം ഉണ്ടായിരിക്കും. അങ്ങനെ തീരുമാനമെടുക്കുമ്പോൾ സംസ്ഥാനകമ്മിറ്റിയുടെ മൊത്തമുള്ള അംഗസംഖ്യയിൽ പകുതിയിൽ കൂടുതൽ മെമ്പർമാരുടെ അനുകൂല അഭിപ്രായം ഉണ്ടായിരിക്കേണ്ടതാണ്.

13. സംസ്ഥാനകമ്മിറ്റി ഓഫീസ്

അതാതു കാലത്തെ സംസ്ഥാനകമ്മിറ്റികൾ തീരുമാനിക്കുന്ന സ്ഥലത്ത് സംസ്ഥാനകമ്മിറ്റി ഓഫീസ് പ്രവർത്തിക്കുന്നതാണ്.

14. സംസ്ഥാന കോൺഫറൻസ്

1. സംഘടനയുടെ പരമാധികാരസഭ സംസ്ഥാന കോൺഫറൻസ് ആയിരിക്കും.

2. സംസ്ഥാന കോൺഫറൻസിലേക്കുള്ള പ്രതിനിധികളെ ജില്ലാ കോൺഫറൻസിൽനിന്ന് തിരഞ്ഞെടുക്കേണ്ടതാണ്. പ്രാതിനിധ്യവും മറ്റും അതതുകാലത്തെ മെമ്പർഷിപ്പിന്റെയും സംഘടനാ പ്രവർത്തനത്തിന്റെയും അടിസ്ഥാനത്തിൽ സംസ്ഥാനകമ്മിറ്റി തീരുമാനിക്കുന്നതാണ്.
3. സംസ്ഥാനകമ്മിറ്റി മെമ്പർമാരെ സംസ്ഥാന കോൺഫറൻസ് തിരഞ്ഞെടുക്കുന്നതാണ്.
4. സംസ്ഥാന കോൺഫറൻസ് സാധാരണ പരിതഃസ്ഥിതിയിൽ വർഷത്തിൽ ഒരിക്കൽ സംസ്ഥാനകമ്മിറ്റി വിളിച്ചുചേർക്കേണ്ടതാണ്.
5. സംസ്ഥാനകമ്മിറ്റി അംഗങ്ങളിൽ മൂന്നിലൊരു ഭാഗമോ, പകുതിയിൽ കൂടുതൽ ജില്ലാകമ്മിറ്റികളോ ആവശ്യപ്പെട്ടാൽ സംസ്ഥാനകമ്മിറ്റി സ്പെഷ്യൽ കോൺഫറൻസ് വിളിച്ചുചേർക്കേണ്ടതാണ്.

15. ക്വാറം

എല്ലാ ഘടകങ്ങളുടെയും ക്വാറം നാലിൽ ഒന്നായിരിക്കും.

16. ഒഴിവാക്കൽ

തുടർച്ചയായി മൂന്ന് യോഗങ്ങളിൽ ഹാജരാകാതെ വരുന്ന അംഗത്തിനെ തൃപ്തികരമായ വിശദീകരണം നൽകിയില്ലെങ്കിൽ മേൽക്കമ്മിറ്റിയുടെ അംഗീകാരത്തിന് വിധേയമായി ഒഴിവാക്കാവുന്നതാണ്.

17. തിരഞ്ഞെടുപ്പും തീരുമാനങ്ങളും

കമ്മിറ്റികളിലേക്കുള്ള വോട്ടെടുപ്പ് ആവശ്യം വന്നാൽ രഹസ്യ ബാലറ്റ് മുഖേന നടത്തേണ്ടതാണ്. തീരുമാനങ്ങൾ ഹാജരായ മെമ്പർമാരുടെ ഭൂരിപക്ഷാടിസ്ഥാനത്തിൽ തീരുമാനിക്കാവുന്നതാണ്.

18. മെമ്പർഷിപ്പ് വിഹിതം

മെമ്പർഷിപ്പ് വിഹിതം, സംസ്ഥാനകമ്മിറ്റിക്ക് 10 ശതമാനവും ജില്ലാ കമ്മിറ്റികൾക്ക് 25 ശതമാനവും താലൂക്ക്/ബ്ലോക്ക് കമ്മിറ്റികൾക്ക് 25 ശതമാനവും പഞ്ചായത്ത്/ടൗൺ/ഫാക്ടറി കമ്മിറ്റികൾക്ക് 30 ശതമാനവും, യൂണിറ്റുകൾക്ക് 10 ശതമാനവും ആയിരിക്കും.

19. സംസ്ഥാനകമ്മിറ്റിയുടെ അംഗീകാരമില്ലാതെ പൊതുവായ ഫണ്ട് പിരിവ് യാതൊരു കീഴ്കമ്മിറ്റികൾക്കും നടത്തുവാൻ അധികാരമില്ലാത്തതാണ്. ഫണ്ട് പിരിവു നടത്തുമ്പോൾ സംസ്ഥാനകമ്മിറ്റിക്ക് നിശ്ചയിച്ച വിഹിതം നൽകുവാൻ എല്ലാ കീഴ്കമ്മിറ്റികളും ബാധ്യസ്ഥരായിരിക്കും.

20. അച്ചടക്കനടപടികൾ

1. സംസ്ഥാനകമ്മിറ്റിയുടെ അംഗീകൃതനയങ്ങൾക്കും ഭരണഘടനയ്ക്കുമെതിരായി നീങ്ങുന്ന ഏതൊരു അംഗത്തിന്റെ മേലും ആ അംഗം ഉൾക്കൊള്ളുന്ന ഘടകത്തിനൊ ഉപരിഘടകത്തിനൊ അച്ചടക്ക നടപടി സ്വീകരിക്കാവുന്നതാണ്. അച്ചടക്ക നടപടിക്ക് വിധേയമായ അംഗത്തിന് തൊട്ടുപരികമ്മിറ്റി മുതൽ സംസ്ഥാന സമ്മേളനം വരെ അപ്പീൽ ബോധിപ്പിക്കാൻ അധികാരം ഉണ്ടായിരിക്കും. ഒരു കമ്മിറ്റി അപ്പീൽ നിരാകരിച്ചാൽ മാത്രമേ അതിന് ഉപരി കമ്മിറ്റിക്ക് അപ്പീൽ ബോധിപ്പിക്കാൻ പാടുള്ളൂ. ആദ്യത്തെ അപ്പീൽ 15 ദിവസത്തിനുള്ളിൽ സമർപ്പിക്കേണ്ടതാണ്. അപ്പീലിന് മറുപടി രണ്ടു മാസത്തിനുള്ളിൽ നൽകിയിരിക്കുകയും വേണം.
2. ഏത് നടപടിയും ഉപരിക്കമ്മിറ്റിയുടെ അംഗീകാരത്തിനുശേഷമേ പൂർണമായി നടപ്പിൽ വരികയുള്ളൂ.
3. ഒരു മെമ്പറെ സംഘടനയിൽനിന്ന് പുറത്താക്കുകയെന്നതാണ് ഒരു മെമ്പറുടെ മേൽ എടുക്കാവുന്ന ഏറ്റവും വലിയ ശിക്ഷാനടപടി.
4. സംഘടനയ്ക്കുള്ളിൽ താക്കീത് ചെയ്യുക, പരസ്യമായി താക്കീത് ചെയ്യുക, പരമാവധി ഒരു വർഷക്കാലത്തേക്ക് സസ്പെന്റ് ചെയ്യുക എന്നിവയാണ് മറ്റ് ശിക്ഷാനടപടികൾ.
5. സാധാരണഗതിയിൽ സമാധാനം ചോദിച്ചതിനുശേഷം ആയിരിക്കും ശിക്ഷാനടപടികൾ കൈക്കൊള്ളുന്നത്. എന്നാൽ സംഘടനയുടെ ശത്രുക്കളുടെ ഏജന്റായി ഒരംഗം പ്രവർത്തിക്കുന്നുവെന്ന് കമ്മിറ്റിക്ക് ബോധ്യപ്പെട്ടാൽ ഉടനടി നടപടി എടുക്കാവുന്നതാണ്. ഈ കാര്യത്തിലും ഉപരിഘടകങ്ങൾക്ക് അപ്പീൽ ബോധിപ്പിക്കാൻ ഒരു മെമ്പർക്ക് അവകാശമുണ്ടായിരിക്കും.
6. പുറത്താക്കുന്ന ഒരാളുടെ ഒരു വർഷക്കാലത്തെ പ്രവർത്തനത്തിന്റെ അടിസ്ഥാനത്തിൽ നടപടി എടുത്ത ഘടകത്തിന് പ്രസ്തുത നടപടി പുനരാലോചനയ്ക്ക് വിധേയമാക്കാവുന്നതാണ്.

21. പ്രവർത്തന റിപ്പോർട്ട്

എല്ലാ ഘടകങ്ങളും തൊട്ടുപരിക്കകമ്മിറ്റിക്ക് അതതുഘട്ടത്തിലുള്ള പ്രവർത്തനങ്ങളുടെ റിപ്പോർട്ട് നൽകേണ്ടതാണ്.

22. അവിശ്വാസം

എല്ലാ അവിശ്വാസ പ്രമേയങ്ങൾക്കും മൂന്നിലൊന്ന് മെമ്പർമാരുടെ പിന്തുണ ഉണ്ടായിരിക്കേണ്ടതാണ്. ആകെ മെമ്പർമാരുടെ ഭൂരിപക്ഷം ഉണ്ടെങ്കിൽ അവിശ്വാസ പ്രമേയം പാസായതായി കണക്കാക്കാവുന്നതാണ്.

23. ഭരണഘടനാ ഭേദഗതി

ഭരണഘടനയിലും മറ്റും അംഗീകരിക്കപ്പെടുന്ന രേഖകളിലും ഭേദഗതി വരുത്തുവാനുള്ള അവകാശം സംസ്ഥാന കോൺഫറൻസാണ്. ഭരണഘടനാ ഭേദഗതിക്ക് സമ്മേളനത്തിൽ പങ്കെടുക്കുന്ന പ്രതിനിധികളുടെ മൂന്നിൽ രണ്ടു ഭൂരിപക്ഷം കിട്ടിയാൽ മാത്രമേ ഭേദഗതി അംഗീകരിച്ചതായി കണക്കാക്കപ്പെടുകയുള്ളൂ.

അനുബന്ധം 5

തൊഴിലില്ലായ്മ വിരുദ്ധ സംസ്ഥാന കൺവെൻഷൻ അംഗീകരിച്ച രേഖ

1978 ഏപ്രിൽ മാസം 29 ന് കോട്ടയത്ത് ചേർന്ന തൊഴിലില്ലായ്മ വിരുദ്ധ സംസ്ഥാന കൺവെൻഷൻ ചർച്ച ചെയ്ത് അംഗീകരിച്ച രേഖ

വികസിത അവികസിത മുതലാളിത്ത രാജ്യങ്ങളിലെ തൊഴിലില്ലായ്മ അതിരൂക്ഷമായിക്കൊണ്ടിരിക്കുന്ന ഒരു കാലഘട്ടമാണിത്. ഒരു നിശ്ചിത ശതമാനം ജനങ്ങളെ തൊഴിലില്ലാത്തവരാക്കി നിർത്തേണ്ടത് മുതലാളിത്തത്തിന്റെ നിലനിൽപ്പിന് അനിവാര്യമാണ്. എന്നാൽ മുതലാളിത്തത്തെ തകർച്ചയിലേക്ക് നയിക്കുന്ന ഒരു പ്രധാന ഘടകമായി തൊഴിലില്ലായ്മ മാറിക്കഴിഞ്ഞിരിക്കുന്നു. വികസിത മുതലാളിത്ത രാജ്യങ്ങൾക്കുപോലും തൊഴിലില്ലായ്മ ഏറ്റവും വലിയ വെല്ലുവിളിയായി ഉയർന്നിരിക്കുകയാണ്. സോഷ്യലിസ്റ്റ് ലോകത്താകട്ടെ തൊഴിലില്ലായ്മ അൽപ്പമായിപ്പോലും നിലനിൽക്കുന്നില്ല. അടുത്ത കാലത്ത് വിമോചിതമായ വിയറ്റ്നാമിനെയും കമ്പൂച്ചിയയെയും പോലുള്ള സോഷ്യലിസ്റ്റ് രാജ്യങ്ങളും തൊഴിലില്ലായ്മയുടെ പിടിയിൽനിന്ന് അതിവേഗം മോചനം നേടിക്കൊണ്ടിരിക്കുന്നു. പ്രകൃതിവിഭവങ്ങളെ മുഴുവൻ ചൂഷണം ചെയ്ത് സമൂഹത്തിന്റെ നേട്ടങ്ങൾക്ക് ഉപയുക്തമാക്കുവാൻ കഴിയുന്ന ഒരു സാമൂഹ്യ വ്യവസ്ഥിതിക്ക് മാത്രമെ തൊഴിലില്ലായ്മയ്ക്ക് ശാശ്വതമായ പരിഹാരം കാണുവാൻ കഴിയുകയുള്ളൂ. ഉൽപ്പാദനോപാധികൾ മുഴുവനും പൊതു ഉടമയിൽ ആയിട്ടുള്ള രാജ്യങ്ങൾക്ക് മാത്രമേ തൊഴിലില്ലായ്മയിൽനിന്ന് മോചനം നേടുവാൻ കഴിഞ്ഞിട്ടുള്ളൂ.

കുത്തകമുതലാളിമാരുടെ ലാഭവിഹിതം

ബ്രിട്ടീഷ് ഭരണത്തിനുശേഷം ഇന്ത്യയിൽ അധികാരത്തിൽവന്ന

കോൺഗ്രസ് ഗവൺമെന്റ് മുതലാളിത്തം കെട്ടിപ്പടുക്കുവാനാണ് ശ്രമിച്ചുപോന്നത്. തകർന്നുകൊണ്ടിരിക്കുന്ന ലോകമുതലാളിത്തത്തെ ആശ്രയിച്ചും മൂലധനത്തിനുവേണ്ടി ഇന്ത്യയിലെ സാധാരണ ജനങ്ങളെ കൊള്ളയടിച്ചും മുതലാളിത്തത്തിനുവേണ്ടി വിടുപണി ചെയ്ത ഭരണവർഗം ഇന്ത്യയിലെ പുതിയ തലമുറയ്ക്ക് ഭീമമായ തൊഴിലില്ലായ്മയാണ് സംഭാവന ചെയ്തത്. സ്വകാര്യമേഖലയും പൊതുമേഖലയും പരസ്പരം മത്സരിക്കുന്ന വ്യാവസായികരംഗമാണ് ഇന്ത്യക്കുള്ളത്. ഇന്ത്യാ ഗവൺമെന്റിന്റെ ഈ വ്യവസായ നയംകൊണ്ട് തൊഴിലില്ലായ്മ പെരുപ്പിക്കുവാനല്ലാതെ കുറയ്ക്കുവാൻ കഴിഞ്ഞിട്ടില്ല. എത്രയും കൂടുതൽ ലാഭം ഉണ്ടാക്കുവാനും ഏറ്റവും കുറച്ച് തൊഴിലാളികളെക്കൊണ്ട് കൂടുതൽ ജോലി ചെയ്യിക്കുവാനും പട്ടിണിക്കൂലി നൽകുവാനുമാണ് വ്യവസായ ഉടമകൾ ശ്രമിച്ചു പോന്നത്. വ്യവസായങ്ങൾ തകർച്ചയെ അഭിമുഖീകരിക്കുമ്പോഴും കുത്തകമുതലാളിമാരുടെ ലാഭവിഹിതം വർധിച്ചു വരികയാണ് ചെയ്യുന്നത്. 1019 കമ്പനികളെക്കുറിച്ച് റിസർവ് ബാങ്ക് ഓഫ് ഇന്ത്യ നടത്തിയ പഠനം ഈ വസ്തുത വെളിവാക്കുന്നുണ്ട്. സ്വന്തം നാട്ടിലെ ഉപഭോക്തൃ നിലവാരം മെച്ചപ്പെടുത്താതെ മറുനാടുകളിലേയ്ക്കുള്ള കയറ്റുമതി വർധിപ്പിച്ച് കൂടുതൽ ലാഭവിഹിതം നേടുവാനാണ് ഗവൺമെന്റ് യത്നിച്ചുവന്നത്. അധ്വാനിക്കുന്ന ജനവിഭാഗത്തിന്റെ ജീവിതനിലവാരം മെച്ചപ്പെടുത്തുന്നതിന് പകരം അവരുടെ ജീവിതഭാരം വർദ്ധിപ്പിക്കുവാനേ നിലവിലുള്ള സാമ്പത്തികനയം ഉപകരിക്കൂ.

തൊഴിൽരഹിതർ 400 ലക്ഷം

തൊഴിലുള്ളവരുടെ പട്ടികയിൽ വരുന്നവരും യഥാർഥത്തിൽ ജീവിക്കുവാൻ മതിയായ വേതനം ലഭിക്കാത്തവരുമായ ലക്ഷക്കണക്കിന് ആളുകൾ ഇന്ത്യയിലുണ്ട്. ഉദാഹരണത്തിന് കേരളത്തിൽ കാർഷികരംഗത്ത് പണിയെടുക്കുന്ന കർഷകത്തൊഴിലാളികളും കശുവണ്ടി രംഗത്തുള്ള തൊഴിലാളികളും വർഷത്തിൽ രണ്ടോ മൂന്നോ മാസം മാത്രം തൊഴിലുള്ളവരാണ്. തൊഴിലില്ലാത്തവരുടെ പട്ടികയിൽ ഇവരുടെ കണക്ക് ഉൾപ്പെടുത്താറുമില്ല. പട്ടിണിക്കൂലി ലഭിക്കുന്നതും വർഷം മുഴുവൻ പണിയെടുക്കുന്നവരുമായ തൊഴിലാളികളും ജീവിക്കുവാനാവാതെ സ്വാതന്ത്ര്യാനന്തര ഇന്ത്യയിൽ നട്ടം തിരിയുകയാണ്. ഒരു ചെറിയ ശതമാനമൊഴിച്ചാൽ വ്യവസായമേഖലയിൽ പണിയെടുക്കുന്ന തൊഴിലാളികൾക്ക് പോലും ജീവിക്കാൻ മതിയായ വേതനം ലഭിക്കുന്നില്ല എന്നു കാണാം.

ഒന്നാം പഞ്ചവത്സര പദ്ധതിയുടെ ആരംഭത്തിൽ (1951 ൽ) തൊഴിൽരഹിതർ 31 ലക്ഷമായിരുന്നത് 1956 ആയപ്പോഴേയ്ക്കും 53 ലക്ഷമായി വർധിച്ചു. 1961 ആയപ്പോൾ 71 ലക്ഷമായും 1967 ആയപ്പോൾ 120 ലക്ഷമായും വർധിച്ചുവെന്നാണ് സർക്കാരിന്റെ ഔദ്യോഗിക കണക്കുകൾ തന്നെ വ്യക്തമാക്കുന്നത്. തൊഴിൽരഹിതരുടെ എണ്ണം 400 ലക്ഷമായി

വർധിച്ചിട്ടുണ്ടെന്നാണ് ചില സമകാലീന പഠനങ്ങൾ വെളിപ്പെടുത്തുന്നത്. ഓരോ പദ്ധതി കഴിയുമ്പോഴും തൊഴിലവസരങ്ങളുടെ എണ്ണവും തൊഴിൽരഹിതരുടെ എണ്ണവും തമ്മിലുള്ള വിടവ് കുറയുന്നതിനുപകരം പതിന്മടങ്ങ് വർധിച്ചുവരുന്നതായിട്ടാണ് കാണുന്നത്.

1971 ലെ സാമ്പത്തിക സർവേ അനുസരിച്ച് 400 ലക്ഷം തൊഴിലില്ലാത്തവർ ഇന്ത്യയിലെ ഗ്രാമപ്രദേശങ്ങളിൽ മാത്രമായുണ്ട്. ഇതിൽ പൂർണമായി തൊഴിലില്ലാത്തവർ 77 ലക്ഷവും ഭാഗികമായി തൊഴിലില്ലാത്തവർ 85 ലക്ഷവും ബാക്കിയുള്ള 235 ലക്ഷം ആഴ്ചയിൽ 28 മണിക്കൂറിൽ താഴെ മാത്രം ജോലി ലഭിക്കുന്നവരുമാണ്. 100 ലക്ഷം തൊഴിലന്വേഷകർ എംപ്ലോയ്മെന്റ് എക്സ്ചേഞ്ചുകളിൽ പേര് രജിസ്റ്റർ ചെയ്തതായി കാണാം. 1977 ലെ സാമ്പത്തിക സർവേ റിപ്പോർട്ടനുസരിച്ച് 108 ലക്ഷം തൊഴിലന്വേഷകർ എംപ്ലോയ്മെന്റ് എക്സ്ചേഞ്ചുകളിൽ പേര് രജിസ്റ്റർ ചെയ്തിട്ടുണ്ട്.

തൊഴിലില്ലായ്മ പെരുകുവാനുള്ള കാരണം വർധിച്ചുവരുന്ന ജനപ്പെരുപ്പമാണ് എന്നാണ് ഭരണവർഗങ്ങളുടെ പ്രചരണം. മറ്റു രാജ്യങ്ങളുമായി താരതമ്യപ്പെടുത്തുമ്പോൾ ഇന്ത്യ ജനസാന്ദ്രത കൂടുതലുള്ള രാജ്യമല്ല എന്നു കാണാവുന്നതാണ്. ഉദാഹരണം.

രാജ്യം	ജനസംഖ്യ (1 ച.കി.മീ)
ഇന്ത്യ	172
ബൊളീവ്യ	5
ഹോളണ്ട്	326
ജപ്പാൻ	277
വെസ്റ്റ് ജർമനി	237
ഇംഗ്ലണ്ട്	228

ഈ കണക്കുകളിൽ നിന്ന് തൊഴിലില്ലായ്മയും ജനസാന്ദ്രതയും തമ്മിൽ ബന്ധമില്ല എന്ന് കാണാവുന്നതാണ്. രണ്ടു തരത്തിലുള്ള സാമ്പത്തിക വ്യവസ്ഥിതികളാണ് ലോകത്തിലിന്നുള്ളത്. വികസിത മുതലാളിത്തരാജ്യങ്ങളും അവികസിത മുതലാളിത്ത രാജ്യങ്ങളും അടങ്ങുന്ന മുതലാളിത്ത ലോകത്തിലെയും, സോഷ്യലിസ്റ്റ് വ്യവസ്ഥിതികൾ നിലനിൽക്കുന്ന രാജ്യങ്ങളിലേയും തൊഴിലില്ലായ്മയെക്കുറിച്ച് പഠിക്കുമ്പോൾ സോഷ്യലിസ്റ്റ് രാജ്യങ്ങളിൽ തൊഴിലില്ലായ്മയില്ല എന്നും വികസിത അവികസിത മുതലാളിത്ത രാജ്യങ്ങളിൽ തൊഴിലില്ലായ്മ രൂക്ഷമായി വളർന്നു വരുന്നതായും കാണാം. അതുകൊണ്ട് തന്നെ തൊഴിലില്ലായ്മ സാമ്പത്തിക വ്യവസ്ഥിതിയെ മാത്രം അടിസ്ഥാനമായിട്ടാണ് ഉണ്ടാവുന്നതെന്നും ജനപ്പെരുപ്പവുമായി ഇതിന് ബന്ധമില്ലെന്നും കാണാവുന്നതാണ്. ഇന്ത്യയിലെ തൊഴിലില്ലായ്മ ജനപ്പെരുപ്പത്തേക്കാൾ കൂടുതൽ ശതമാനം വർധിച്ചിരിക്കുന്നതായി കണക്കുകൾ കൊണ്ടുതന്നെ തെളിയിക്കുവാൻ കഴിയും.

ജനസംഖ്യ	തൊഴിൽരഹിതർ	അഭ്യസ്തവിദ്യർ
360	3.5	0.24 (1951)
550	21	2.05 (1971)
ശതമാനക്കണക്കിനുള്ള വർധന:		
153%	700%	900%

അഭ്യസ്തവിദ്യരുടെയിടയിലെ തൊഴിലില്ലായ്മ പരിഹാരം കാണുവാൻ കഴിയാത്ത തരത്തിലേക്ക് വളർന്നു കഴിഞ്ഞിരിക്കുന്നു. വിദ്യാഭ്യാസ മേഖലകളിൽനിന്നും ഓരോ വർഷവും 5,87,000 ബിരുദധാരികൾ തൊഴിലന്വേഷകരായി പുറത്തുവരുന്നുണ്ടെങ്കിലും 3,91,000 ആൾക്കാർക്ക് മാത്രമേ തൊഴിലവസരങ്ങൾ ലഭ്യമാവുന്നുള്ളൂ. ഏകദേശം 1,50,000 ബിരുദധാരികൾ ഓരോ വർഷവും തൊഴിലില്ലാത്തവരായിത്തീരുന്നുണ്ട്.

സമീപകാലത്ത് എഞ്ചിനീയറിങ് ബിരുദധാരികളുടെയും ഡിപ്ലോമാക്കാരുടെയും തൊഴിലില്ലായ്മ പൊതുജനശ്രദ്ധയെ ആകർഷിക്കുകയുണ്ടായി. സാങ്കേതിക വിജ്ഞാനം ലഭിച്ചവരുടെ സേവനം മിച്ചം വരുന്ന ഘട്ടത്തിലേക്ക് നീങ്ങിക്കൊണ്ടിരിക്കുകയാണെന്ന് ഇൻസ്റ്റിറ്റ്യൂട്ട് ഓഫ് അപ്ലൈഡ് മാൻപവർ റിസർച്ച് 1963 ൽ മുന്നറിയിപ്പ് നൽകുകയുണ്ടായി. എങ്കിലും ഗവൺമെന്റ് ഈ മുന്നറിയിപ്പിന് വേണ്ടത്ര പ്രാധാന്യം നൽകിയില്ല. വിദ്യാഭ്യാസ സൗകര്യങ്ങളുടെ വർധനയ്ക്കനുസരിച്ച് ഉൽപ്പാദന പ്രവർത്തനങ്ങൾ കരുപ്പിടുപ്പിക്കുവാൻ ഗവൺമെന്റിന് സാധിച്ചില്ല. 1971 -78 ൽ ഇന്നാട്ടിലെ തൊഴിൽ ശക്തി 35 ലക്ഷത്തിലധികം വർധിച്ചിട്ടുണ്ട്. ഇതിൽ 9 ദശലക്ഷം പേരെ ഉൾക്കൊള്ളുവാനേ കാർഷിക മേഖലയ്ക്ക് കഴിഞ്ഞുള്ളൂ.

ജനതാ ഗവൺമെന്റിന്റെ വ്യാമോഹം

കോൺഗ്രസ് പിന്തുടർന്ന പാതയിലൂടെ തന്നെയാണ് ജനതാഗവൺമെന്റും ചരിക്കുന്നത്. തൊഴിലില്ലായ്മ ശാശ്വതമായി പരിഹരിച്ചുകളയും എന്നാണ് ജനതാഗവൺമെന്റ് വീമ്പിളക്കുന്നത്. ഇതിനുവേണ്ടി എന്തു നടപടികളാണ് ആവിഷ്കരിക്കുവാൻ പോകുന്നത് എന്ന് അവർ പറഞ്ഞിട്ടുമില്ല. കാർഷികമേഖലയിലൂടെ തൊഴിലില്ലായ്മയുടെ രൂക്ഷതയ്ക്ക് കുറവ് വരുത്താമെന്നാണ് അവരുടെ വ്യാമോഹം. പക്ഷേ ആ മേഖലയിൽ ഇന്നുള്ളവർക്ക് തന്നെ തൊഴിലില്ലാത്ത പരിതഃസ്ഥിതിയാണുള്ളത്. ഗ്രാമീണ വ്യവസായങ്ങൾ ആരംഭിക്കുക എന്നുള്ളതാണ് മറ്റൊരു നിർദേശം. കുത്തകവ്യവസായങ്ങളുടെ പിടിയിൽനിന്നും മോചിതമായ കമ്പോളം ഗ്രാമീണ വ്യവസായങ്ങൾക്ക് ലഭ്യമാകുന്നത് അസാധ്യമായിരിക്കുന്ന കാലത്തോളം പ്രസ്തുത വ്യവസായങ്ങൾവഴി തൊഴിലില്ലായ്മ പരിഹരിക്കാമെന്ന് കരുതുന്നത് വിഡ്ഢിത്തമാണ്. നാടിന്റെ സമ്പദ്ഘടന കുറച്ചാളുകളുടെ പിടിയിൽ ഒതുങ്ങി നിൽക്കുന്നിടത്തോളം കാലം

ജനതാ ഗവൺമെന്റിന് കോൺഗ്രസ് ഗവൺമെന്റ് ചെയ്തതിൽ കൂടുതലായി എന്തെങ്കിലും ചെയ്യുവാൻ കഴിയില്ല.

ഇന്ത്യയിൽ തൊഴിലില്ലായ്മ ഏറ്റവും കൂടുതലുള്ള സംസ്ഥാനം കേരളമാണ്.1972-73 ൽ നമ്മുടെ ഗ്രാമപ്രദേശങ്ങളിലെ തൊഴിൽരഹിതർ അവിടങ്ങളിലെ തൊഴിൽ ശക്തിയുടെ 11.9 ശതമാനം ആയിരുന്നു. ഗുജറാത്തിൽ ഇത് 1.9 ശതമാനവും മഹാരാഷ്ട്രയിൽ 2.4 ശതമാനവും പഞ്ചാബിൽ 1.1 ശതമാനവും തമിഴ്നാട്ടിൽ 3.1 ശതമാനവും പശ്ചിമബംഗാളിൽ 2.8 ശതമാനവും ആയിരുന്നു. പട്ടണ പ്രദേശങ്ങളിൽ ഈ അന്തരം കൂടുതലാണെന്ന് കാണാം.

1968 ന് ശേഷം തൊഴിലില്ലായ്മയുടെ തോത് അസാധാരണമാം വിധം വർധിച്ചുകൊണ്ടിരുന്നു. 1968 ന് മുമ്പ് തൊഴിൽ രഹിതർ മൊത്തം തൊഴിൽ ശക്തിയുടെ എട്ടര ശതമാനം ആയിരുന്നു. 1972-73 ആയപ്പോഴേക്കും ഇത് പന്ത്രണ്ടര ശതമാനം ആയി ഉയർന്നു.

കേരളത്തിൽ ഏറ്റവും കൂടുതൽ

ഇന്ത്യയിലെ മറ്റു സംസ്ഥാനങ്ങളെ അപേക്ഷിച്ച് അഭ്യസ്തവിദ്യരും അനഭ്യസ്തവിദ്യരുമായ തൊഴിലില്ലാത്തവരുടെ ശതമാനം ഉയർന്നു നിൽക്കുന്നത് കേരളത്തിലാണ്. തൊഴിൽ സാധ്യതകളുടെ അഭാവത്തിൽ തൊഴിൽരംഗത്ത് നിന്നും പിൻവാങ്ങുന്നവരുടേയും ഭാഗികമായി തൊഴിൽ എടുക്കുന്നവരുടേയും സ്ഥിതിവിവരക്കണക്ക് പഠനവിവരങ്ങളിൽ നിന്നും ലഭ്യമല്ല. കേരളത്തിലെ കർഷകത്തൊഴിലാളികൾക്ക് കൂടുതൽ കൂലി സംഘടനാബലം കൊണ്ട് നേടുവാൻ കഴിഞ്ഞിട്ടുണ്ടെങ്കിലും ഭാഗികമായി മാത്രം തൊഴിൽ ലഭിക്കുന്ന ഒരു സ്ഥിതി ആണ് ആ രംഗത്തുള്ളത്. തൊഴിൽ രഹിതരെ വയസിന്റെ അടിസ്ഥാനത്തിൽ വേർതിരിച്ചു നോക്കിയാൽ അവരിൽ 66 ശതമാനം വരെ 15 നും 24 നും ഇടയ്ക്കുള്ള യുവാക്കളാണ് എന്ന് കാണാം. കേരളത്തിലെ സാക്ഷരതാ ശതമാനം 60.4 ആണ്. സാക്ഷരത്വത്തിന്റെ കാര്യത്തിൽ ഇന്ത്യയിൽ മുൻപന്തിയിൽ നിൽക്കുന്നത് കേരളമാണ്. അതുകൊണ്ട് തന്നെ അഭ്യസ്തവിദ്യരുടെ തൊഴിലില്ലായ്മയുടെ കാര്യത്തിലും കേരളം മുന്നിൽത്തന്നെ നിൽക്കുന്നു. വൻകിട വ്യവസായങ്ങളുടെ അഭാവവും വിദ്യാഭ്യാസ സൗകര്യങ്ങളുമാണ് അഭ്യസ്തവിദ്യരുടെ തൊഴിലില്ലായ്മയുടെ മുഖ്യകാരണം. 1960 നും 1966 നും ഇടയ്ക്കുള്ള കാലഘട്ടത്തിൽ മെട്രിക്കുലേറ്റുകളുടെ തൊഴിലില്ലായ്മയിൽ വമ്പിച്ച വർധനവുണ്ടായി. അതിനുശേഷം നിരക്ഷരരുടേയും പ്രാഥമിക വിദ്യാഭ്യാസം നേടിയവരുടേയും തൊഴിലില്ലായ്മയിലാണ് കൂടുതൽ വർധനവുണ്ടായത്. എംപ്ലോയ്മെന്റിൽ രജിസ്റ്റർ ചെയ്ത തൊഴിൽരഹിതരിൽ 80 ശതമാനം സാക്ഷരത്വമുള്ളവരാണ്. സമീപകാലത്ത് സാങ്കേതികവും ഉന്നതവിദ്യാഭ്യാസവും നേടിയവരുടെ തൊഴിലില്ലായ്മയും അസാധാരണമാംവിധം വർധിച്ചിട്ടുണ്ട്. വിദ്യാസമ്പന്നരുടെ

തൊഴിലില്ലായ്മ പട്ടണങ്ങളിൽ കൂടുതലാണ്. ഗ്രാമീണ നാഗരികമേഖലകളെ വേർതിരിച്ചു പരിശോധിക്കുന്നപക്ഷം പുതിയ ചില വസ്തുതകൾ മനസിലാക്കുവാൻ സാധിക്കും. 1966 ന് മുമ്പുള്ള കാലഘട്ടത്തിൽ ഗ്രാമീണ മേഖലകളിലെ തൊഴിലില്ലായ്മ കുറയുകയും പട്ടണപ്രദേശങ്ങളിലെ തൊഴിലില്ലായ്മ കൂടുതൽ രൂക്ഷകരമാകുകയുമുണ്ടായി. 1972-73 ൽ ഇരുമേഖലകളിലേയും തൊഴിലില്ലായ്മയിൽ വമ്പിച്ച വർധനവുണ്ടായി. പട്ടണങ്ങളിൽ തൊഴിലവസരങ്ങൾ വേണ്ടത്ര വർധിക്കാതിരിക്കുന്നതിനാൽ തൊഴിൽരഹിതരിൽ ഒരു വിഭാഗം ഗ്രാമങ്ങളിൽ തന്നെ കഴിഞ്ഞു കൂടാൻ നിർബന്ധിതരാകുന്നു. മറ്റൊരു വിഭാഗം കുറഞ്ഞ വേതനത്തിന് ജോലി ചെയ്യുവാൻ സന്നദ്ധരാകുന്നു.

തൊഴിൽ രംഗത്തേക്ക് തൊഴിൽ രഹിതരുടെ തള്ളിക്കയറ്റം വ്യവസായ ഉടമകൾക്ക് കൂടുതൽ ചൂഷണം നടത്തുവാനുള്ള സൗകര്യം ഉണ്ടാക്കിക്കൊടുക്കുന്നു. അഭ്യസ്തവിദ്യരുടെ തൊഴിലില്ലായ്മയിലാണ് ഗവൺമെന്റ് കൂടുതൽ ശ്രദ്ധ കേന്ദ്രീകരിച്ചിരിക്കുന്നത്. പരമ്പരാഗത വ്യവസായങ്ങളാണ് ഇന്ത്യക്ക് വൻതോതിൽ വിദേശനാണ്യം സമ്പാദിച്ചുകൊടുക്കുന്നത്. ആ വ്യവസായങ്ങൾ മിക്കതും തകർന്നുകൊണ്ടിരിക്കുകയാണ്. തന്മൂലം അനേകം തൊഴിലുള്ളവർ തൊഴിൽരഹിതരായിക്കൊണ്ടിരിക്കുകയാണ്. ഈ വ്യവസായങ്ങൾ സംരക്ഷിക്കുവാനുള്ള ബാധ്യത ഏറ്റെടുക്കുവാൻ കേന്ദ്രസംസ്ഥാന ഗവൺമെന്റുകൾ മുന്നോട്ട് വന്നിട്ടില്ല. ഈ വ്യവസായങ്ങൾ പുഷ്ടിപ്പെടുത്തുന്നതുവഴി കൂടുതൽ തൊഴിലവസരങ്ങൾ സൃഷ്ടിക്കുവാൻ കഴിയുന്നതാണ്.

നഷ്ടപ്പെടുന്ന ദിവസങ്ങൾ

സംസ്ഥാനത്തിൽ എടുത്ത് നോക്കിയാൽ അനേകം വ്യവസായശാലകൾ പൂട്ടിക്കിടക്കുന്നുണ്ട്. അവ തുറപ്പിക്കുന്നതിനും ജോലി ആരംഭിക്കുന്നതിനും ഗവൺമെന്റ് വേണ്ടത്ര ശ്രദ്ധിക്കുന്നില്ല. തൊഴിലാളികൾ ന്യായമായ അവകാശങ്ങൾ ഉന്നയിച്ച് ഒരു പ്രത്യക്ഷ സമരത്തിന് നിർബന്ധിതരായാൽ തികഞ്ഞ പ്രതികാരമനോഭാവത്തോടുകൂടിയാണ് ഗവൺമെന്റ് അവരെ കാണുന്നത്. പണിമുടക്കും ലോക്ക് ഔട്ടും മൂലം മാസക്കണക്കിന് പൂട്ടിക്കിടക്കുന്ന ഫാക്ടറികൾ ഈ സംസ്ഥാനത്ത് എത്രയോ നിലവിലുണ്ട്. തൊഴിൽ ദിവസങ്ങൾ നഷ്ടപ്പെടുന്നതിൽ യാതൊരു ഉൽക്കണ്ഠയുമില്ലാത്തതിന്റെ ഫലമായാണ് ഈ സ്ഥിതി സംഭവിക്കാനിടവരുന്നത്.

എൻകോസും തൊഴിൽരഹിതരായ 1400 ൽപ്പരം എഞ്ചിനീയർമാരും

പുതിയ തൊഴിൽ സാഹചര്യങ്ങൾ സൃഷ്ടിക്കുന്നതിൽ കേരളത്തിലെ വ്യവസായ വകുപ്പ് ശ്രദ്ധിക്കുന്നത് സ്വന്തം കക്ഷിയുടെ സാമ്പ

ത്തിക സാഹചര്യവും താൽപ്പര്യവും കൂടി കണക്കിലെടുത്തുകൊണ്ടാണ്. 1400 ൽപ്പരം വരുന്ന സാങ്കേതിക വിദ്യാഭ്യാസം ലഭിച്ചവരായി തൊഴിലില്ലാത്ത എഞ്ചിനീയർമാരിൽനിന്ന് നാലായിരവും അയ്യായിരവും രൂപ വീതം പിരിച്ച് നാൽപ്പത് ലക്ഷം രൂപ ഉണ്ടാക്കുകയും, അതിന്റെ മൂന്നിരട്ടി ഓഹരി മൂലധനമായി ഗവൺമെന്റ് നൽകുകയും ചെയ്തു. 11 കോടിയോളം വരുന്ന ആ സംഖ്യ വ്യവസായവകുപ്പ് കൈകാര്യം ചെയ്യുന്ന പാർട്ടിയുടെ നേതാക്കൾ ധൂർത്തടിച്ച് നശിപ്പിക്കുകയാണ് ഉണ്ടായത്. എൻകോസ് സ്ഥാപനങ്ങളിൽ പ്രവൃത്തി ലഭിക്കുമെന്ന് പ്രതീക്ഷിച്ച 1400 ൽപ്പരം എഞ്ചിനീയർ സമരപരിപാടികളുമായി കഴിയേണ്ടി വന്നിരിക്കുന്നു.

കയർ-കൈത്തറി വ്യവസായങ്ങളിൽ പുതിയ സഹകരണസംഘങ്ങൾ രൂപീകരിക്കുന്നതിനുവേണ്ടി കേന്ദ്രഗവൺമെന്റ് ഗണ്യമായ ഒരു സംഖ്യ അനുവദിക്കുകയുണ്ടായി. അനുവദിച്ച് കിട്ടിയ സംഖ്യ ഈ വ്യവസായത്തിൽപ്പെട്ട തൊഴിലാളികൾക്ക് തൊഴിലുണ്ടാക്കിക്കൊടുക്കാൻ ഉപയോഗിക്കുന്നതിന് പകരം, സ്വന്തം കക്ഷിക്ക് സാമ്പത്തികലാഭം ഉണ്ടാക്കുന്നതിനുവേണ്ടി ഉപയോഗപ്പെടുത്താനാണ് വ്യവസായ വകുപ്പ് അടുത്ത കാലത്തായി ശ്രമിച്ചിട്ടുള്ളത്. ഇങ്ങനെ എത്രയെങ്കിലും ഉദാഹരണം എടുത്തു പറയാൻ കഴിയും. ഗവൺമെന്റിന്റെ ഈ പോക്ക് അവസാനിപ്പിക്കുന്നതിന് വേണ്ടിയുള്ള പ്രക്ഷോഭണങ്ങൾ ന്യായമായി തൊഴിൽ ലഭിക്കുന്നതിനുവേണ്ടിയുള്ള സമരത്തിന്റെ ഭാഗമായി പരിഗണിക്കേണ്ടിയിരിക്കുന്നു.

മിച്ചഭൂമി വിതരണത്തിന്റെ ആവശ്യം

1,80,000 ൽപ്പരം ഏക്കർ മിച്ചഭൂമിയും 3,00,000 ഏക്കർ വനഭൂമിയും കേരളത്തിൽ വിതരണയോഗ്യമായിട്ടുണ്ട്. ഈ ഭൂമി അർഹരായവർക്ക് വിതരണം ചെയ്യുവാൻ കഴിഞ്ഞാൽ ഗ്രാമങ്ങളുടെ മുഖഛായതന്നെ മാറ്റിയെടുക്കുവാൻ കഴിയും. പക്ഷേ, ഗവൺമെന്റ് ആകെക്കൂടി 30,000 ഏക്കറോളം വരുന്ന മിച്ചഭൂമിയും 13 ഏക്കർ വനഭൂമിയുമാണ് വിതരണം ചെയ്തത്. ഈ ഭൂമിയുടെ വിതരണം ശരിയായ തോതിൽ നടത്തിയാൽ തൊഴിലില്ലായ്മയുടെ രൂക്ഷത കുറെ ശമിപ്പിക്കുവാൻ കഴിയുന്നതാണ്. ഇഷ്ടദാനം അനുവദിച്ചുകൊണ്ട് മിച്ചഭൂമിയായിപ്പെടുത്തിയിട്ടുള്ള ഭൂമി കൂടി തട്ടിയെടുക്കുവാൻ ഭൂവുടമകൾക്ക് സഹായം നൽകുന്ന ശ്രമത്തിലാണിപ്പോൾ കേരളാ ഗവൺമെന്റ് ഏർപ്പെട്ടിരിക്കുന്നത്. പ്രകൃതി വിഭവങ്ങളാൽ അനുഗൃഹീതമായ സംസ്ഥാനമാണ് കേരളം. അസംസ്കൃതസാധനങ്ങളുടെ ലഭ്യത ഏറെയാണെങ്കിലും അതിനനുസരിച്ച് വ്യവസായങ്ങൾ കേരളത്തിലില്ല എന്നുള്ളതാണ് കേരളത്തിലെ തൊഴിലില്ലായ്മയുടെ മുഖ്യകാരണം. ഗതാഗതസൗകര്യങ്ങളും വിദ്യുച്ഛക്തി ആവശ്യാനുസരണം ലഭ്യമാക്കുന്നതിനുള്ള സൗകര്യങ്ങളും അസംസ്കൃതസാധ

നങ്ങളുടെ ലഭ്യതയും കൂടി കണക്കിലെടുത്താൽ വ്യാവസായികമായി വളരെയേറെ മുന്നോട്ടു പോകുവാൻ കഴിയും. ഇന്ന് നാം ഉൽപ്പാദിപ്പിക്കുന്ന വിദ്യുച്ഛക്തിയുടെ ഒരു നല്ല പങ്ക് അയൽസംസ്ഥാനങ്ങളാണ് ഉപയോഗിക്കുന്നതെന്ന് കാണാം.

വിദേശക്കുത്തകകൾ

റബ്ബർ ഏറ്റവും കൂടുതലുൽപ്പാദിപ്പിക്കുന്നത് കേരള സംസ്ഥാനമാണെങ്കിലും അതുപയോഗിച്ച് ടയർ നിർമിക്കുന്ന ഫാക്ടറികൾ കേരളത്തിൽ രണ്ടെണ്ണമേയുള്ളൂ. മൊത്തം ഉൽപ്പാദിപ്പിക്കുന്ന ടയറിന്റെ 85 ശതമാനവും കേരളത്തിന് വെളിയിലാണെങ്കിലും അതിനാവശ്യമായ റബ്ബറിന്റെ 60 ശതമാനം കേരളത്തിൽ നിന്നാണ് ലഭിക്കുന്നത്. കേരളത്തിൽ വമ്പിച്ച സാധ്യതയുള്ള മറ്റൊരു വ്യവസായമാണ് ഔഷധ നിർമാണം. 22 കോടി രൂപയുടെ ഔഷധങ്ങളാണ് വിദേശകുത്തകകളുടെ മേൽനോട്ടത്തിൽ വർഷംപ്രതി ഇവിടെ വിതരണം നടത്തുന്നത്. ചെറുകിട ഔഷധ നിർമാണശാലകൾ സ്ഥാപിക്കുക വഴി ഗവൺമെന്റിന് ഈ രംഗത്ത് കാര്യമായി പ്രവർത്തിക്കുവാൻ കഴിയേണ്ടതാണ്. തദ്വാരാ കൂടുതൽ തൊഴിലവസരങ്ങൾ സൃഷ്ടിക്കാനും വിദേശകുത്തകകളുടെ പിടിയിൽനിന്നും ഔഷധനിർമാണരംഗത്തെ മോചിപ്പിക്കുവാനും കഴിയും. ഇരുമ്പ്, അലുമിനിയം തുടങ്ങിയവ ഖനനം ചെയ്യുവാനും എണ്ണ കണ്ടെത്താനുള്ള ശ്രമങ്ങൾ വിജയിപ്പിക്കുകയും ചെയ്യുന്ന പക്ഷം കേരളത്തിലെ നല്ല ശതമാനം തൊഴിൽരഹിതർക്കും തൊഴിലവസരങ്ങൾ സൃഷ്ടിച്ചുകൊടുക്കുവാൻ കഴിയും. ഈ രംഗത്ത് ക്രിയാത്മകമായി യാതൊന്നും ചെയ്യാതെ വെറും പ്രചരണപരമായ നേട്ടങ്ങൾക്കുവേണ്ടിയാണ് കേരളാഗവൺമെന്റ് ശ്രമിക്കുന്നത്. ചെറുകിട-ഘനവ്യവസായ സ്ഥാപനങ്ങൾ വ്യാപകമായി സ്ഥാപിക്കുകയും അതിന് വേണ്ടത്ര പ്രോത്സാഹനം നൽകി ചെറുപ്പക്കാരുടെ ശ്രദ്ധ ഈ രംഗത്തേക്ക് തിരിച്ചുവിട്ട് തൊഴിലില്ലായ്മ പരിഹരിക്കുകയും ചെയ്യുമെന്ന് കേരള ഗവൺമെന്റ് തങ്ങളുടെ രണ്ട് തിരഞ്ഞെടുപ്പിന് മുമ്പുള്ള പ്രകടന പത്രികകൾ വഴി പ്രസിദ്ധപ്പെടുത്തിയിരുന്നു. പക്ഷേ ഈ സംരംഭം പരാജയപ്പെടുകയും കൂടുതൽ ചെറുപ്പക്കാർക്ക് തൊഴിൽ നൽകുന്നതിനുപകരം അവരെ സാമ്പത്തിക പ്രതിസന്ധിയിലേക്ക് തള്ളിവിടുവാനുമാണ് ഈ നയം ഉപകരിച്ചത്.

തൊഴിലില്ലായ്മ വേതനം?

ഇപ്പോൾ കേരള സർക്കാർ തൊഴിലില്ലാത്തവർക്ക് തൊഴിലില്ലായ്മ വേതനം നൽകുമെന്ന് പ്രഖ്യാപിച്ചിരിക്കുന്നു. 1978-79 ലെ ബജറ്റിൽ അതിനുവേണ്ടി പത്തുകോടി ഉറുപ്പിക മാറ്റിവച്ചിരിക്കുകയാണ്. തൊഴിലില്ലായ്മ വേതനത്തിനുവേണ്ടി കേരളാ സോഷ്യലിസ്റ്റ് യുവജനഫെഡറേഷന്റെ നേതൃത്വത്തിൽ നടത്തിയ നിരന്തര സമരങ്ങളുടെകൂടി ഫലമായിട്ടാണ്

ഇത്തരമൊരു നീക്കമുണ്ടായിരിക്കുന്നത്. 4000 രൂപയിൽ താഴെ വാർഷിക വരുമാനമുള്ള കുടുംബത്തിൽനിന്നു വരുന്ന തൊഴിലില്ലാത്ത ചെറുപ്പക്കാർ അഞ്ചുവർഷം തുടർച്ചയായി എംപ്ലോയ്മെന്റ് എക്സ്ചേഞ്ചിൽ പേർ രജിസ്റ്റർ ചെയ്തു കാത്തിരിക്കുന്നവരുണ്ടെങ്കിൽ, അവർ സർക്കാർ നിർദ്ദേശിക്കുന്ന ജോലി രണ്ടുമാസം ചെയ്താൽ 400 രൂപ ഒരുവർഷം തൊഴിലില്ലായ്മ വേതനമായി നൽകാമെന്നാണ് നിർദേശിക്കപ്പെട്ടിരിക്കുന്നത്. പ്രതിമാസം 334 രൂപ വരുമാനുള്ള കുടുംബത്തിലെ തൊഴിൽരഹിതന് ഈ ആനുകൂല്യം ലഭിക്കുകയില്ല. ഗവൺമെന്റ് 2,50,000 പേർക്ക് ഈ ആനുകൂല്യം നൽകുമെന്നാണ് പ്രഖ്യാപിച്ചിരിക്കുന്നത്. ഇത് വെറും തട്ടിപ്പാണ്. സർക്കാരിന്റെ നിബന്ധനകളും പരീക്ഷണങ്ങളും കഴിഞ്ഞാൽ 50000 പേർക്കുപോലും തൊഴിലില്ലായ്മ വേതനം കിട്ടാൻ അർഹത ഉണ്ടായിരിക്കുകയില്ല എന്നുള്ളതാണ് വസ്തുത.

ഇന്ന് ഭരണവർഗങ്ങൾ പിന്തുടരുന്ന മുതലാളിത്ത സാമ്പത്തിക മാർഗത്തിന് തൊഴിലില്ലായ്മ ശാശ്വതമായി പരിഹരിക്കുവാൻ കഴിയുകയില്ല. സോഷ്യലിസത്തിന്റെ വികസനോന്മുഖമായ സമ്പദ്ഘടനയ്ക്ക് മാത്രമേ അതിന് കരുത്തുള്ളൂ. എന്നാൽ ഇന്നത്തെ സമ്പ്രദായത്തിന് തന്നെ ചില സമാശ്വാസ നടപടികൾ സ്വീകരിക്കുവാൻ കഴിയുന്നതാണ്. അതുപോലും ഭരണവർഗങ്ങൾ ചെയ്യാൻ വിസമ്മതിക്കുകയാണ്.

അതിരൂക്ഷമായി പടർന്നുകൊണ്ടിരിക്കുന്ന തൊഴിലില്ലായ്മയ്ക്ക് അടിയന്തര സമാശ്വാസ നടപടികൾ സ്വീകരിക്കണമെന്ന് കേന്ദ്ര സംസ്ഥാന ഗവൺമെന്റുകളോട് ആവശ്യപ്പെടുന്നു. അടിയിൽ വിവരിക്കുന്ന പ്രസ്തുത നടപടികൾ കേന്ദ്രസംസ്ഥാന ഗവൺമെന്റുകളെക്കൊണ്ടെടുപ്പിക്കുന്നതിന് ശക്തിയുള്ള ബഹുജനപ്രസ്ഥാനം വളർത്തിക്കൊണ്ടുവരുവാൻ കേരള സോഷ്യലിസ്റ്റ് യുവജനഫെഡറേഷൻ ആഗ്രഹിക്കുന്നു. മുഴുവൻ ജനങ്ങളും ഇത്തരം പരിശ്രമങ്ങളിൽ ഞങ്ങളോടൊപ്പം അണിനിരക്കണമെന്നഭ്യർഥിക്കുന്നു.

അവകാശങ്ങൾ

1. എല്ലാവർക്കും തൊഴിൽ നൽകുക. തൊഴിൽ ലഭിക്കുവാനുള്ള അവകാശം ഭരണഘടനയിലെ മൗലികാവകാശങ്ങളിൽപ്പെടുത്തുക.
2. തൊഴിലില്ലാത്ത മുഴുവൻ ആളുകൾക്കും തൊഴിൽ ലഭിക്കുന്നതു വരെ തൊഴിലില്ലായ്മ വേതനം നൽകുക.

എ) 18 വയസിന് മേൽ തൊഴിലിനുവേണ്ടി കാത്തിരിക്കുന്ന അഭ്യസ്തവിദ്യരും അല്ലാത്തവരുമായ മുഴുവൻ ആളുകൾക്കും തൊഴിലില്ലായ്മ വേതനം നൽകണം. തൊഴിലില്ലാത്തവരുടെ കണക്കെടുക്കുവാൻ ഗവൺമെന്റ് സർവേ നടത്തണം.

ബി) വാർഷിക വരുമാനം 8000 രൂപ വരെയുള്ള കുടുംബത്തിലുള്ളവർക്കും തൊഴിലില്ലായ്മ വേതനം നൽകണം.

സി) വേതനം പ്രതിമാസം 75 രൂപ വച്ചു നൽകണം.

ഡി) അതതു പ്രദേശത്തെ സാക്ഷരതാപരിപാടി, ദുരിതാശ്വാസ പ്രവർത്തനം പോലുള്ള സാമൂഹ്യപ്രവർത്തനങ്ങൾ തുടങ്ങിയവയല്ലാതെ തൊഴിലില്ലായ്മ ചൂഷണം ചെയ്തുകൊണ്ട് കുറഞ്ഞ കൂലിക്ക് ജോലി ചെയ്യിക്കാൻ പാടില്ല. രണ്ടുമാസം ജോലി ചെയ്യിക്കയാണെങ്കിൽ അതിനനുസരിച്ചുള്ള കൂലി തന്നെ നൽകണം.

3. ഉദ്യോഗനിയമനങ്ങളിലെ പ്രായപരിധി എടുത്തുകളയുക.
4. അപേക്ഷാഫീസ് സമ്പ്രദായം നിർത്തലാക്കുക.
5. പൊലീസ് വെരിഫിക്കേഷൻ അവസാനിപ്പിക്കുക.
6. തൊഴിലില്ലായ്മ വളർത്തുന്ന യന്ത്രവൽക്കരണം തടയുക.
7. മറ്റു സംസ്ഥാനങ്ങളിലേക്ക് വ്യവസായങ്ങൾ കടത്തിക്കൊണ്ട് പോകുന്നത് തടയുക.
8. ഫാക്ടറികൾ അടച്ചു പൂട്ടുന്നത് നിരുത്സാഹപ്പെടുത്തുക. അടച്ചു പൂട്ടേണ്ടി വരുമ്പോൾ തൊഴിലില്ലായ്മ ഇൻഷുറൻസ് ഏർപ്പെടുത്തുക.
9. കേരളത്തിലെ പ്രകൃതി വിഭവങ്ങൾ മുഴുവൻ ചൂഷണം ചെയ്യാൻ കഴിയുന്ന വ്യവസായങ്ങൾ ആരംഭിക്കുക.
10. കേരളത്തിലെ പരമ്പരാഗത വ്യവസായങ്ങളായ കയർ, കശുവണ്ടി, കൈത്തറി, ബീഡി, ഇഷ്ടിക, ഓട് എന്നിവ പുനഃസംഘടിപ്പിക്കുന്നതിനുള്ള പദ്ധതി നടപ്പിലാക്കുക.
11. കേന്ദ്രഗവൺമെന്റ് കേരളത്തിലാരംഭിച്ച വ്യവസായങ്ങളുടെ പണി ത്വരിതപ്പെടുത്തുകയും വ്യവസായങ്ങൾക്ക് ലൈസൻസ് നൽകുമ്പോൾ കേരളത്തിന്റെ പിന്നോക്ക നില പരിഗണിച്ച് കൂടുതൽ വ്യവസായങ്ങൾ കേരളത്തിലാരംഭിക്കുവാനുള്ള നടപടികളെടുക്കുക.
12. നിലവിലുള്ള വ്യവസായങ്ങളുടെ മുഴുവൻ ഉൽപ്പാദനകഴിവുകളും ഉപയോഗിക്കുന്നതിന് നടപടികളെടുക്കുക.
13. മിച്ചഭൂമിയും സർക്കാർ വക തരിശുഭൂമിയും ഭൂമിയില്ലാത്തവർക്ക് വിതരണം ചെയ്യുക.
14. കേരളത്തിലെ കാർഷിക വിഭവങ്ങളുടെ വിലയിടിവ് പരിഹരിച്ച് കൃഷിക്കാരെ സഹായിക്കുക.
15. അധ്യാപകവിദ്യാർഥി അനുപാതം 1:2 എന്ന് പരിഷ്കരിക്കുക.
16. സാങ്കേതിക വിദ്യാഭ്യാസ സ്ഥാപനങ്ങളോടനുബന്ധിച്ച് പ്രൊഡക്ഷൻ സെന്ററുകൾ സ്ഥാപിക്കുക.
17. ബോധനമാധ്യമം മലയാളത്തിൽ ആക്കുന്ന പ്രവർത്തനങ്ങൾ ത്വരിതപ്പെടുത്തുക.
18. വൈദ്യശുശ്രൂഷാ സൗകര്യങ്ങൾ വിപുലപ്പെടുത്തി മെഡിക്കൽ വിഭാഗത്തിൽപ്പെട്ടവരുടെ തൊഴിലില്ലായ്മ പരിഹരിക്കുക.

19. ഇന്റർവ്യൂ അപേക്ഷകന്റെ താമസസ്ഥലത്തിനടുത്തുവെച്ച് നടത്തുകയോ യാത്രപ്പടി നൽകുകയോ ചെയ്യുക.
20. അതത് സംസ്ഥാനത്തിലുള്ളവർക്ക് മാത്രമായി ജോലി സംവരണം ചെയ്യുന്ന നിയമങ്ങൾ റദ്ദ് ചെയ്യുക.
21. തൊഴിലധിഷ്ഠിത വിദ്യാഭ്യാസ പദ്ധതി ആവിഷ്കരിക്കുക.

അനുബന്ധം 6

ഭിന്നിപ്പിക്കൽ ശക്തികളെ ഒറ്റപ്പെടുത്തുക സുശക്തമായ യുവജനപ്രസ്ഥാനം കെട്ടിപ്പടുക്കുക

കണ്ണൂർ ജില്ലാ സോഷ്യലിസ്റ്റ് യുവജനഫെഡറേഷന്റെ ആഹ്വാനം

കഴിഞ്ഞ ജൂൺ മാസത്തിൽ കോഴിക്കോട് വെച്ച് നടന്ന കേരളാ സ്റ്റേറ്റ് യുവജനഫെഡറേഷൻ കൺവെൻഷനെ തുടർന്ന് കണ്ണൂർ ജില്ലാ യുവജനഫെഡറേഷനെ തകർക്കുന്നതിനും ജനാധിപത്യ പ്രസ്ഥാനത്തെ പൊളിക്കുന്നതിനും ഒരുകൂട്ടം ആളുകൾ കച്ചകെട്ടിയിറങ്ങിയിരിക്കുന്നതായിതോന്നുന്നു. നമ്മുടെ രാജ്യത്ത് ഒരു സംഘടിത യുവജനപ്രസ്ഥാനം വളർന്നു വരണമെന്നാഗ്രഹിക്കുന്ന മുഴുവൻ യുവജനങ്ങളും ഇത്തരക്കാരുടെ ഭിന്നിപ്പിക്കൽ നയത്തെ പരാജയപ്പെടുത്താൻ രംഗത്തിറങ്ങണമെന്ന് ഞങ്ങൾ ആദ്യമായി അഭ്യർഥിക്കുന്നു.

കോഴിക്കോട് സമ്മേളനത്തിൽ നടന്നതെന്ത്?

കണ്ണൂർ ജില്ലയിൽനിന്ന് നാൽപ്പത്തി രണ്ട് പ്രതിനിധികളാണ് കോഴിക്കോട് കൺവെൻഷനിൽ പങ്കെടുത്തത്. പ്രസ്തുത പ്രതിനിധികളെ യുവജനപ്രസ്ഥാനത്തെ നയിക്കാൻ ആവശ്യമായ നയപരിപാടികൾ രൂപീകരിക്കുന്നതിനുള്ള ചർച്ചകളിൽ പങ്കെടുപ്പിക്കാൻ ശ്രമിക്കുന്നതിനുപകരം മാർക്സിസ്റ്റ് കമ്യൂണിസ്റ്റ് പാർട്ടിക്കെതിരായി കലാപം നടത്താൻ പ്രേരിപ്പിക്കുകയാണ് യുവജനഫെഡറേഷൻ മുൻ ജില്ലാനേതൃത്വം ചെയ്തത്. ഇതിൽ നിന്നാണ് യഥാർഥ കുഴപ്പം ആരംഭിക്കുന്നത്.

വിപ്ലവശക്തികളെ ഫലപ്രദമായി സഹായിക്കാൻ കഴിയത്തക്ക നിലയിലുള്ള ഒരു വിപ്ലവ യുവജനഫെഡറേഷൻ കെട്ടിപ്പടുക്കുന്നതിനാവശ്യമായ കാഴ്ചപ്പാടും പരിപാടിയും വേണമെന്ന കാര്യത്തിൽ ആർക്കും

അഭിപ്രായവ്യത്യാസമില്ല. പക്ഷേ, കമ്യൂണിസ്റ്റ് (മാർക്സിസ്റ്റ്) പാർട്ടിയെ എതിർക്കാൻ യുവജനഫെഡറേഷനെ ഉപയോഗിക്കുന്നതിനെയാണ് ഞങ്ങൾ എതിർക്കുന്നത്. കാരണം. ഒരു വിപ്ലവ യുവജനപ്രസ്ഥാനം ഈ രാജ്യത്ത് വളർത്തിക്കൊണ്ടുവന്നതുതന്നെ കമ്യൂണിസ്റ്റ് (മാർക്സിസ്റ്റ്) പാർട്ടിയാണ്. എന്നാൽ അതേ യുവജനഫെഡറേഷനെ ഉപയോഗിച്ചു തന്നെ കമ്യൂണിസ്റ്റ് (മാർക്സിസ്റ്റ്) പാർട്ടിക്കെതിരായി കുരിശുയുദ്ധം ആരംഭിക്കുകയാണ് യുവജനഫെഡറേഷന്റെ നേതൃത്വത്തിലിരുന്നു കൊണ്ടും മറ്റു ചില ഉദ്ദേശ്യം വെച്ചുകൊണ്ടും ചിലർ ചെയ്തത്. കമ്യൂണിസ്റ്റ് പാർട്ടിയിൽ ആശയപരമായി അഭിപ്രായവ്യത്യാസമുണ്ടായിരിക്കാം; അത് കമ്യൂണിസ്റ്റ് പാർട്ടിയിൽ നിന്നുകൊണ്ട് പരിഹരിക്കുകയോ പരിഹരിക്കാതിരിക്കുകയോ, അതുമല്ലെങ്കിൽ ആ പാർട്ടി വിട്ടുപോവുകയോ എന്തുവേണമെങ്കിലും ചെയ്യാൻ ആ പാർട്ടിയിലെ ഏത് മെമ്പർക്കും സാധിക്കും. പക്ഷേ, അതിന് യുവജനഫെഡറേഷനെ ഒരു ചവിട്ടുപടിയായി ഉപയോഗിക്കുന്നതാണ് ഞങ്ങൾക്ക് യോജിക്കാൻ കഴിയാത്തതെന്ന് അത്തരക്കാരെ ഞങ്ങൾ ഓർമപ്പെടുത്തുന്നു.

പരിപാടിയുടെ പ്രശ്നം

കോഴിക്കോട് സമ്മേളനത്തിൽ യുവജനഫെഡറേഷനാവശ്യമായ ഒരു പരിപാടി അവതരിപ്പിക്കുകയും ചർച്ച ചെയ്യുകയും വേണമെന്ന് അതിന്റെ സ്റ്റേറ്റ് ഓർഗനൈസിങ് കമ്മിറ്റി മുൻകൂട്ടി തീരുമാനിക്കുകയും അതനുസരിച്ച് ഒരു പരിപാടി സമ്മേളനത്തിൽ അവതരിപ്പിക്കുകയും ചെയ്തിരുന്നു. അത് കുറ്റമറ്റതാണെന്ന് അവതരിപ്പിച്ച ആൾ തന്നെ അവകാശപ്പെട്ടിരുന്നില്ല. പ്രസ്തുത പരിപാടിക്കാവശ്യമായ ഭേദഗതികൾ ഓരോ പ്രതിനിധിക്കും അവതരിപ്പിക്കാമെന്നും എല്ലാ ഭേദഗതികളും പരിപാടിയും ചേർത്ത് യുവജനഫെഡറേഷന്റെ കീഴ്ഘടകങ്ങൾക്ക് സർക്കുലേറ്റ് ചെയ്യാമെന്നും, പിന്നീട് രണ്ടുമാസം കഴിഞ്ഞ് മെമ്പർമാരുടെ പൂർണ പ്രാതിനിധ്യത്തോടെ കണ്ണൂരിൽ വെച്ച് ചേരുന്ന സ്റ്റേറ്റ് സമ്മേളനത്തിൽ വെച്ച് ഭേദഗതികളും അതുവരെ കിട്ടുന്ന അഭിപ്രായങ്ങളും പരിഗണിച്ച് ആവശ്യമായ മാറ്റം അതിൽ വരുത്തുമെന്നും സമ്മേളനത്തിന്റെ സംഘാടകന്മാർ ഉറപ്പുനൽകിയിരുന്നു. ഇത്രയും വലിയ ഒരു സന്ദർഭം ചർച്ച നടത്താൻ കിട്ടുമെങ്കിലും അതൊന്നും കണക്കിലെടുക്കാതെ കൺവെൻഷനിൽ കുഴപ്പമുണ്ടാക്കണമെന്ന് മുൻകൂട്ടി തീരുമാനിച്ചതനുസരിച്ച് കണ്ണൂരിൽ നിന്നുപോയ സമ്മേളന പ്രതിനിധികളെ വലിച്ചിഴയ്ക്കുകയാണ് യുവജനഫെഡറേഷൻ കണ്ണൂർ ജില്ലാകമ്മിറ്റിയുടെ പ്രസിഡന്റ്, സെക്രട്ടറി, വൈസ് പ്രസിഡന്റ് തുടങ്ങിയ ഭാരവാഹികൾ ചെയ്തത്. അതിനായി കോഴിക്കോട് വെച്ച് കമ്യൂണിസ്റ്റ് (മാർക്സിസ്റ്റ്) പാർട്ടിയെ തകർക്കാൻ കച്ചകെട്ടിയിറങ്ങിയ ചില ശക്തികളുമായി കൂടിയാലോചന നടത്തുകയും, കമ്യൂണിസ്റ്റ് (മാർക്സിസ്റ്റ്) പാർട്ടിക്കെതിരായി ഒരു പരസ്യമായ കലാപത്തിന്റെ വേദിയായി കോഴിക്കോട് കൺവെൻഷനെ ഉപയോഗിക്കാൻ

തീരുമാനിക്കുകയും ചെയ്തതായി ഞങ്ങൾക്ക് പിന്നീട് മനസിലാക്കാൻ കഴിഞ്ഞു. എന്നാൽ കൺവെൻഷനിൽ പങ്കെടുത്ത പ്രതിനിധികളിൽനിന്ന് ഇതെല്ലാം ഒളിച്ചുവയ്ക്കുകയും തങ്ങൾ യുവജനഫെഡറേഷന് നല്ലൊരു പരിപാടി ഉണ്ടാക്കാൻ ശ്രമിക്കുകയാണെന്ന വ്യാജേന തങ്ങളുടെ പിന്നിൽ അണിനിരത്തുകയുമാണ് ഇവർ ചെയ്തത്. ഇത്തരം ഒരു പ്രവർത്തനത്തെ അംഗീകരിക്കാൻ സാധിക്കാത്ത ഞങ്ങൾക്ക് പുത്തൻ റിവിഷനിസ്റ്റുകാരുടെ വക്കാലത്തുകാരും കമ്യൂണിസ്റ്റ് പാർട്ടിയെ പൊളിക്കാൻ ശ്രമിച്ചവർ വിപ്ലവകാരികളുമായി ചമയുന്ന കാഴ്ചയാണ് അടുത്ത ചില ആഴ്ചകളായി കണ്ണൂർ ജില്ലയിൽ കാണാൻ കഴിഞ്ഞത്. കമ്യൂണിസ്റ്റ് പാർട്ടിയെ പൊളിക്കുന്നതിന് കോഴിക്കോട് കൺവെൻഷൻ ബഹിഷ്കരിക്കാൻ പ്രതിനിധികളെ ദുർബോധനപ്പെടുത്തിയെന്നു മാത്രമല്ല, കോഴിക്കോട് കൺവെൻഷനെ തുടർന്ന് കണ്ണൂർ ജില്ലയിൽ ഒരു സ്പെഷ്യൽ കൺവെൻഷൻ വിളിച്ചുചേർത്ത് കമ്യൂണിസ്റ്റ് (മാർക്സിസ്റ്റ്) പാർട്ടിക്കെതിരായി കലാപം നടത്താൻ യുവജനഫെഡറേഷനെ ഉപയോഗപ്പെടുത്താൻ തീരുമാനിക്കുകയും അങ്ങനെ തങ്ങളുടെ വിഭാഗീയ പ്രവർത്തനത്തിന്റെ ഉപകരണമായി നമ്മുടെ ജില്ലയിൽ വളർന്നുവന്ന വിപ്ലവ യുവജനഫെഡറേഷനെ ഉപയോഗപ്പെടുത്താൻ ശ്രമിക്കുകയുമാണ് അവർ ചെയ്തത്. അത്തരം പ്രവർത്തനം നടത്താൻ യുവജനഫെഡറേഷനെ ഉപയോഗപ്പെടുത്തരുതെന്നും സുശക്തമായ യുവജനഫെഡറേഷൻ വളർത്തിക്കൊണ്ടുവരണമെന്നുമുള്ള ആയിരക്കണക്കിന് യുവജനഫെഡറേഷൻ മെമ്പർമാരുടെ ആഗ്രഹാഭിലാഷങ്ങളെ കാറ്റിൽ പറത്തുകയുമാണ് ഇവർ ചെയ്യുന്നത്.

സംഘടനാ പ്രശ്നങ്ങൾ

ഇത്തരം ഒരു സ്ഥിതിയിലാണ് വിഭാഗീയ പ്രവർത്തനങ്ങൾക്ക് നേതൃത്വം കൊടുക്കുന്ന അതിന്റെ പ്രസിഡന്റ്, വൈസ് പ്രസിഡന്റുമാർ, സെക്രട്ടറി എന്നിവരെ അതിൽനിന്ന് പുറത്താക്കുന്നതിനും പുതിയ ഭാരവാഹികളെ തിരഞ്ഞെടുക്കുന്നതിനും ഞങ്ങൾ നിർബന്ധിതരായത്. അങ്ങനെ പുറത്താക്കിയത് സംഘടനാപരമായി ശരിയല്ലെന്ന് അവർ നാട്ടിൽ പ്രചരിപ്പിക്കുന്നുണ്ട്. ഏതൊരു ബഹുജനസംഘടനയ്ക്കും അതിന്റെ ഭൂരിപക്ഷ തീരുമാനമനുസരിച്ച് ഭാരവാഹികളെ തിരഞ്ഞെടുക്കുന്നതിനും നീക്കം ചെയ്യുന്നതിനും അവകാശമുണ്ട്. അതുമാത്രമാണ് പാപ്പിനിശ്ശേരി സമ്മേളനത്തിൽനിന്നും തിരഞ്ഞെടുത്ത യുവജനഫെഡറേഷന്റെ കണ്ണൂർ ജില്ലാകമ്മിറ്റിയിലെ ബഹുഭൂരിപക്ഷം അംഗങ്ങൾ പങ്കെടുത്തയോഗം ചെയ്തിട്ടുമുള്ളത്. യുവജനഫെഡറേഷന്റെ കണ്ണൂർ ജില്ലാ സമ്മേളനം അംഗീകരിച്ച പരിപാടി അനുസരിച്ച് പ്രവർത്തിക്കുന്നതിന് പകരം അത്തരം പരിപാടികളും തീരുമാനങ്ങളും പിച്ചിച്ചീന്തിക്കൊണ്ട് ഒരു രാഷ്ട്രീയ പാർട്ടിക്കെതിരായി പ്രവർത്തിക്കാൻ (ഒരു തരത്തിലുള്ള കമ്യൂണിസ്റ്റ് വിരുദ്ധമുന്നണി) ശ്രമിച്ചാൽ അതിന് ഞങ്ങൾ കൂട്ടുനിൽക്കണമെന്ന് ആരും ഞങ്ങളോട് പറയുമെന്ന് തോന്നുന്നില്ല. അതുകൊണ്ട്

തന്നെയാണ് ഞങ്ങൾ ചെയ്തത് പൂർണമായും ശരിയാണെന്ന് പതിനായിരത്തിൽപ്പരം വരുന്ന യുവജനഫെഡറേഷൻ മെമ്പർമാർ ഞങ്ങളുടെ പിന്നിൽ അണിനിരന്നുകൊണ്ട് പ്രഖ്യാപിച്ചിട്ടുള്ളത്.

ഭിന്നിപ്പിന്റെ വിത്തുവിതയ്ക്കുകയും വിപ്ലവപ്രസ്ഥാനം നശിപ്പിക്കാൻ ശ്രമിക്കുകയും ചെയ്തവർക്കെതിരായി കനത്ത തിരിച്ചടി നൽകിയ വിപ്ലവകാരികളായ യുവാക്കളെ ഞങ്ങൾ അഭിവാദ്യം ചെയ്യുന്നു.

എന്നാൽ തങ്ങളാണ് യുവജനഫെഡറേഷനെ പ്രതിനിധീകരിക്കുന്നതെന്ന് പറഞ്ഞുകൊണ്ട് അവർ കൺവെൻഷനുകൾ ഒന്ന് തലശ്ശേരിയിലും, മറ്റൊന്ന് കണ്ണൂരിലും നടത്തുകയുണ്ടായി. തലശ്ശേരിയിൽ 126 ഉം കണ്ണൂരിൽ 350 ഉം പ്രതിനിധികൾ പങ്കെടുത്തുവെന്നും, അതുകൊണ്ട് യുവജനഫെഡറേഷൻ മെമ്പർമാർ ബഹുഭൂരിപക്ഷവും തങ്ങളുടെ ഭാഗത്താണെന്നും അവർ കൊട്ടിഘോഷിക്കുന്നതായി മനസിലാക്കാൻ കഴിഞ്ഞു. ആരും എവിടെനിന്നും പ്രതിനിധികളെ തിരഞ്ഞെടുത്തിട്ടില്ലെന്നതാണ് സത്യം. കമ്യൂണിസ്റ്റ് പാർട്ടിയും യുവജനഫെഡറേഷനും വിട്ടുപോയി ഇവരുടെ കൂടെ നിൽക്കുന്നവരും, മറ്റു ചില ബൂർഷ്വാ പാർട്ടികളിൽനിന്നു വിട്ടു വിപ്ലവകാരികളുടെ കൂടെ നിൽക്കുന്നവരാണെന്ന് പറയുന്നവരുമായ മുഴുവൻ ആളുകളേയും കൊണ്ടു വന്നിട്ടാണ് ഇത്രയും ആളുകളെ അവർക്ക് കിട്ടിയത്. എന്നാൽ കണ്ണൂർ ജില്ലാ സോഷ്യലിസ്റ്റ് യുവജനഫെഡറേഷനിൽ അണിനിരന്ന പതിനായിരത്തിൽപ്പരം മെമ്പർമാരിൽ 300 ൽ അധികരിച്ചാൽ 400 ആളുകളുടെ പിന്തുണ അവർക്ക് ഉണ്ടാകുമെന്ന് സമ്മതിക്കാൻ ഞങ്ങൾ തയാറാണ്. പതിനായിരം മെമ്പർമാരിൽ 400 പേർ ഉണ്ടായാൽ ഭൂരിപക്ഷം അവരാവുമെങ്കിൽ സമ്മതിക്കാം. ഞങ്ങൾ സമ്മതിച്ചാലും ഗണിതശാസ്ത്രമനുസരിച്ച് ശരിയാവാത്തതിൽ ഞങ്ങൾ കുറ്റപ്പെടുത്തിയിട്ടുകാര്യമില്ല. യുവജന പ്രതിനിധികൾ എന്നു പറയുന്നവരോട് ഞങ്ങൾക്ക് പറയാനുള്ളതിതാണ്: നിങ്ങളുടെ ഭിന്നിപ്പിക്കൽ മന്ത്രങ്ങൾക്ക് *മലയാളമനോരമ*യെപ്പോലുള്ള മുതലാളിത്ത പത്രങ്ങൾ വലിയ തലക്കെട്ടുകൾ കൊടുത്താൽ യുവജനഫെഡറേഷനിൽ ഭൂരിപക്ഷമാവില്ല. സോഷ്യലിസ്റ്റ് യുവജനഫെഡറേഷനെ തകർക്കാനും കഴിയില്ല. പക്ഷെ ഒന്നുമാത്രം നിങ്ങൾക്ക് കഴിയും. അതായത് ഈ രാജ്യത്തിലെ പിന്തിരിപ്പന്മാർ ആഗ്രഹിച്ചതനുസരിച്ച് നമ്മുടെ ജില്ലയിലെ വിപ്ലവ യുവജനഫെഡറേഷനെ പൊളിക്കാൻ പരിശ്രമിച്ചുവെന്നു വേണമെങ്കിൽ നിങ്ങൾക്ക് സമാധാനിക്കാം. അതുകൊണ്ടൊന്നും യുവജനഫെഡറേഷൻ തകരില്ല, അതു മറ്റെന്നെത്തെക്കാളും ഊർജസ്വലതയോടെ ഇത്തരം ഭിന്നിപ്പിക്കൽ തന്ത്രങ്ങൾ പൊളിച്ചുമുന്നേറും അതിനെ തകർക്കാൻ പിന്തിരിപ്പൻ ശക്തികൾക്കോ, അവർക്ക് അറിഞ്ഞോ അറിയാതെയോ താളം ചവിട്ടുന്ന നിങ്ങൾക്കോ സാധ്യമല്ലെന്ന് കണ്ണൂർ ജില്ലയിലെ പതിനായിരത്തിൽപ്പരം വരുന്ന യുവജനഫെഡറേഷൻ മെമ്പർമാരുടെ പേരിൽ ഞങ്ങൾ ഉറക്കെ പ്രസ്താവിക്കുന്നു.

പ്രിയപ്പെട്ട സഖാക്കളെ,

സോഷ്യലിസം ലക്ഷ്യംവെച്ച് പ്രവർത്തിക്കുന്ന സോഷ്യലിസ്റ്റ് യുവജനഫെഡറേഷൻ അംഗങ്ങളായ നമുക്ക് ഒരു പൊതുലക്ഷ്യമുണ്ട്, അതാണ് ശാസ്ത്രീയ സോഷ്യലിസം. അതനുസരിച്ചാണ് നാം പ്രവർത്തിച്ചുവരുന്നതും, മേലാൽ പ്രവർത്തിക്കുന്നതും. 1848 ൽ ലോകത്തിലെ തൊഴിലാളികളോട് മഹാന്മാരായ മാർക്സും എംഗൽസും പ്രഖ്യാപിച്ചു: "നിങ്ങൾക്ക് നഷ്ടപ്പെടുവാൻ കെട്ടിയിട്ട ചങ്ങല മാത്രമേ ഉള്ളൂ, കിട്ടാനുള്ളതോ ഒരു ലോകം, ആ ലോകം നേടുകയാണ് നമ്മുടെ ലക്ഷ്യം." അത്തരം ഒരു ലക്ഷ്യം നേടാൻ എളുപ്പമാർഗമോ കുറുക്കുവഴികളോ ഇല്ല. കരുത്തുറ്റ ഒരു രാഷ്ട്രീയ പാർട്ടി, അതുമല്ലെങ്കിൽ തൊഴിലാളിവർഗത്തിന്റെ പടച്ചട്ടയണിഞ്ഞ ഉരുക്കുപോലുറച്ച ഒരു പാർട്ടി. അത്തരം ഒരു പാർട്ടിയുടെ നേതൃത്വത്തിന് മാത്രമെ ആ ലക്ഷ്യം നേടാൻ കഴിയുകയുള്ളൂ. അങ്ങനെ ഒരു പാർട്ടി റിവിഷനിസത്തിനെതിരായി പോരാടികൊണ്ട് ഇന്ത്യയിൽ വളർന്നുവരുന്നതായി നാം കാണുന്നു. അതാണ് കമ്യൂണിസ്റ്റ് (മാർക്സിസ്റ്റ്) പാർട്ടി. നമ്മുടെ ലക്ഷ്യം നേടുന്നതിൽ നാം പാർട്ടിയെ ഉറ്റുനോക്കുന്നു. ആ പാർട്ടിയെ തകർക്കലാണ് സാമ്രാജ്യത്വവുമായി കൂടുതൽ കൂടുതൽ കൂട്ടുചേർന്നുകൊണ്ടിരിക്കുന്ന ഇന്ത്യൻ കുത്തക മുതലാളിത്തത്തിന്റെ നേതൃത്വത്തിലുള്ള മുതലാളിത്ത ജന്മിവർഗത്തിന്റെ ഭരണകൂടം ഇന്ത്യയിൽ ചെയ്യുന്നത്. വിപ്ലവ ശക്തികളെ നയിക്കാൻ കരുത്തുള്ള ഒരു പ്രസ്ഥാനമായി അത് വളർന്നു വരുന്നതിൽ സന്തോഷിക്കുകയും സഹകരിക്കുകയും ചെയ്യേണ്ട വിപ്ലവകാരികളായ യുവജനങ്ങളെ പിന്തിരിപ്പന്മാരുടെ കൈകളിലേക്ക് എറിഞ്ഞു കൊടുക്കാനുള്ള പരിപാടിയുമായാണ് ചിലർ യുവജനഫെഡറേഷന്റെയും മറ്റും പേരിൽ പുറപ്പെട്ടിട്ടുള്ളത്. അതുകൊണ്ടുതന്നെ നമ്മുടെ മാർഗം എളുപ്പമല്ല. പിന്തിരപ്പന്മാർ അവരുടെ ആവനാഴിയിലെ എല്ലാ ശരവും നമുക്കെതിരായി തിരിക്കുന്നുവെന്നു മാത്രമല്ല, വിപ്ലവകാരികളായ നമ്മുടെ അണികളിൽ തന്നെ അവരുടെ പ്രചാരകന്മാരെ അയച്ചുവെന്നും വരും. ഏതായാലും ബൂർഷ്വാ ജന്മിവർഗം തങ്ങളുടെ അധികാരം വെറുതെ തൊഴിലാളിവർഗത്തിന് കൈയൊഴിച്ചു കൊടുക്കുന്നതല്ലെന്ന് മാർക്സും എംഗൽസും ലെനിനും സ്റ്റാലിനും മൗവും നമ്മെ പഠിപ്പിച്ചിട്ടുണ്ട്. അതുകൊണ്ടു തന്നെ പിന്തിരിപ്പന്മാരുടെ ആവനാഴിയിലെ ശരങ്ങൾ നിഷ്പ്രയോജനമാക്കാൻ തൊഴിലാളിവർഗത്തെയും അതിന്റെ രാഷ്ട്രീയ പാർട്ടിയേയും സഹായിക്കുകയെന്നതാണ് നമുക്ക് സോഷ്യലിസ്റ്റ് ലക്ഷ്യം നേടുന്നതിൽ പ്രധാനമായി കാണേണ്ടത്.

മൗ പറഞ്ഞതുപോലെ പാർട്ടിക്കുള്ളിൽ സമരങ്ങൾ കരുണയറ്റ സമരം നടത്തുകയും ദയയറ്റ പ്രഹരമേൽപ്പിക്കുകയും എന്ന സമ്പ്രദായമാണ് ഇടതുപക്ഷ പ്രമാണമാത്രവാദികൾ കൈക്കൊണ്ടിരുന്നത്. ഈ രീതി പിശകായിരുന്നു. ഇടതുപക്ഷ പ്രമാണമാത്രവാദികൾ വിമർശിച്ച അവസരത്തിൽ നാം പഴയരീതി ഉപേക്ഷിക്കുകയും പുതിയ രീതി കൈ

ക്കൊള്ളുകയും ചെയ്തു. ഐക്യം വേണമെന്ന ആഗ്രഹത്തോടെ ആരംഭിക്കുകയും വിമർശനത്തിലൂടെയോ സമരത്തിലൂടെയോ തെറ്റും ശരിയുമേതെന്ന് വേർതിരിക്കുകയും അങ്ങനെ പുതിയ ഐക്യത്തിൽ എത്തിച്ചേരുകയും ചെയ്യുക എന്നതാണീ പുതിയ സമ്പ്രദായം. 1942 ലെ തെറ്റു തിരുത്തൽ പ്രസ്ഥാനത്തിൽ ഈ സമ്പ്രദായമായിരുന്നു ഉപയോഗിക്കപ്പെട്ടിരുന്നത്. അങ്ങനെ കുറച്ചുവർഷങ്ങൾക്കുള്ളിൽ അതായത് 1945 ൽ കമ്യൂണിസ്റ്റ് പാർട്ടിയുടെ ഏഴാം കോൺഗ്രസ് സമ്മേളിച്ചപ്പോൾ പാർട്ടിയിലാകെ ഐക്യമുണ്ടായി തീരുകയും തൽഫലമായി ജനകീയ വിപ്ലവം മഹത്തായ വിജയം നേടുകയും ചെയ്തു. ഐക്യത്തിനുള്ള ആഗ്രഹത്തോടെ ആരംഭിക്കണമെന്നതാണ് പ്രധാനകാര്യം. ഐക്യത്തിനുള്ള ഈ ആഗ്രഹമില്ലെങ്കിൽ സമരം പിടിവിട്ടുപോകുമെന്നത് തീർച്ചയാണ്. അങ്ങനെ ചെയ്താൽ അത് കരുണയറ്റ സമരവും ദയയറ്റ പ്രഹരവും എന്ന സമ്പ്രദായം തന്നെ ആയിരിക്കയില്ലേ? പിന്നെ എന്ത് പാർട്ടി ഐക്യമാണ് അവശേഷിക്കുന്നത്?

ഇതനുസരിച്ചു പ്രവർത്തിച്ചുകൊണ്ടുതന്നെ നാം മുന്നോട്ട് പോവുകയും പിന്തിരിപ്പന്മാരെയും അവരെ അറിഞ്ഞോ അറിയാതെയോ സഹായിക്കുന്ന ശക്തികളെ ഒറ്റപ്പെടുത്തുകയും ഒരു വിപ്ലവ യുവജനപ്രസ്ഥാനം കെട്ടിപ്പടുക്കുകയും നമ്മുടെ ലക്ഷ്യത്തിലേക്ക് പതറാതെ മാർച്ച് ചെയ്യുകയും ചെയ്യാം.

വിപ്ലവം ജയിക്കട്ടെ!
വിയറ്റ്നാം വിപ്ലവകാരികൾ നീണാൾ വാഴട്ടെ,
സോഷ്യലിസ്റ്റ് യുവജനഫെഡറേഷൻ സിന്ദാബാദ്!

കണ്ണൂർ
10-08-1968

സോഷ്യലിസ്റ്റ് യുവജനഫെഡറേഷൻ
കണ്ണൂർ ജില്ലാകമ്മിറ്റി

www.ingramcontent.com/pod-product-compliance
Lightning Source LLC
LaVergne TN
LVHW090352051026
849518LV00006B/2115
* 9 7 8 8 1 2 6 2 0 7 4 1 1 *